Yale Language Series

Jẹ́ K'Á Sọ Yorùbá

Antonia Yétúndé Fọlárìn Schleicher

Yale University Press

New Haven and London

Printed in the United States of America

Schleicher, Antonia Yétúndé Fọlárìn, 1953–
    Jẹ́ k'á sọ Yorùbá / Antonia Yétúndé Fọlárìn Schleicher.
        p.   cm. — (Yale language series)
    English and Yoruba.
    Includes index.
    ISBN 0-300-05590-0 (alk. paper)
    1. Yoruba language — Textbooks for foreign speakers — English.
I. Title.   II. Series.
PL8821.S35   1993
496′.33382421 — dc20   93-24084
                             CIP

A catalogue record for this book is available from the
British Library.

10 9 8 7 6 5 4 3 2 1

This book has been produced as a print-on-
demand volume. It is manufactured using toner
instead of offset inks and as a result, photographs
in this copy may show less contrast and detail
than in the original edition.

Contents

viii

Preface

Jẹ k'Á Sọ Yorùbá is an integrated learning system designed to present the fundamentals of Yoruba to two- and four-year college and university students. The text features a balanced, eclectic approach to language learning. As the title indicates, the text invites students from the very beginning to communicate meaningfully in Yoruba and at the same time to understand better the daily life and attitudes of Yoruba-speaking people. Students who complete *Jẹ k'Á Sọ Yorùbá* will master the basic vocabulary, functions, and structures of the Yoruba language, will achieve an appreciation of the culture of the Yoruba-speaking world, and become familiar with traditional and contemporary Yoruba life. The text is the first Yoruba language text to present a functional-notional syllabus.

General Goals

The primary objective of the text is to offer students a multidimensional curriculum which fully integrates cultural information with linguistic information. It is a fact that a language cannot be learned outside the culture of its speakers. For this reason, culture and language are integrated in the text in a systematic way to help students achieve not only linguistic competence but also cultural awareness and competence. Exposure to real-life situations and the opportunity to compare the new culture with their own help students to acquire an awareness of and respect for other people. The text also encourages students to be systematically involved in activities requiring the communicative use of all four of the language skills: listening, speaking, reading, and writing.

Main Features

The principal focus of the text is true communication. The main features unique to the text are:

a. It is **functional**. It prepares the students to **function** in real life situations. Students are encouraged to learn the language by doing not simply by learning to do. New functions are presented in the narrations and the dialogues. The grammatical explanations are presented to help students to carry out certain **functions** not just to memorize the linguistic structure. Functions of grammar points are emphasized. Every grammar point presented has a functional purpose. High frequency vocabulary is presented in a thematic group and is practiced by carrying out tasks based on the vocabulary.

b. The text is **student centered**. From the outset, the contextual exercises encourage role-plays and open discussion of the students' backgrounds, preferences, and plans. In all the speaking and writing activities, students are personally involved in using the language creatively in meaningful situations. Transformation exercises where students manipulate the language without really communicating in it do not exist in *Jẹ K'Á Sọ Yorùbá*. The text truly **engages** the students in communication not just prepare them for communication. Pair and group activities abound in the text. These encourage a lot of student participation and for the most part reduce the affective domain (i.e., the anxiety level) in the class.

c. The language in the text is **authentic**. All the narrations and the dialogues present real life situations in Yorubaland and the use of realia abounds.

d. Listening comprehension is an active component of the text. All the narrations and the dialogues are on the audio tapes for students to listen to at home. Listening skills are developed in the classroom by listening to each other and to the teacher. Both pre-listening and post-listening activities accompany all narrations and dialogues.

e. **Flexibility**: *Jẹ K'Á Sọ Yorùbá* is designed to provide maximum flexibility for both student and teacher. There is ample reading material for those who wish to emphasize the reading skill. Similarly, there are abundant suggestions for essays for those who wish to develop written self-expression. The cultural readings in each lesson, and the cultural realia and photographs, provide a sound point of departure for those whose principal interest in the course is the culture of the Yoruba. In addition, the great variety of listening and speaking activities will help the students perfect their ability to communicate orally. Most teachers will find themselves faced with a broad choice of materials and will therefore be able to select those features that best meet the needs of the class, and of individuals with specialized interests.

Organization of the Book

Jẹ K'Á Sọ Yorùbá consists of a preliminary lesson and eighteen lessons. The organization of the text reflects its emphasis on the active use of Yoruba for practical communication in context. The preliminary lesson enables learners to communicate in Yoruba, using high-frequency, basic language from the outset of the course. Each of the eighteen regular lessons features the following elements:

Objectives: Each lesson begins with a list of the lesson's thematic, functional, grammatical, and cultural goals.

Monologue: These introductory conversational texts present the lesson's theme and core material. Each monologue contains at least 80% of previously learned material plus the new structures and vocabulary of the lesson. The new vocabulary is glossed in the margin to ensure immediate comprehension of unfamiliar words. The monologues, which are recorded on audio tapes, are meant to be used for listening comprehension activities.

Iṣẹ́ Ṣíṣe: These comprehension questions evaluate the students' understanding of the introductory passage.

Àṣà Yorùbá: Cultural topics related to the lesson theme and the introductory passage are discussed in this section. These cultural notes are in English in the first seven lessons of the book and in Yoruba thereafter. A lesson may contain more than one cultural note, depending on whether or not the grammatical section alludes to a word that requires a cultural explanation.

All the cultural notes are followed by questions that evaluate comprehension of the text and force students to compare and contrast their culture with Yoruba culture where applicable.

Gírámà: Each lesson introduces some grammatical topics that are presented, practiced, and expanded upon as follows:

a. *Topic:* The grammatical topic is introduced with its functional use. This is followed by sample sentences that illustrate the structure. The grammatical topic is explained in English to allow students to use this section independently as an out-of-class reference.

b. *Iṣẹ́ Ṣíṣe:* Mechanical and conversational types of activities accompany each structural topic not only to show how a particular structure can be used in a real-life setting, but also to introduce numerous language functions, cultural settings, conversational patterns that can be used by students, and some vocabulary associated with the structural topic.

c. *Dialogue:* The grammar is then practiced in culturally based dialogues to reinforce the authenticity of the language used and its potential value for real-life communication while at the same time providing insights into Yoruba culture.

Pronunciation and Tones: Different Yoruba sounds compared with some English counterparts are described. Explanations of the pronunciation of the Yoruba sounds that are difficult for foreigners (especially non-Africans) are given. Different tone patterns with examples are also presented up till lesson six. Thereafter tone exercises are given after each pronunciation section. Elision of vowels, which is very common in Yoruba in certain environments, is also one of the features discussed in Pronunciation and Tones.

Vocabulary: Each lesson is followed by a list of vocabulary words intended for active use in that lesson and subsequent lessons. The list contains the most important vocabulary used in the lesson and it is organized by grammatical categories (e.g., nouns, verbs, others). It also contains other words and phrases related to the lesson's theme.

Poem/Song/Game: The last lesson of each unit ends with a Yoruba poem, song, or game. These are common children's poems, songs, or games that serve as mnemonic devices or for teaching certain virtues valued in the culture. Learning these songs, poems, and games helps to expose students to authentic materials. All the monologues, dialogues, cultural notes in Yoruba, songs, poems, and games are recorded on separate cassette tapes to facilitate development of listening skills.

Àyẹ̀wò: This review section occurs after each three lessons. It enables learners to review the structures and vocabulary of the previous unit. The review ends with an authentic text such as

Yoruba newspaper clippings. Such authentic texts help to expose students to materials written specifically for native speakers of Yoruba. These authentic texts are followed by very simple questions to evaluate how much a student can identify from the texts.

Appendices: The appendices are as follows: a key to the Yoruba alphabet and its International Phonetic Association (IPA) counterpart, the Yoruba pronoun system, the Yoruba verb system, a summary of the verb to be, and the Yoruba number system. Vocabularies (Yoruba-English and English-Yoruba), and a grammar index follow the appendices.

Acknowledgements

I wish to express my appreciation to the following people for the many valuable suggestions they offered during the preparation of **Jẹ́ K'Á Sọ Yorùbá**.

Michael Afolayan, University of Wisconsin, Madison
Frank Arasanyin, Yale University
David Dwyer, Michigan State University
Lucia Caycedo Garner, University of Wisconsin, Madison
Linda Hunter, University of Wisconsin, Madison
Claire Kramsch, University of California, Berkeley
Patricia Kuntz, University of Wisconsin, Madison
Sally Magnan, University of Wisconsin, Madison

I dedicate this book to my Almighty Father; to my husband, Charles; and to my daughter, Carla Olúkẹ́mí, for being there when I needed them most.

Special thanks are owed to the students, instructors, and teaching assistants who have used different drafts of this text and whose reactions and comments have helped to shape this final version.

I am especially grateful to the following individuals whose time and expertise greatly contributed to the finalization of the manuscript: Charles (Olúṣèyí) Schleicher, for doing some of the photo scanning and typing the whole manuscript, Chris (Dúpẹ́) Cocoran and Tim Webster for doing the photo and line art scanning, and also for the printing and photoshop **idán**; Tim Webster, for producing the original maps, Jeff (Túnjí) Carter, for preparing the index, Bruno Browning and Carole Turner of the Learning Support Services, for providing the most needed assistance in preparing the illustrations, Yòmì Fábíyìí and Elizandro Carrington for doing the drawings.

I am also indebted to the editorial staff of Yale University Press as well as the colleagues who reviewed the manuscript for their constructive criticism, sound suggestions, and careful and creative editorial efforts. Finally, I am most grateful to Charles and Carla for accepting the sacrifices the long process of writing this book required of them.

Preliminary Lesson

OBJECTIVES

Topic: Social interaction
Function: Greeting, showing respect, and thanking people
Grammar: Yoruba alphabet and tones
Cultural Information: Importance of names and greetings; use of honorific
pronouns to show respect

GREETING DIFFERENT PEOPLE

Rẹmi and her friend Tunji greet each other

Rèmí:	**Báwo ni, Túnjí?**	*Hi, how are things?*
Túnjí:	**Dáadáa ni.**	*Fine.*
Rèmí:	**Ṣé àlàáfíà ni?**	*How are you?*
Túnjí:	**Àlàáfíà ni.**	*Fine.*
Rèmí:	**Ó dàbò.**	*Goodbye.*
Túnjí:	Ó dàbò.	

Olú greets his teacher Mr. Òjó in the afternoon

Olú:	**Ẹ káàsán, Sà.**	*Good afternoon.*
Ọgbẹ́ni Òjó:	Káàsán, Olú. **Ṣé dáadáa ni?**	*How are you?*
Olú:	Dáadáa ni.	
Ògbẹ́ni Òjó:	**Iṣẹ́ ńkọ́?**	*How is (your) work?*
Olú:	**Ó wà.**	*It's fine.*

girl greeting older man

1

2

ÀṢÀ

Two friends (whether male or female) nowadays can greet each other by hugging, although hugging or even touching are not necessary. It depends on how close they are. Some people can shake hands if they are not too close or familiar.

Kẹ́mí greets her mother after waking up in the morning

Kẹ́mí:	E káàárọ̀ mà.	*Good morning ma'am*
Màmá Kẹ́mí:	Káàárọ̀.	
	Ṣé o sùn dáadáa?	*Did you sleep well?*
Kẹ́mí:	Bẹ́ẹ̀ ni. E ṣé.	*Yes. Thank you.*

girl greeting older woman

Dupẹ and Titi greet each other in the evening

Dúpẹ́:	Kúùrọ̀lẹ́ Títí.	*Good evening*
Títí:	Áà kúùrọ̀lẹ́, báwo ni nǹkan?	*things*
Dúpẹ́:	Nǹkan ń lọ dáadáa.	*Things are going on fine.*

ÀṢÀ: Ìkíni *(Greeting)*

Greeting is an essential part of Yoruba culture. It is important that a younger person initiate the greeting when he/she meets an older person. A girl kneels down to greet an older person, while a boy prostrates himself. The honorific pronoun Ẹ must be used when addressing an older person; otherwise one will be regarded as being rude.

For example:

- **Ẹ káàsán**	*Good afternoon*	(to an older person or to more than one person)
- **káàsán**	*Good afternoon*	(to a colleague the same age or to a younger person)
- **Ẹ ṣé**	*Thank you*	(to an older person or to more than one person)
- **O ṣé**	*Thank you*	(to a colleague the same age or to a younger person)

It is not appropriate for a younger person to initiate greetings by saying **Báwo ni?** to an older person. It is more acceptable to greet an older person according to the time of day when greeting takes place, e.g., **Ẹ káàárò** or **Ẹ káàsán**, etc. **Báwo ni** is commonly used among colleagues or by older people to younger people.

IṢẸ́ ṢÍṢE 1

Match each expression in the first column with an appropriate one in the second column.

1. Ṣé o sùn dáadáa?
2. Iṣẹ́ ńkọ́?
3. Ó dàbọ̀
4. E káàsán mà
5. Báwo ni
6. Ṣé àlàáfíà ni?

a. Ó wà.
b. dáadáa ni.
c. àlàáfíà ni
d. béẹ̀ ni, ẹ ṣé
e. káàsán
f. Ó dàbọ̀

4

IṢẸ́ ṢÍṢE 2

What are the similarities and the differences in the ways you greet people and the ways the Yoruba people greet one another?

IṢẸ́ ṢÍṢE 3

In pairs: Greet your classmate and find out how he/she is doing. Follow the model.

ÀPẸẸRẸ: A: Báwo ni nǹkan?
         B: Dáadáa ni.
         A: Ṣé àlàáfíà ni?
         B: Àlàáfíà ni.

IṢẸ́ ṢÍṢE 4

In pairs: You go to visit your friend at home on a Saturday morning. He/she is not home but his/her mother is. Greet his/her mother. Your partner will play the role of your friend's mother.

IṢẸ́ ṢÍṢE 5

In pairs: You meet your classmate at the student union building one afternoon. Greet him/her. Find out how his/her work is going. Follow this model.

ÀPẸẸRẸ: A: Káàsán _____ .
         B: káàsán. Báwo ni?
         A: Dáadáa ni. Iṣẹ́ ńkọ́?
         B: Ó ń lọ dáadáa.

PRONUNCIATION AND TONES_____

The Alphabet

The Yoruba alphabet is very similar to the English alphabet except for a few letters. They are, however, pronounced differently. Knowing the Yoruba alphabet will help you practice pronouncing Yoruba sounds. Here are the letters of the Yoruba alphabet, along with their pronunciation in brackets.

a	[á]	f	[fí]	j	[jí]
b	[bí]	g	[gí]	k	[kí]
d	[dí]	gb	[gbí]	l	[lí]
e	[é]	h	[hí]	m	[mí]
ẹ	[ɛ́]	i	[í]	n	[ní]

o	[ó]	r	[rí]	t	[tí]
ọ	b]	s	[sí]	u	[ú]
p	[kpí]	ṣ	[ṣí]	w	[wí]
				y	[yí]

IṢÉ ṢÍṢE 6

Say the alphabet as a group from memory. Then say it in pairs. Finally, say it one by one.

Tones

Tones are as important as letters in Yoruba. It is essential to pronounce each word with the correct tones to avoid any misunderstanding. There are three level tones in Yoruba. These three levels of tone are:

[´] high tone
[`] low tone
[ ] mid tone (absence of a tone mark implies a mid tone)

Replacing one tone with another can result in a change of meaning. For example:

bí	*to deliver a baby*
bì	*to throw up*
bi	*to ask*

The different tones are best learned by using musical notes (do, re, mi). For example:

Word	Musical Notes	Meaning
okó	re mi	*hoe*
oko	re re	*husband*
okò	re do	*vehicle*
òkò	do do	*sword*
igbá	re mi	*calabash*
ìgbà	do do	*time*
ìgbá	do mi	*(a type of fruit)*
igba	re re	*200*
igbà	re do	*(a type of rope)*

boy greeting older person

TONE PRACTICE

Repeat the following words after your instructor. They all have the same musical pattern: (re mi).

1. ilé	*house*	6. ọwọ́	*hand*	
2. imú	*nose*	7. ẹ ṣé	*thank you (to an older person)*	
3. owó	*money*	8. iṣẹ́	*work*	
4. ikú	*death*	9. ọkọ́	*hoe*	
5. ayé	*world*	10. Olú	*(name of a person)*	

IṢẸ́ ṢÍṢE 7

Write five words that you know so far that have a mid-high tone pattern. Ọkọ́, igbá,

Ọṣé, ilé, ayé

ÀPẸẸRẸ: iṣẹ́

☞ A vowel with a high tone mark never begins a word in Yoruba unless the word is borrowed from another language.

ÀṢÀ: Orúkọ (Names)

Every Yoruba name has a meaning except in cases where the meaning has been lost. Children are given names according to such factors as:
1) circumstances of their birth, including the day of the week when the birth takes place
2) the deity which the family worships

Here are some examples of Yoruba names:

Orúkọ Ọkùnrin (Male Names)

Adéyẹmọ	*A crown befits the child*
Kọ́ládé	*Bring honor home*
Káyọ̀dé	*Bring joy in*
Olúwọlé	*The Lord enters the house*
Fálọlá	*Ifa (deity) is honor*
Olúṣẹ́gun	*The Lord won the battle*
Ayọ̀dèjì	*Joy becomes two*
Ọbáfẹ́mi	*The king loves me*
Olúsànyà	*God compensates for suffering*
Akínbíyìí	*A valiant man gave birth to this one*
Adélékè	*The crown triumphs*
Babátúndé	*Father comes back*

ÀṢÀ: Orúkọ (con't)

Orúkọ Obìnrin   *(Female Names)*

Olúkẹ́mi	*God pampers me*
Yétúndé	*Mother comes back*
Àbíkẹ́	*Born to pamper*
Olúrẹ̀mílẹ́kún	*God comforts me*
Abósèdé	*Born on Sunday*
Fọláké	*Pampered with honor*
Èbùnolú	*Gift of God*
Adéọlá	*Crown of honor*
Tèmítópé	*Mine is worthy of praise*
Títílayò	*Joy forever*

Orúkọ obìnrin tàbí ọkùnrin   *(Male or Female Names)*

Olúfẹ́mi	*God loves me*
Olúṣèyí	*God did this*
Olúbùnmi	*God gave me*
Táíwò	*The First of twins (lit. 'Taste the world)*
Kẹ́hìndé	*The Second " " (lit. 'Bring up the rear)*
Ìdòwú	*Baby born after the twins*
Ìgè	*Child born with the feet first*
Olútóyìn	*God is worthy of praise*
Fọlárìn	*Walk with honor*
Ayòdélé	*Joy arrived at home*

Note that Ọlọ́run/Olúwa in Yoruba shortened to **Olú** is not synonymous with the Christian *God*. **Ọlọ́run** in Yoruba literally means "owner of the sky/universe."

IṢẸ́ ṢÍṢE 8

Adopt a Yoruba name and tell the class what your Yoruba name means.

IṢÉ ṢÍṢE 9

Kí nì yí? *(What is this?)* The following illustration shows some objects typically found in a classroom. Name them when your instructor or another student asks you what they are. For example:

ÀPEẸRẸ:　　A: Kí nì yí?
　　　　　　　B: **Ìwé ni.**　　*It is a book.*

　　　　　　　A: Kí nì yí?
　　　　　　　B: **Aga ni.**　　*It is a chair.*

NÍ KÍLÁÀSÌ *(in the class)*

IṢÉ ṢÍṢE 10

Kí nì yí? Point at an object in the class and ask your partner what it is.

CLASSROOM EXPRESSIONS

Ṣé ó yé yín?	*Do you understand?* (to many people or an older person)
Ṣé ó yé ẹ?	*Do you understand?* (to one person or a younger person)
Bẹ́ẹ̀ ni, ó yé mi	*Yes, I understand.*
Ó tì, kò yé mi	*No, I don't understand.*
N kò mọ̀	*I don't know.*
Jọ̀wọ́, tún un sọ	*Please, repeat.* (to one person or a younger person)
Ẹ jọ̀wọ́, ẹ tún un sọ	*Please, repeat.* (to many people or an older person)
Bi ____ léèrè pé...	*Ask s.o. whether...*
Sọ pé ...	*Say that...* (to one person or a younger person)
Ẹ sọ pé...	*Say that...* (to many people or an older person)
Báwo ni a ṣe ń sọ ____ ní Yorùbá?	*How do we say ____ in Yoruba?*
Ṣí ìwé yín	*Open your book.* (to one person or a younger person)
Dáhùn	*Answer.* (to one person or a younger person)
Ẹ dáhùn	*Answer.* (to many people or an older person)
Kò sí èdè Òyìnbó	*No English.*
Ẹ sọ ọ́ ní èdè Yorùbá	*Say it in Yoruba.* (to several people)
Ẹ fún mi ní iṣẹ́-ilé yin	*Give me your homework assignments.*
Má bínú	*I'm sorry.* (to one person or a younger person)
Ẹ má bínú	*I'm sorry.* (to many people or an older person)
Ẹ ṣé	*Thank you.* (to many people or an older person)
O ṣé	*Thank you.* (to one person or a younger person)
Kò tópẹ́	*Don't mention it/You're welcome/It's nothing.*
Kí ni ìtumọ̀ ____?	*What does ____ mean?*
Ẹ pa ìwé yín dé	*Close your book(s).* (to many people or an older person)
Pa ìwé rẹ dé	*Close your book.* (to one person or a younger person)

IṢẸ́ ṢÍṢẸ́ 11

What would you say in the following situations?

1. You don't understand what your teacher has said.
2. You want your classmate to repeat something.
3. You want your teacher to repeat something.
4. You want to ask what something means.
5. You want to thank your friend.
6. You want to know how to say *bread* in Yoruba.
7. Your teacher asks you a question and you don't know the answer.
8. You want to ask your classmates to say something in Yoruba.
9. You want your instructor to close her book.
10. Someone thanked you and you want to respond.
11. You accidentally ran into your friend and you want to apologize.

_____ENCOUNTER

Mr. Ojo and Mrs. Pẹlu greet each other at work in the morning.

Ògbẹ́ni Òjó:	Ẹ káàárọ̀, arábìnrin Pèlú.	
Arábìnrin Pèlú:	Ẹ káàárọ̀, Ògbẹ́ni Òjó.	
Ògbẹ́ni Òjó:	**Ilé ńkọ́?**	*How is your family?*
Arábìnrin Pèlú:	**Ó wà.**	*Everyone is fine.*
Ògbẹ́ni Òjó:	**Ọkọ ńkọ́?**	*How is your husband?*
Arábìnrin Pèlú:	Wọ́n wà.	*He (honorific) is fine.*

Titi greets Miss Afọlayan, a neighbor, in the evening

Títí:	**Ẹ kúùrọ̀lẹ́,** omidan Afọláyan.	*Good evening (honorific).*
Omidan Afọláyan:	Kúùrọ̀lẹ́ Títí. Ṣé àlàáfíà ni?	
Títí:	**A dúpẹ́.**	*Thanks be to God.*
Omidan Afọláyan:	Màmá rẹ ńkọ́?	*How is your mother?*
Títí:	**Wọ́n wà.**	*She (honorific) is fine.*
Omidan Afọláyan:	Àbúrò rẹ ńkọ́?	*How is your younger sibling?*
Títí:	Ó wà.	

Tópẹ́ and Titi (university students) greet each other at around 8:35p.m.

Tópẹ́:	**Káalẹ́,** Títí.	*Good (late) evening.*
Títí:	Káalẹ́. **Báwo ni nñkan?**	*How are things?*
Tópẹ́:	Dáadáa ni.	
Títí:	**Báwo ni kíláàsì rẹ?**	*How are your classes?*
Tópẹ́:	Wọ́n ń lọ dáadáa.	*They're fine.*
Títí:	**Ó dàárọ̀, mo máa rí ẹ lóla.**	*Goodnight, I'll see you tomorrow.*
Tópẹ́:	Ó dàárọ̀.	

IṢẸ́ ṢÍṢE 1
In pairs: Greet your partner, ask how he/she is doing and find out how his/her family is doing.

IṢẸ́ ṢÍṢE 2

In pairs: Based on the times specified below, greet your instructor.

a. 8:00 a.m.	d. 2:00 p.m.	g. 8:00 p.m.
b. 5:00 p.m.	e. 6:00 p.m.	h. 9:00 a.m.
c. 10:00 p.m.	f. 12:00 p.m.	i. 5:00 a.m.

ÀṢÀ: Pínpín Ọjọ́ *(Division of Days)* and Honorific Pronouns

Days are divided into four greeting periods among the Yoruba. These are as follows:

(Ẹ) káàrọ̀	around 5:00 a.m. - 11:59 a.m.	*Good morning*
(Ẹ) káàsán	around 12:00 p.m. - 4:00 p.m.	*Good afternoon*
(Ẹ) kúùrọ̀lé	around 4:00 p.m. - 7:00 p.m.	*Good evening*
(Ẹ) káalẹ́	around 7:00 p.m. - 12:00 a.m.	*Good (late) evening*

Remember that the pronoun Ẹ is *you (pl.)*. But it is also used to address an older person. For example:

O ṣé   *Thank you* (referring to a younger person or someone about the same age)

Ẹ ṣé   *Thank you* (referring to several people or to older person).

The honorific **wọ́n**, 'they', is used when talking about an older person irrespective of familiarity. For example, if someone is asking Titi about the welfare of her mother, she must respond with **wọ́n wà**. She will be regarded as rude if she says, **Ó wà**, when talking about her mother or any other adult who is a lot older than she. This same honorific pronoun **wọ́n** is used for several people. For example:

Olú: Báwo ni, Títí?
Títí: Dáadáa ni.
Olú: Ilé ńkọ́?
Títí: Ó wà.
Olú: Màmá ńkọ́?
Títí: **Wọ́n** wà   (**Wọ́n** refers to Titi's mother here)
Olù: Àbúrò ńkọ́?
Títí: Ó wà.
Olú: Àwọn ẹ̀gbọ́n ńkọ́?   *(How are your older siblings?)*
Títí: **Wọ́n** wà.

Depending on whom you are talking about, **wọ́n** could refer to one person (usually an older person) or to many people.

Since the Yoruba live in a communal social system, it is not unusual for whoever greets you, especially older people, to inquire about the welfare of your entire family.

14

ISÉ ṢÍṢE 3

In pairs: Based on the times specified in IṢÉ ṢÍṢE 2, greet your partner.

IṢÉ ṢÍṢE 4

Match the greetings in the first column with the time specified in the second column.

1. (Ẹ) káàárọ̀   a. 5:00 p.m.
2. (Ẹ) kúùrọ̀lẹ́   b. 7:00 a.m.
3. (Ẹ) káalẹ́   c. 1:30 p.m.
4. (Ẹ) káàsán   d. 10:45 p.m.

IṢÉ ṢÍṢE 5

D. Match each expression in the first column with one in the second column.

1. Ṣé iṣẹ́ ń lọ dáadáa?   a. Ó dàárọ̀
2. Màmá ńkọ́?   b. A dúpẹ́
3. Ó dàárọ̀.   c. Wọ́n wà
4. Ṣé àlàáfíà ni?   d. Wọ́n wà
5. Ọkọ ńkọ́?   e. Ó ń lọ dáadáa

Nọ́ńbà: 0-10

Yoruba has a different form for each number system. For example, there is a form for counting which is different from the one used for cardinals and ordinals. The following number system is used for counting:

0	òdo								
1	oókan	3	ẹẹ́ta	5	aárùnún	7	eéje	9	ẹẹ́sànán
2	eéjì	4	ẹẹ́rin	6	ẹẹ́fà	8	ẹẹ́jọ	10	ẹẹ́wàá

IṢÉ ṢÍṢE 6

In pairs: Ask your partner which number is higher.

ÀPẸẸRE: eéji, eéjọ
            A: Nínú eéjì àti eéjọ, nọ́ńbà wo ni o tobi ju?
                Of 2 and 8, which number is higher?
            B: Eéjọ

ẹẹrin, ẹẹ́sànán	òdo, ẹẹ́wàá	ẹẹ́wàá, ẹẹ́sànán
ẹẹ́ta, aárùnún	eéje, oókan	eéjì, ẹẹ́fà
oókan, ẹẹ́fà	ẹẹ́sànán, ẹẹ́ta	ẹẹ́jọ, òdo
eéje, eéjì	ẹẹrin, aárùnún	oókan, ẹẹ́wàá

IṢẸ́ ṢÍṢE 7

Nọ́ńbà wo ni ó kéré jù?   *Which number is the lowest?*

ÀPẸẸRẸ: eéjì, oókan, ẹẹ́ta
   A: Nínú eéjì, oókan, àti ẹẹ́ta, nọ́ńbà wo ni ó kéré jù?
       Out of 2, 1, and 3, which number is lowest?
   B: oókan

1. oókan, ẹẹrin, òdo
2. ẹẹ́fà, eéjì, ẹẹ́ta
3. ẹẹ́wàá, eéjọ, ẹẹ́fà
4. ẹẹ́wàá, eéje, eéje
5. aárùnún, ẹẹ́ta, ẹẹrin
6. eéje, ẹẹ́sàán, ẹẹ́wàá
7. ẹẹrin, ẹẹ́ta, eéje
8. ẹẹ́sànán, ẹẹ́jọ, eéje
9. ẹẹ́sànán, ẹẹ́jọ, eéjì
10. òdo, ẹẹ́ta, eéje

IṢẸ́ ṢÍṢE 8

Àròpọ̀   *(Addition)*

ÀPẸẸRẸ: 4 + 2 = ?
   Eélòó ni ẹẹrin àti eéjì?   *How much is 4 + 2?*
   - Eérin àti eéjì jẹ́ ẹẹ́fà.   *4 + 2 equals 6.*

Ask your partner to solve the following addition problems. Alternate with your partner asking the questions.

1. 5 + 5 = ?
2. 4 + 3 = ?
3. 2 + 3 = ?
4. 0 + 4 = ?
5. 1 + 7 = ?
6. 9 + 1 = ?
7. 8 + 2 = ?
8. 2 + 5 = ?
9. 2 + 6 = ?
10. 4 + 5 = ?

16

IṢẸ́ ṢÍṢE 9

Ìyọkúrò *Subtraction*

ÀPẸẸRẸ: 10 - 8 = ?

Yọ ẹ́jọ kúrò nínú ẹ́wàá. Eélòó ni ó kù? *Subtract eight from ten. How much is left?*
Ó ku ẹ́jì.   *There are two left.*

Ask your partner to solve the following subtraction problems; then have your partner ask the questions.

1. 5 - 3 = ?   5. 8 - 6 = ?
2. 10 - 4 = ?   6. 7 - 4 = ?
3. 3 - 3 = ?   7. 9 - 8 = ?
4. 4 - 2 = ?   8. 1 - 0 = ?

Notes: Titles of Address

Use of titles of address is very common in Nigeria. People feel offended when not addressed with their correct title. For example, if a man has a Ph.D, addressing him as Mr. ____ can provoke him to correct you. Similarly, if someone is a chief, he will prefer to be addressed as Chief ____, rather than as Mr. ____. It is, therefore, important to address people correctly, especially when one knows their title.

Some Common Titles

Ògbẹ́ni	*Mr.*
Omidan	*Miss*
Arábìnrin	*Mrs.*
Dókítà	*Medical doctor*
Òjògbón	*Professor*
Olóyè	*Chief*
Oba	*King*
Ògà	*Master*
Ọmọ̀wé	*Doctor of Letters*
Ayaba	*Queen*

IṢẸ́ ṢÍṢE 10

In pairs: You are in Lagos on a summer program and you meet the following people: greet them according to the time specified. Alternate with your partner.

ÀPẸẸRẸ: Prof. Àjùwọ́n (2:00 p.m.)
A: Ẹ káàsán Òjọ̀gbọ́n Àjùwọ́n
B: Òo, káàsán.

1. Chief Fọlárìn (5:00 p.m.)
2. Miss Òjè (9:00 a.m.)
3. Dr. Ògúndélé (medical doctor) (1:00 p.m.)
4. Dr. Òṣúndáre (PhD) (10:00 p.m.)
5. Mrs. Dáíró (4:00 p.m.)
6. Miss Òní · (7:00 p.m.)
7. Prof. Bámgbóṣé (2:00 p.m.)
8. Mr. Àdàndé (8:00 a.m.)
9. Chief Abíọ́lá (6:00 p.m.)
10. Dr. Akínbìyí (PhD) (8:00 p.m.)

PRONUNCIATION AND TONES

Oral Vowels

There are seven oral vowels in Yoruba. Compare them with their closest counterparts in English.

[i]	as in	**igi**	'tree'	[i]	as in	**beat**	
[e]	as in	**ègé**	'fake-out'	[e]	as in	**bait**	
[ɛ]	as in	**ègé**	'cassava'	[ɛ]	as in	**bet**	
[u]	as in	**ilú**	'city'	[u]	as in	**boot**	
[o]	as in	**ògo**	'glory'	[o]	as in	**boat**	
[ɔ]	as in	**ògọ**	'cudgel'	[ɔ]	as in	**bought**	
[a]	as in	**àga**	'chair'	[a]	as in	**father**	

IṢẸ́ ṢÍṢE 11

Practice the pronunciation of these seven vowels with each of the consonants in Yoruba.

Al haji

	a	e	ẹ	i	o	ọ	u
b	ba	be	bẹ	bi	bo	bọ	bu
d	da	de	dẹ	di	do	dọ	du
f	fa	fe	fẹ	fi	fo	fọ	fu
g	ga	ge	gẹ	gi	go	gọ	gu
gb	gba	gbe	gbẹ	gbi	gbo	gbọ	gbu
h	ha	he	hẹ	hi	ho	họ	hu
j	ja	je	jẹ	ji	jo	jọ	ju
k	ka	ke	kẹ	ki	ko	kọ	ku
l	la	le	lẹ	li	lo	lọ	lu
m	ma	me	mẹ	mi	mo	mọ	mu
n	na	ne	nẹ	ni	no	nọ	nu
p	pa	pe	pẹ	pi	po	pọ	pu
r	ra	re	rẹ	ri	ro	rọ	ru
s	sa	se	sẹ	si	so	sọ	su
ṣ	ṣa	ṣe	ṣẹ	ṣi	ṣo	ṣọ	ṣu
t	ta	te	tẹ	ti	to	tọ	tu
w	wa	we	wẹ	wi	wo	wọ	wu
y	ya	ye	yẹ	yi	yo	yọ	yu

IṢẸ́ ṢÍṢE 12

TONE PRACTICE

Repeat the following words after your teacher to learn their pronunciation. The tonal pattern is [do re].

1. àwo	plate		7. èso	fruit
2. àga	chair		8. èrọ	machine
3. òni	crocodile		9. òbo	monkey
4. òbẹ	knife		10. òkun	ocean
5. ère	image/idol		11. òdo	zero
6. òru	night		12. èwo	which one

IṢẸ́ ṢÍṢE 13

Write down <u>five</u> words that you know so far that have a low-mid (do re) tone pattern.

OBJECTIVES

Topic: Introducing oneself
Function: Talking about oneself.
Grammar: Subject pronouns, possessive pronouns, and numbers.
Cultural Information: Finding out somebody's name.

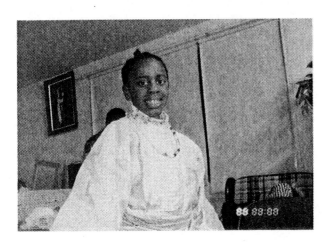

MONOLOGUE

Dupẹ, a student in the second grade,
is asked by her teacher to talk about herself briefly.

	Orúkọ mi ni Dúpẹ́.
to live at	**Mo ń gbé** ní Ìbàdàn.
I have/had	**Mo ní** àbúrò kan.
	Orúkọ rẹ̀ ni Sèyí.
	Ó ń gbé ní Èkó.
I don't have	**N kò ní** ègbọ́n kankan.

IṢÉ ṢÍṢE 1

Ó kàn ẹ́. *It's your turn.*

Now introduce yourself to the class. Tell your classmates where you live, whether you have an older sibling or not, and what his/her name is. (Note: you can choose any of the Yoruba towns from the map below.)

21

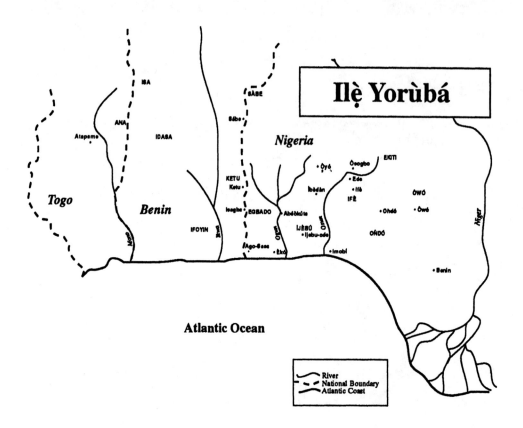

Map of Yorubaland

ISÉ ṢÍṢE 2

In pairs: Ask your partner where he/she lives.

ÀPẸẸRẸ: A: Níbo ni o ń gbé? *Where do you live?*
          B: Mo ń gbé ní New York. *I live in New York.*

ISÉ ṢÍṢE 3

Níbo ni wọ́n ń gbé? *Where do they live?*

Tell your friend where these people live. Follow the model.

ÀPẸẸRẸ: Olú (Ọ̀yọ́)
          - Olú ń gbé ní Ọ̀yọ́.

1. Adé àti Yẹmi (Adó-Ékìtì)
2. Tópẹ́ (Ifẹ̀)
3. Tóyìn (Oǹdó)
4. Bósẹ̀ (Abẹ́òkúta)
5. Kúnlé (Èkó)

6. Ẹ̀bùn (Sàgámù)
7. Bùnmi (Ilésà)
8. Sojí (Ikòròdú)
9. Fọláké (Ìjẹ̀bú-Òde)
10. Túnjí àti Kẹ́mi (Ìsẹyìn)

GÍRÁMÀ

Subject Pronouns - making reference to people

1. There are two types of subject pronouns:

Emphatics		Regular
Èmi	I	Mo ń gbé Èkó.
Ìwọ	You	O ń gbé Ifẹ̀.
Òun	He/She/It	Ó ń gbé Oǹdó.
Àwa	We	A ń gbé Ìbàdàn.
Ẹ̀yin	You (pl.)	Ẹ ń gbé Ilésà.
Àwọn	They	Wọ́n ń gbé Sàgámù.

2. Both types of pronouns mean the same in English and can occur before a verb as the subject of a sentence. For example:

Mo/Èmi ní àbúrò. *I have a younger sibling.*

The only difference is that **èmi** has the added interpretation of emphasis while **mo** does not.

3. The emphatic pronouns, e.g., **èmi**, can occur independently of the verb and can be used in a variety of ways in which you cannot use the regular pronouns. For example:

a. You can use the emphatic pronouns with **ńkọ́?**, but not the regular pronouns in this context.

Mo ń gbé ní Ékó. **Ìwọ ńkọ́?** Níbo ni o ń gbé? *What about you?*

Mo ní àbúrò kan. **Òun ńkọ́?** Ṣé ó ní àbúrò? *What about him?*

b. You can use the emphatic pronouns with conjunctions **àti**, *and*; **tàbí**, *or*; **pẹ̀lú**, *with/and*, but it is not correct to use regular pronouns with conjunctions.

Èmi àti ìwọ ń gbé Ìbàdàn.

Ìwọ tàbí òun ní àbúrò kan.

4. Both **ẹyin, àwọn,** and **ẹ, wọ́n** can be used to refer to several people or to an older person irrespective of familiarity.

5. The third person singular subject pronoun **ó** or **òun** corresponds to English *he/she/it*. The context will tell you which English pronoun to use.

IṢẸ́ ṢÍṢE 4

Níbo ni o ń gbé? Say where these people live, using the appropriate regular subject pronouns.

ÀPẸẸRẸ: Olú (Ìjẹbú-Òde)
            - Ó ń gbé Ìjẹbú-Óde.

1. Òjó àti Rèmí (Èkó)
2. Ọ̀jọ̀gbọ́n Owólabí (Ìbàdàn)
3. Olú tàbí Kẹ́mi (Madison)
4. Arábìnrin Sànyà (Milwaukee)

5. ìwọ (Chicago)
6. Èmi (Ifẹ̀)
7. Ìwọ àti Olú (Ìjẹbú-Òde)
8. Èmi àti Dúpẹ́ (Ọ̀yọ́)

IṢẸ́ ṢÍṢE 5

In a group of three, ask one member of the group (B), who will play the role of each of the people mentioned below, where he/she lives, then ask the third member of the group where B lives. Practice using the regular pronouns where applicable.

ÀPẸẸRẸ: Ọ̀gbẹ́ni Òjó (Ọ̀yọ́)
            A: Ọ̀gbẹ́ni Òjó, níbo ni ẹ ń gbé?
            B: **Mo** ń gbé ní Ọ̀yọ́.
            A: Níbo ni Ọ̀gbẹ́ni Òjó ń gbé?
            C: **Wọ́n** ń gbé ní Ọ̀yọ́.

1. Ọ̀jọ̀gbọ́n Bámgbóṣé / Ìbàdàn
2. Oloye Abíọ́lá / Èkó
3. Dọ́kítà Ògúndélé / Adó Èkìtì
4. Ọ̀mọ̀wé Jéyìífò / Ifẹ̀
5. Omidan Òjẹ̀ / Abẹòkúta

IṢẸ́ ṢÍṢE 6

In a group of three, follow the same instructions as in **IṢẸ́ ṢÍṢE 4**, except that the people listed below are your friends and colleagues.

ÀPEERE: Olú/Sàgámù
            A: Olú, níbo ni **o** ń gbé?
            B: Mo ńgbé ní Sàgámù.
            A: Níbo ni Olú ń gbé?
            C: Ò ń gbé ní Sàgámù.

1. Tópé / Òsogbo
2. Dúpé / Ilésà
3. Yòmí / Oǹdó
4. Túnjí / Àkúré
5. Sèyí / Ikòròdú

ISÉ SÍSE 7

You are at a departmental party at the University of Ibadan. You meet Prof. Owolabi, who asks you where you live. Tell him where you live and ask him where he lives, too. Your partner will play the role of Prof. Owolabi. Follow the example.

ÀPEERE: A: Níbo ni o ń gbé?
            B: Mo ń gbé ní Èkó. Èyin ńkó? Nibo ni e ń gbé?
            A: Mo ń gbé ní Ìbàdàn.

ISÉ SÍSE 8

You are at the same party and you meet one of your classmates, who asks you where you live. Tell him/her and then ask him/her where she lives, too. Your partner will play the role of your classmate.

ÀPEERE: A: Níbo ni o ń gbé?
            B: Mo ń gbé ní Ifè. **Ìwo** ńkó? Níbo ni o ń gbé?
            A: Mo ń gbé ní Abéòkúta.

ISÉ SÍSE 9

In a group of three, assume that the other two members in your group live in the same town. Ask one of them where he/she lives. Follow the example.

ÀPEERE: A: Níbo ni e ń gbé?
            B: **A** ń gbé ní Èbúté-Méta.

ISẸ́ ṢÍṢE 10

Tell your partner that you either have or don't have a younger or older sibling. If you have one, tell your partner the name of your younger/older sibling.

ÀPẸẸRẸ: - Mo ní àbúrò kan.
 - Orúkọ rẹ̀ ni Rẹ̀mí.
  tàbí
 - N kò ní àbúrò **kankan** *(any)*.

ISẸ́ ṢÍṢE 11

Give the regular subject pronoun and the emphatic pronoun you would use in the following situations.

ÀPẸẸRẸ: Talking about myself
  - Mo/Èmi

1. talking about Professor Òjó
2. talking about Adé (your friend)
3. talking about Túnjí and Rẹ̀mí
4. talking about your mother
5. talking about yourself and your mother
6. talking about yourself and Rẹ̀mí

Possessive Pronouns

1. There are six possessive pronouns in Yoruba.

mi	*my*	**wa**	*our*
rẹ	*your*	**yín**	*your (pl.)*
rẹ̀	*his/her/its*	**wọn**	*their*

2. The possessive pronouns in Yoruba come after the noun that they modify.

orúkọ **mi** *my name*
bàbá **yín** *your (pl.) father*
ọkọ **rẹ̀** *her husband*

3. **Yín** and **wọn** can be used both for several people or for an older person. This is similar to the use of **ẹ, wọn, ẹ̀yin,** and **àwọn**.

IṢẸ́ ṢÍṢE 12

Your instructor was making the following introduction, but you did not quite hear him/her. Ask your instructor to repeat the names.

ÀPẸẸRẸ: Orúkọ wọn ni Túndé àti Túnjí.
- **Kí ni orúkọ wọn?** *What are their names?*

1. Orúkọ mi ni Yétúndé
2. Orúkọ wọn ni Tópẹ́ àti Táyò.
3. Orúkọ rẹ̀ ni Kẹ́mi.
4. Orúkọ wa ni Tóyin àti Títí.

5. Orúkọ mi ni Ọ̀jọ̀gbọ́n Báyọ́
6. Orúkọ wọn ni Arábìnrin Thomas.
7. Orúkọ mi ni Omidan Rolands.

IṢẸ́ ṢÍṢE 13

Match the expressions in the first column with the appropriate one in the second column.

1. èmi
2. Olú àti Adé
3. Dókítà Àìná
4. Èmi àti Àìna
5. Ìwọ àti èmi
6. Olú
7. Ìwọ

a. orúkọ wọn
b. orúkọ rẹ̀
c. orúkọ wa
d. orúkọ mi
e. orúkọ yín
f. orúkọ rẹ
g. orúkọ wọn

IṢẸ́ ṢÍṢE 14

In pairs: Say if you have the person specified below and say what his/her name is if you do. Follow the example.

ÀPẸẸRẸ: àbúrò
- Mo ní àbúrò. Orúkọ rẹ̀ ni Àdùkẹ́.

1. màmá
2. bàbá
3. ẹ̀gbọ́n
4. àbúrò
5. ọkọ
6. ìyàwó
7. ọmọ
8. ọ̀rẹ́
9. olùkọ́
10. dókítà

IṢẸ́ ṢÍṢE 15

Ka oókan títí dé ẹẹ́wàá. *Count from 1 to 10.*

Nọ́ńbà: Cardinals

Cardinals are different from the numbers for counting. They are usually marked by **m** except for number one and multiples of tens. Compare the cardinal numerals with the ones for counting.

Counting	Cardinals
oókan	kan
eéjì	méjì
eéta	méta
eérin	mérin
aárùnún	márùnún
eéfà	méfà
eéje	méje
eéjo	méjo
eésànán	mésànán
eéwàá	méwàá

2. The cardinal numbers are placed after the noun they modify. They function as numeral modifiers. For example:

ìwé kan	*one book*
ìwé méjì	*two books*
ìwé mérin	*four books*
ìwé méwàá	*ten books*

The question form used for the numeral system for counting is **eélòó**, while the one used for the cardinals is **mélòó**. For example,

Eélòó ni oókan àti oókan?	*How much is 1 + 1?*
Ìwé **mélòó** ni Olú ní?	*How many books does Olú have?*

Therefore, if you want to say *how much?*, use **eélòó?**, but if you want to say *how many?*, use **mélòó?**.

IṢẸ́ ṢÌṢE 16

Ìwé mélòó? *(How many books?)* Count all the following objects and say how many there are in each picture.

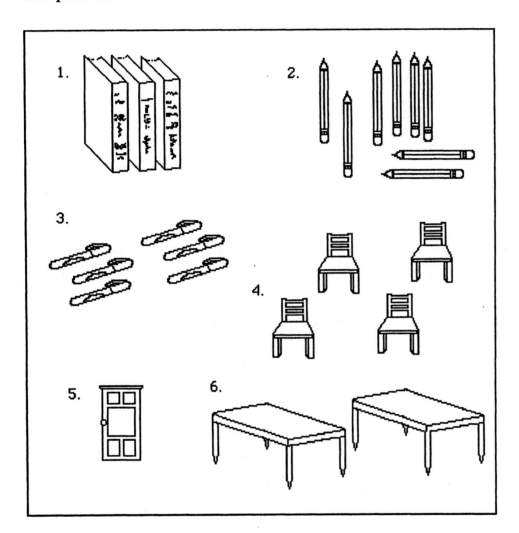

IṢẸ́ ṢÍṢE 17

Obìnrin mélòó? *(How many women?)* Count all the women in your class and say how many they are.

IṢẸ́ ṢÍṢE 18

Ọkùnrin mélòó? *(How many men?)* Count all the men in your class and say how many they are.

DIALOGUE

Toyin met Tunji (a classmate) at a party on campus, and Tunji was asking her about her younger sibling.

	Túnjí:	Kí ni nǹkan Tóyìn?
	Tóyìn:	Dáadáa ni.
to say that	Túnjí:	O so **pé** o ní àbúrò kan. Kí l'orúko rè?
Dele is his name	Tóyìn:	**Délé l'orúko rè.**
	Túnjí:	Níbo l'ó ń gbé?
Right now/because	Tóyìn:	**Nísisìyí,** ó ń gbé ní Ifè **nítorí pé**
is going/attending		ó **ń lo** sí yunifásítì ti Ifè. Àbúrò re ńkó? Níbo ni ó ń gbé?
with my family	Túnjí:	Ó ń gbé Abéòkúta **pèlú ebí mi.**

> **Kí ni nǹkan?** is equivalent to **Bawo ní nǹkan?** However, **kí ni nǹkan?** is in most cases used among peers or colleagues of about the same age.

IṢẸ́ ṢÍṢE 19

Ó kàn ẹ́. *It's your turn.*

Introduce yourself to your partner and ask him/her where he/she lives, whether he/she has an older sibling or a younger sibling, etc.

IṢẸ́ ṢÍṢE 20

Ṣé lóòótọ́ ni tàbí lóòótọ́ kọ́? *(Is it true or false?)* Based on the above monologue and dialogue, say whether the following statements are true or false.

ÀPEERE: Dúpé ní àbúrò méta.
            - Lóòótọ́ kọ́.

1. Dúpé ń gbé ní Èkó.
2. Dúpé kò ní ègbón kankan.
3. Túnjí ní ègbón kan.
4. Tóyìn kò ní àbúrò.

5. Ṣèyí ni orúkọ àbúrò Túnjí.

to know 6. Túnjí kò **mọ** Tóyìn.

7. Ṣèyí ń gbé ní Èkó.

8. Délé ń gbé ní Ìbàdàn.

9. Délé ń lọ sí yunifásítì ti Ife.

10. Ẹbí Túnjí ń gbé ní Abéòkúta.

IṢÉ ṢÍṢE 21

Answer the questions according to your personal situation.

ÀPẸẸRẸ: Níbo ni o ń gbé
- Mo ń gbé ní Madison.

1. Níbo ni ẹbí rẹ ń gbé?
2. Kí ni orúkọ rẹ?
3. Kí ni orúkọ àbúrò rẹ?
4. Níbo ni àbúrò rẹ ń gbé?
5. Ṣé ó ní ẹ̀gbón?
6. Kí ni orúkọ òrẹ́ rẹ?
7. Níbo ni òrẹ́ rẹ ń gbé?

IṢÉ ṢÍṢE 22

Find out the name of your classmate A from another classmate B. Then interact with A as if you have met her/him before.

ÀPẸẸRẸ: Kí ni orúkọ **obìnrin yìí**? *(this lady)*
- Títí ni.

Now go to Títí.

Báwo ni Títí?
- Dáadáa ni.
- Ṣé àlááfìa ni?
- A dúpẹ́.
- Níbo ni o ń gbé?
- Mo ń gbé ní Madison, ṣùgbọ́n ẹbí mi ń gbé ní New Haven.
        etc.

32

ÀṢÀ: Bíbéèrè Orúkọ Ènìyàn *(Asking about people's names)*

When Yoruba people meet, for example at any social gathering, they usually greet one another without introducing themselves or asking for one another's names even if they have never met before. Walking up to someone, introducing yourself, and asking for the other's name is extremely foreign to the Yoruba. Traditional Yoruba people can interact in a very friendly manner without mentioning each other's names. If A wants to know B's name, A will ask a third person who knows B. Then, during the course of their interaction (if A and B are agemates), A can address B by his first name.

It is acceptable for older people (especially older family friends) to ask for younger people's names. This, in some cases, happens after the older person has identified the younger person's family name.

A younger person can ask for an older person's name in a situation where the younger person is filling out a form or a card or writing a letter for an older person who is illiterate. This can also happen in an official situation where a younger person is the officer who is collecting the official information.

Educated people who are westernized do shake hands. Very close friends can hug each other, especially if they have not seen each other in a long time. Traditional people usually do not shake hands.

IṢẸ́ ṢÍṢE 23

How do people interact in your culture, especially when meeting for the first time? This exercise can be done as a group activity.

IṢẸ ṢÍṢE 24

Ọ̀rẹ́ rẹ *(your friend)*. Now tell us something about your friend. (This can be assigned as a written exercise.)

ÀPẸẸRẸ: Mo ní òrẹ́ kan. Orúkọ rè ni Mary. Ó ń gbé ní Milwaukee. Ó ń lọ sí yunifásítì ti Wisconsin ní Milwaukee. Ó ní àbúrò méjì àti ẹ̀gbọ́n mẹ́ta. Gbogbo ẹbí rè ń
love   gbé ní Virginia. Mo fẹ́ràn Mary gan an ni.

PRONUNCIATION AND TONES

Elision

In rapid speech, it is very common for Yoruba speakers to drop one vowel in an environment when one word ends with a vowel and the other begins with a vowel. In written Yoruba, elision is marked by an apostrophe. Notice that after the elision, **n** becomes **l** before vowels **e, o, ẹ, ọ, a.**

Ṣé àlàáfíà ni?	→	Ṣ'álàáfíà ni?
Kí ni orúkọ rẹ	→	Kí l'orúkọ rẹ?
Níbo ni o ń gbé?	→	Níbo l'o ń gbé?

This type of elision is optional, therefore you should learn to use the language without elision before you attempt the elided version. This is all the more important because it is difficult to predict which vowel deletes. Your instructor will guide you when it is necessary to apply the elision rule.

Fáwẹ̀ẹ̀lì e àti ẹ

The vowels ẹ and e are difficult for English speakers to differentiate. The Yoruba vowel ẹ is closer to the English vowel [ɛ] as in [gɛt], except that it is a higher vowel than [ɛ]. This makes English speakers take it for [e]. When pronouncing Yoruba ẹ, try to lower your jaw farther than you would if you were pronouncing [ɛ] in [gɛt]. You pronounce e as in English bait, but without a diphthong.

Repeat the following words after your instructor to help you learn the difference between e and ẹ. Concentrate on these two vowels.

ilé	house	ilẹ̀	ground/floor
eré	play	ẹrẹ̀	mud
òré	friend	ore	benevolence
èjè	blood	eéje	seven
ẹẹ́jọ	eight	eéjì	two
egbẹ́	club/society	egbé	a type of magic
èkó	lessons/studies	Èkó	Lagos
ìfẹ́	love	ife	cup/glass
Èpè	(name of a town)	èpè	curse
ẹjọ́	court case	ejò	snake

34

IṢÉ ṢÍṢE 25

Write <u>five</u> words you have learned so far that have either the vowel [e] or the vowel [ɛ].

IṢÉ ṢÍṢE 26

TONE EXERCISES

Practice the following words with the same tone pattern [do do].

òkò	sword	òkè	mountain
èwà	beans	òdè	a stupid person
ìlù	drums	ònà	way
ìgò	bottle	ìgbà	time
àpò	bag/pocket	èbà	food made from cassava flour

IṢÉ ṢÍṢE 27

Write <u>five</u> words that you know so far that have the tone pattern Low-Low (do do).

VOCABULARY

NOUNS

àbúrò	younger sibling
àbúrò kan	one younger sibling
bàbá	father
Èkó	Lagos, (name of a city)
ẹbí	family
ẹ̀gbọ́n	older sibling
ẹ̀gbọ́n kankan	any older sibling
Ìbàdàn	(name of a city)
ibi àsè	a party/place of festivities
obìnrin	woman/lady
orúkọ	name
orúkọ mi	my name
orúkọ rẹ	your name
ọkọ	husband
ọkùnrin	man

VERBS

gbé	to live
mò	to know
ni	to be
ní	to have
pàdé	to meet

CONJUNCTIONS

àti	and
pèlú	with/and
tàbí	or

OTHERS

Ìwọ ńkọ́	*How about you?*
Kí ni?	*What is?*
kò	*(negative marker)*
mo	*I*
ń	*(progressive marker)*
ní	*at*
Níbo ni..?	*Where is..?*
ó tì	*no*
ṣé	*Yes/No question marker*

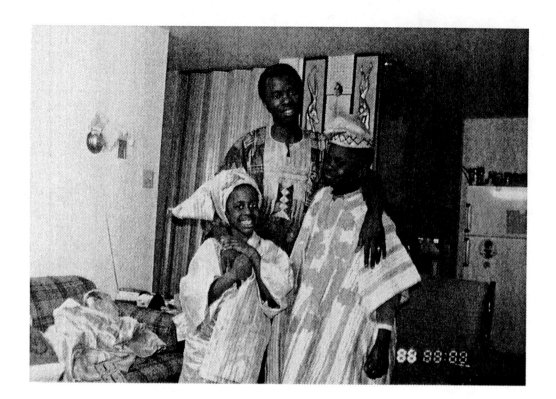

OBJECTIVES

Topic: Family members
Function: Talking about one's family members
Grammar: Possessive Nouns, asking questions with **mélòó** and **eélòó**
Cultural Information: Notion of family among the Yoruba

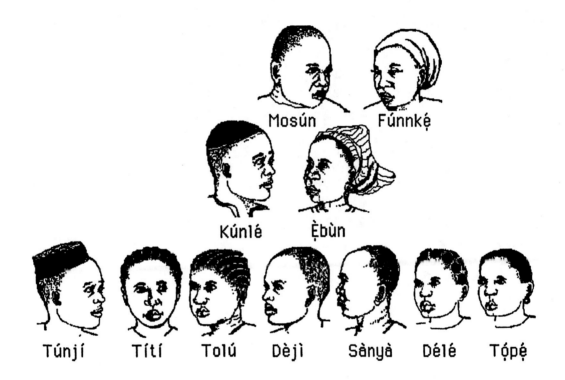

NARRATION

Títí's family   ***Ẹbí Títí***

Títí ní ẹbí púpọ̀.
Orúkọ màmá rẹ̀ ni Ẹ̀bùn.
Orúkọ bàbá rẹ̀ sì ni Kúnlé.

maternal grandmother   Ó ní **màmá màmá**. Orúkọ wọn ní Fúnnkẹ́.
also/maternal grandfather   Ó **tún** ní **bàbá màmá**. Orúkọ wọn ni Mosún.
Ṣùgbọ́n kò ní màmá bàbá tàbí bàbá bàbá.
Títí ní àbúrò ọkùnrin méjì àti ẹ̀gbọ́n ọkùnrin kan.

38

Orúkọ ẹgbọ́n rẹ̀ ọkùnrin ni Túnjí.
Orúkọ àwọn àbúrò rẹ̀ ọkùnrin sì ni Dèjì àti Sànyà.
Kò ní ẹgbọ́n obìnrin rárá.
Sùgbọ́n ó ní àbúrò obìnrin mẹ́ta.
Orúkọ wọn ni Délé, Tópẹ́, àti Tolú.
all **Gbogbo** ẹbí Títí ń gbé ní ìlú Abẹ́òkúta.

IṢẸ́ ṢÍṢE 1

ÌBÉÈRÈ: Answer the following questions based on the above narration and the family tree.

who is
1. **Ta ni** bàbá Tópẹ́?
2. Ki ni orúkọ màmá màmá Títí?
3. Ṣé Títí ní ẹgbọ́n obìnrin?
4. Níbo ni ẹbí Títí ń gbé?
5. Ọmọ ọmọ mélòó ni Mosún àti Fúnnkẹ́ ní?
6. Àbúrò mélòó ni Títí ní?
7. Ègbọ́n ọkùnrin mélòó ní Tópẹ́ ní?
8. Kí ni orúkọ màmá bàbá Títí?
9. Kí ni orúkọ bàbá màmá Títí?
10. Kí ni orúkọ màmá Kúnlé?
11. Ta ni Kúnlé?
12. Ta ni Fúnnkẹ?
13. Ta ni Délé?
14. Ta ni Dèjì?
15. Ta ni Sànyà.

IṢẸ́ ṢÍṢE 2

Identification

Describe each member of Títí's family in two different ways.

ÀPẸẸRẸ: Fúnnkẹ́

-Fúnnkẹ́ ni màmá Èbùn.
-Fúnnkẹ́ ni ìyàwó Dèjì.

1. Èbùn 4. Túnjí 7. Dèjì 10. Mosún
2. Kúnlé 5. Délé 8. Fúnnkẹ́ 11. Tolú
3. Tópẹ́ 6. Títí 9. Sànyà

IṢẸ́ ṢÍṢE 3

Sọ fún mi nípa ẹbí rẹ̀. *(Tell me about your family.)*

Tell your partner about your family and ask him/her to do the same.

IṢẸ́ ṢÍṢE 4

Draw your family tree at home and make a presentation in class based on that tree.

IṢẸ́ ṢÍṢE 5

In groups, talk about Titi's family tree and do a group presentation of her family tree to the class.

IṢẸ́ ṢÍṢE 6

In pairs: Ask your partner if he/she has an uncle or an aunt. If he does, ask for their names.

ÀPEẸRẸ: A: Ṣé o ní ẹ̀gbọ́n màmá ọkùnrin?
B: Bẹ́ẹ̀ ni.
A: Kí ni orúkọ wọn?
B: Orúkọ wọn ni John.

ÀṢÀ: Ẹbí Ní Ilẹ̀ Yorùbá *(Families in Yorubaland)*

The notion of a family among the Yorubas includes not only the immediate family, but also the extended family. Any man in the family that is older than one's father is referred to as **bàbá àgbà** *(older father)* while any man younger than one's father is refered to as **bàbá kékeré** *(younger father)*. The same applies to older and younger women who are respectively **màmá àgbà** and **màmá kékeré**. All these terms are used to address uncles and aunts. Other titles for uncles and aunts are:

ẹ̀gbọ́n bàbá mi obìnrin	*my father's female older sibling*
àbúrò màmá mi obìnrin	*my mother's female younger sibling*
ẹ̀gbọ́n màmá mi ọkùnrin	*my mother's male older sibling*
ẹ̀gbọ́n bàbá mi ọkùnrin	*my father's male older sibling*

The notions of cousins and nephews are also covered by the term **ẹ̀gbọ́n** or **àbúrò**, depending on their age in relation to the speaker. It is also okay to use the word **àǹtí**, *aunty* for any woman in the family that is older than the speaker. Similarly one can use **bùròdá**, *brother* for any man that is older than the speaker. This is irrespective of whether they are cousins or nephews or nieces. It is the age of the addresser that will determine whether one uses titles such as **ẹ̀gbọ́n**, **bùròdá**, **àǹtí**, etc. If there are many aunties or brothers, one will attach the title to their first names when addressing them.
For example:

bùròdá mi Túnjí	*my brother Tunji*

There are no Yoruba words that directly correspond to English words for cousins, nephews, and nieces.

Remember that it is rude to address anyone that is older than you by his/her first name. This is why all these kinship terms are very important among the Yoruba. Other examples of the use of titles are:

ẹ̀gbọ́n mi Bọ́sẹ̀	*my older sibling, Bọsẹ*
àǹtí mi Dúpẹ́	*my older one, Dupẹ*

The use of **àǹtí** does not necessarily correspond to the English word *aunt*. One can use **àǹtí** for any older woman in the family, even for a sister.

Akinlolú   Bóṣè   Dúpé   Àdùkẹ́

Ayó   Tóókẹ́   Tinúkẹ́   Àìná   Rẹ̀mí   Àbíkẹ́

NARRATION

Ẹbí Ọ̀gbẹ́ni Déolú Akinlolú

	Ọ̀gbẹ́ni Akinlolú ní ìyàwò mẹ́ta.
	Orúkọ àwọn ìyàwò rè ni Bóṣè, Dúpé, àti Àdùkẹ́.
to deliver/girl	Bóṣè **bí** ọmọbìnrin mẹta - Ayò, Tóókẹ́, àti Tinúkẹ́.
only	Dúpé bí ọmọbìnrin kan **péré**. Orúkọ rè ni Àìná.
last	Ìyàwó **kẹhìn** bí ọmọbìnrin méjì. Orúkọ wọn ni Rẹ̀mí àti Àbíkẹ́.
what a pity/boy	**Ó maṣe o!** Ọ̀gbẹ́ni Akinlolú kò ní **ọmọkùnrin** kankan rara.
may be/will/another	**Bóyá**, Ọ̀gbẹ́ni Akinlolú **máa** fẹ́ ìyàwó **mììran** nítorí pé, wọ́n fẹ́ràn ọmọkùnrin gan an ni.

ÀṢÀ: Ìkóbìnrinjọ *(Polygamy)*

Polygamy is acceptable among the Yoruba; therefore it is not unusual to find men with more than one wife. Some Yoruba chiefs and kings or even common men may have as many as ten wives or more. There is no limit to the number of wives a Yoruba man can have.

Many men who did not intend to have more than one wife may end up with many if their wife happens to be barren or if she delivers only baby girls. Most traditional Yoruba men love to have at least one baby boy so that there will be someone to retain the family name. The idea of getting married and deciding not to have children is foreign to the Yoruba.

IṢẸ́ ṢÍṢE 7

ÌBÉÈRÈ *(Questions):* Answer the following questions based on Mr. Akinlolu's family tree.

1. Ìyàwò mélòó ni Ọ̀gbẹ́ni Akinlolú ní?
2. Ṣé Ọ̀gbẹ́ni Akinlolú ní ọmọkùnrin?
3. Ọmọ mélòó ni Dúpé bí?
4. Ọmọ mélòó ni Ọ̀gbẹ́ni Akinlolú bí?
5. Ta ni ìyàwó kìíní?
6. Ta ni ìyàwó kejì?
7. Ta ni ìyàwó kẹta?

can/
why
8. Ṣé Ọ̀gbẹ́ni Akinlolú lè fẹ́ ìyàwó mìíràn? **Kí l'ó dé?**

IṢẸ́ ṢÍṢE 8

If Ọ̀gbẹ́ni Akinlolú were from your culture

a. Could he have three wives at the same time? Why or why not?

b. Could he choose to marry another wife because his first wife didn't have a baby boy? Why or why not?

c. Could he choose not to have children after his wedding? Why or why not?

GÍRÁMÀ_____

Yes/No Questions - Ṣé

1. The question marker Ṣé usually marks a yes/no question in Yoruba. For example, if you want to form a yes/no question that begins with *do/did----?* you will form your question as follows:

-Ṣé o ní ẹ̀gbọ́n?	*Do you have an older sibling?*
Bẹ́ẹ̀ ni, mo ní ẹ̀gbọ́n.	*Yes, I have an older sibling.*
Ó tì, n kò ní ẹ̀gbọ́n.	*No, I don't have an older sibling.*
-Ṣé Adé fẹ́ ìlé?	*Does Ade want a house?*
Bẹ́ẹ̀ ni, Adé fẹ́ ìlé.	*Yes, Ade wants a house.*
Ó tì, Adé kò fẹ́ ìlé.	*No, Ade does not want a house.*

2. Note that simple present/past tense is not overtly marked in Yoruba. It is the context that will dictate a present or past tense interpretation. For example, if a time adverbial such as **lánàá,**

yesterday is added to any of the above questions, the past tense interpretation will be given.

> **-Ṣé Adé fẹ ilé lánàá?**   *Did Ade want a house yesterday?*
> **Bẹ̀ẹ̀ ni, Adé fẹ́ ilé lánàá.**   *Yes, Ade wanted a house yesterday.*

3. Use of intonation cannot change a statement into a question in Yoruba.

IṢẸ́ ṢÍṢE 9

Go back to the narration at the beginning of the lesson, ask your partner one question to be answered 'yes' and one question to be answered 'no'.

ÀPẸẸRẸ: (Títí)
> - Ṣé Títí ni ọmọ Kúnlé?
>   Bẹ̀ẹ̀ ni, Títí ni ọmọ Kúnlé.
> - Ṣé Títí ní ọmọ?
>   Ó tì, Títí kò ní ọmọ.

1. Mosún	3. Dèjì	5. Tolú	7. Kúnlé	9. Sànyà
2. Fúnnkẹ́	4. Tópẹ́	6. Túnjí	8. Èbùn	10. Délé

IṢẸ́ ṢÍṢE 10

In pairs: Ask your partner two questions using ṣé. Your partner will respond with *yes* for one question and *no* for the other.

Mélòó tàbí Eélòó

1. The question marker **mélòó** is equivalent to *how many* while **eélòó** is equivalent to *how much* in English.

2. **Mélòó** is placed after the noun that it modifies. For example:

> **Bàtà mélòó ni o ní?**   *- How many shoes do you have?*
> **- Bàtà mẹ́ta ni mo ní?** ⎫
> **- Mo ní bàtà mẹ́ta?**   ⎬ *- I have three shoes.*

> **Ìwé mélòó ni Olú rà?**   *- How many books did Olú buy?*
> **- Ìwé mẹ́wàá ni Olú rà.** ⎫
> **- Olú rà ìwé mẹ́wàá.**   ⎬ *- Olú bought ten books.*

44

3. **Eélòó** is used only to ask how much something costs. For example:

Eélòó ni aṣọ yìí.	*How much is this garment?*
- **Náírà mẹ́wàá ni.**	*It costs ₦10/ it is ₦10.*

Eélòó ni o ra ìwé yìí?	*How much did you pay for this book?*
-**Náírà márùnún ni.**	*It is ₦5.*

4. If the object whose price you are asking for is assumed by both speakers, the word for the object can be dropped in the question. For example:

Eélòó ni?	*How much is it?*
-**Kọ́bọ̀ mẹ́ta ni.**	*It is 3 kobo.*

Plural Marker Àwọn

1. The plural is marked by using the word **àwọn** before the noun. But in most cases the plural interpretation is given without **àwọn** unless the numeral adjective **kan** is used. For example:

Mo ra iṣu.	
Mo ra àwọn iṣu. }	*I bought yams.*

Mo ra iṣu kan.	*I bought one yam.*

2. When numeral adjectives beyond **kan** are used, a plural interpretation of the noun in question is assumed without the use of **àwọn**.

Mo fẹ́ ìwé méjì.	*I want two books.*
Olú yá ìwé mẹ́ta ní ilé-ìkàwé.	*Olu borrowed three books at the library.*

IṢẸ́ ṢÍṢE 11

Mélòó? Using the example below, ask two questions using **mélòó**.

ÀPẸẸRE: Adé, àbúrò (4)
- Àbúrò mélòó ni Adé ní?   - Àbúrò mélòó ni Adé fẹ́?
- Àbúrò mẹ́rin ní Adé ní.   - Adé fẹ́ àbúrò mẹ́rin.

1. Olú, ẹ̀gbọ́n, (5)	4. Tópẹ́, ìwé (7)	7. Adé, àǹtí (4)
2. Títí, màmá màmá (1)	5. Délé, bàtà (6)	8. Ṣèyí, ọ̀rẹ́ (8)
3. Túnjí, ìyàwó (10)	6. Túndé, ilé (2)	9. Ẹ̀bùn, àpò, (9)

IṢẸ́ ṢÍṢE 12

In pairs: Ask your partner how many of the following he/she has:

ÀPẸẸRE: Òrẹ́
     -Òrẹ́ mélòó ni o ní

1. ìwé	5. rúlà	9. àbúrò
2. péènì	6. tábìlì	10. náírà
3. aga	7. péǹsùlù	11. rédíò
4. àwòrán	8. ẹ̀gbọ́n	12. telifísọ̀nnù

Nọ́ńbà: 10-20

After 14, start subtracting from 20. For example, 15 is literally "five from twenty." The number 16 is "four from twenty," etc.

Counting	Cardinal
ẹ́wàá	mẹ́wàá
oókànlá	mókànlá
eéjìlá	méjìlá
eétàlá	métàlá
eérìnlá	mérìnlá
aárùnúndínlógún	márùndínlógún
eérìndínlógún	mérìndínlógún
eétàdínlógún	métàdínlógún
eéjìdínlógún	méjìdínlógún
oókàndínlógún	mókàndínlógún
ogún	ogún

2. Notice that with the cardinal numbers the letter **m** that marks them is not used with 'twenty.' The object counted is usually placed after twenty, as opposed to before twenty.

ìwé mẹ́wàá	ogún ìwé
ọmọ méta	ogún ọmọ
dọ́là márùndínlógún ($15)	ogún dọ́là ($20)
náírà méjìlá	ogún náírà

IṢẸ́ ṢÍṢE 13

Eélòó ni? You are at a bookstore in Ibadan where the prices of books are not marked. Ask for the price of the following. Your partner will be the salesman who will respond.

46

ÀPẸẸRẸ:　ìwé, ₦15
- Eélòó ni ìwé yìí?
- Náírà márùndínlógún ni.

1. pẹ́ńsùlù, ₦5
2. bírò, ₦6
3. àpò, ₦19
4. aago, ₦20
5. fìlà, ₦18
6. bàtà, ₦14
7. kàlẹ́ńdà, ₦8
8. pẹ́ẹ̀nì, ₦10
9. ìwé atúmọ̀ èdè, ₦20
10. íǹkì, ₦13
11. ife, ₦17
12. yẹrí, ₦16

IṢẸ́ ṢÍṢE 14

In pairs: Solve the following addition problems.

ÀPẸẸRẸ:　5 + 10 = ?
Eélòó ni aárùnún àti ẹẹ́wàá?
- Aárùnún àti ẹẹ́wàá ni aárùnúndínlógún.

1. 10 + 3 = ?
2. 15 + 2 = ?
3. 4 + 2 = ?
4. 11 + 6 = ?
5. 16 + 4 = ?
6. 12 + 3 = ?
7. 19 + 0 = ?
8. 9 + 5 = ?
9. 1 + 7 = ?
10. 8 + 6 = ?
11. 0 + 1 = ?
12. 13 + 7 = ?

IȘÉ ȘÍȘE 15

In pairs: Ask your partner if he/she has any of the objects listed in **IȘÉ ȘÍȘE 14**. If he/she has the object, ask him/her how much he/she paid for it.

Negation kò

1. The particle that negates regular verbs is **kò**. For example:

Mo ní àbúrò kan.	*I have one younger sibling.*
N kò ní àbúrò kankan.	*I don't have any younger siblings.*

2. The first person singular subject pronoun **mo** changes to **n** before a negative marker. Similarly, the third person singular subject pronoun **ó** is dropped before a negative particle. All other subject pronouns remain the same. Compare the following paradigm.

Mo fẹ́ ilé.	- **N kò fẹ́ ilé.**
O fẹ́ ilé.	- **O kò fẹ́ ilé.**
Ó fẹ́ ilé.	- **Kò fẹ́ ilé.**
A fẹ́ ilé.	- **A kò fẹ́ ilé.**
Ẹ fẹ́ ilé.	- **Ẹ kò fẹ́ ilé.**
Wọ́n fẹ́ ilé.	- **Wọ́n kò fẹ́ ilé.**

Negation kọ́

1. The verb *to be* has different forms in Yoruba. The one you have learned so far is **ni**, as in:

    Kúnlé ni bàbá Títí   *Kunle is Titi's father*

The negation of **ni** is **kọ́ ni**.

    Kúnlé kọ́ ni bàbá Títí   *Kunle is not Titi's father*

48

2. Other examples of the use of **ni** and **kọ́ ni** are as follows:

Bẹ́ẹ̀ ni.	*Yes/it is so.*
Bẹ́ẹ̀ kọ́/Bẹ́ẹ̀ kọ́ ni	*No/it is not so.*

Èmi **ni** àbúrò Dúpẹ́.	I *am* Dupe's younger sibling.
Èmi **kọ́ ni** àbúrò Dúpẹ́.	I *am not* Dupe's younger sibling.

☞ 3. Do not use the regular subject pronoun with either **ni** or **kọ́ ni**. You can use any noun or an emphatic subject pronoun as its subject.

IṢẸ́ ṢÍṢE 16

In pairs: Using the few verbs you have learned so far, e.g.,

fẹ́	*to want/like*
jẹ---	*to eat (something)*
ní	*to have*
ra ---	*to buy*
fẹ́ràn	*to love*

Make a statement, and allow your partner to contradict that statement.

IṢẸ́ ṢÍṢE 17

Contradiction: Each time Dupẹ makes a statement, Túnjí disagrees with her. Play the role of Dupẹ while your partner plays that of Tunji.

ÀPẸẸRẸ: Olú fẹ́ràn kíláàsì Yorùbá.
         -Olú kò fẹ́ràn kíláàsì Yorùbá.

1. Èmi àti Olú rí Adé lánàá.
2. A fẹ́ràn àwọn olùkọ́ wa.
3. Ó ní ìyàwó kan.
4. Mo fẹ́ ọkọ̀.
5. Tọpẹ́ ni ìyàwó Kúnlé.
6. Wọ́n ra bàtà lánàá.
7. Àwọn akẹ́kòọ́ ṣe iṣẹ́ wọn.
8. Adé àti Olú ní owó púpọ̀.

IṢÉ ṢÍṢE 18

Èmi kọ́! *(Not me!)* Using vocabulary you know, tell what things you and the other people mentioned below did not do yesterday.

1. Àwọn akẹ́kọ̀ọ́...
2. Olùkọ́ mi...
3. Àwọn ọmọ Olú...
4. Àbúrò Kẹ́mi...
5. Ìyàwó Kúnlé...
6. Èmi...
7. Ìwọ àti Olú...
8. Ẹyin...
9. Òjó...

IṢÉ ṢÍṢE 19

Kò ní ẹbí - The people below come from very small families. Answer the questions about them according to the model.

ÀPẸẸRẸ: Ṣé àbúrò méjì ni Adé ní?
    - Ó tì, àbúrò méjì kọ́ ni Adé ní.

1. Ṣé ìyàwó mẹta ni Kúnlé ní?
2. Ṣé ẹ̀gbọ́n méwàá ni Bọ́sè ní?
3. Ṣé ọmọ márùndínlógún ni Túnjí bí?
4. Ṣé ẹ̀gbọ́n ọkùnrin márùnún ni Olú ní?
5. Ṣé àbúrò obinrin mókànlá ni Títí ní?
6. Ṣé ogún ọmọ ọmọ ni Fúnnkẹ́ ní?
7. Ṣé bùròdá mẹ́sànán ni Tolú ní?
8. Ṣé àǹtí mẹ́ta ni Títí àti Tópẹ́ ní?

IṢÉ ṢÍṢE 20

Ìwọ ńkọ́?: In pairs, ask your partner the following questions. Alternate with your partner in asking the questions.

ÀPẸẸRẸ: Àbúrò mélòó ni o ní?
    - Mo ní àbúrò kan.
    - Mo ní àbúrò méjì.
    - N kò ní àbúrò kankan rárá.

1. Ẹ̀gbọ́n mélòó ni o ní?
2. Àbúrò ọkùnrin mélòó ni o ní?
3. Ẹ̀gbọ́n obìnrin mélòó ni o ní?

4. Àbúrò mélòó ni màmá rẹ ní?
5. Ègbọ́n mélòó ni bàbá rẹ ní?
6. Ìyàwó mélòó ni bàbá rẹ ní?
7. Ọmọ mélòó ni o ní?
8. Ọmọ mélòó ni òbí rẹ ní?
9. Ọmọ ọmọ mélòó ni màmá màmá rẹ ní?
10. Ọmọ ọmọ mélòó ni màmá bàbá rẹ ní?

IṢẸ́ ṢÍṢE 21

In pairs: You are visiting at your friends house and your friend's mother wants to know about your family. Tell her about your family. Your partner will play the role of your friend's mother.

DIALOGUE

bookstore

Délé pàdé ọ̀rẹ́ rẹ̀ Tọ́lá ní ọ̀nà ilé-ìtàwé.

Délé: Báwo ni nǹkan Tọ́lá?
Tọ́lá: Dáadáa ni.

Where are you coming from?

Délé: **Níbo ni o tí ń bọ?**
Tọ́lá: Mo ń bọ láti ilé-ìtàwé. Mo lọ ra ìwé yìí fún kíláàsì Báọ́lọ́jì mi.
Délé: Eélòó ni?
Tọ́lá: Dọ́là mọ́kàndínlógún ni.

to be expensive

Délé: Kò **wọ̀n** rárá.
Tọ́lá: Ó tì, kò wọ́n rárá.

IṢẸ́ ṢÍṢE 22

Ṣé lóòótọ́ ni tàbí lóòótọ́ kọ́?

1. Délé ra ìwé Bàọ́lọ́jì?
2. Náírà mọ́kàndínlógún ni ìwé náà.

library 3. Tọ́lá ń bọ̀ láti **ilé-ìkàwé**.
4. Ìwé Tọ́lá kò wọ́n.
5. Tọ́lá kò mọ Délé.

PRONUNCIATION AND TONES_____

Fáwẹ̀ẹ̀lì Aránmúpẹ̀ (Nasal Vowels)

Nasal vowels function in Yoruba as oral vowels. Nasal vowels are orthographically represented by adding the consonant **n** after the vowel. For example:

in	[ĩ]	as in	**irin**	*iron*
ẹn	[ɛ̃]	as in	**ìyẹn**	*that one*
an	[ɔ̃]	as in	**ẹran**	*meat*
ọn	[ɔ̃]	as in	**ọgbọ́n**	*wisdom*

However, **n** is not added if the preceding consonant is an **n** or **m**, e.g., **imú**, *nose*; **inú**, *stomach*. Every Yoruba letter represents only one sound except for **an** and **ọn**, which are pronounced identically. The pronunciation of each letter and the nasal vowels does not change, no matter where they occur in a word or a sentence. This makes it easier to learn to speak Yoruba.

IṢẸ́ ṢÍṢE 23

Repeat the following words after your teacher to learn their pronunciation. Their tone pattern is the same, i.e. [re mi]. Concentrate on learning how to pronounce the words rather than on the meaning.

1.	**ọgbọ́n**	*wisdom*		6.	**ẹní**	*mat*
2.	**imú**	*nose*		7.	**ikán**	*termite*
3.	**inú**	*stomach*		8.	**ahọ́n**	*tongue*
4.	**ẹkún**	*cry (noun)*		9.	**ọdún**	*year*
5.	**agbọ́n**	*wasp*		10.	**oyún**	*pregnancy*

VOCABULARY

NOUNS

aago *clock/watch/time*
àbúrò Dúpẹ́ *Dupe's younger sibling*
àbúrò ọkùnrin *younger brother*
àǹtí *aunt*
àpò *bag*
àṣà *culture/custom*
àwọn ọmọ Olú *Olu's children*
bàbá bàbá *grandfather*

Bàọ́lọ́jì *Biology*
bàtà *shoes*
bírò *pen*
bùròdá *brother*
dọ́là *dollar(s)*
ilé *house*
ilé-ìtàwé *bookstore*
ilé-ìkáwé *library*
ìlú *city/town*
íǹkì *ink*

iṣẹ́   *work*
iṣẹ́ wọn   *their work*
iṣu   *yam*
ìwé   *book*
ìwé atúmọ̀ èdè   *dictionary*
ìwé yìí   *this book*
kàléńdà   *calendar*
kíláàsì   *class*
kọ́bọ̀   *kobo (Nigerian penny)*
màmá màmá   *grandmother*
náírà   *(basic unit of*
          Nigerian currency)
Olùkọ́   *teacher*
owó   *money*
ọmọ   *child/children*
ọ̀rẹ́   *friend*
pẹ́ẹ̀nì   *pen*
pẹ́ńsùlù   *pencil*

mẹ́ta   *three*
nípa   *about*
púpọ̀   *a lot*
rárá   *not at all*
ṣùgbọ́n   *but*
yìí   *this*

VERBS

fẹ́   *to want/to like*
fẹ́ràn   *to love*
rà   *to buy*
sọ fún   *to tell/to say to*
sọ fún mi   *to tell me*
ṣe   *to do*
wọ́n   *to be expensive*
yá   *to borrow*

OTHERS

àwọn   *plural marker/they*
bẹ́ẹ̀ kọ́   *no*
bẹ́ẹ̀ ni   *yes*
eélòó   *how much?*
gbogbo   *all*
gbọ́dọ̀   *must*
kankan   *any*
kò   *negative marker*
kọ́ ni   *it is not*
méjì   *two*
mélòó   *how many*

Agbégilére

OBJECTIVES

Topic: Activities and Personal Information
Function: Expressing likes/dislikes and talking about different activities
Grammar: Progressive marker **ń**, the verb **fẹ́ràn**, conjunctions **sì** and **àti**, question
form **ta ni**
Cultural Information: Child training among the Yoruba

MONOLOGUE

Yunifásítì Ọbáfẹ́mi Awólówò

student/about herself	*Tóyìn, akẹ́kọ̀ọ́ ní Yunifásítì ti Èkó ń sọ̀rọ̀ **nípa ara rẹ̀** àti àwọn ọ̀rẹ́ rẹ̀ méjì.*
	Orúkọ mi ni Tóyìn.
	Mo ń kọ́ èkọ́ ni Yunifásítì ti Èkó.
English language	**Mo gbọ́ èdè Òyìnbó.**
Portuguese	Mo sí tún gbọ́ **èdè Potokí**.
	Mo fẹ́ràn láti ka ìwé ìtàn.
	Mo ní ọ̀rẹ́ méjì. Orúkọ wọn ni Ayọ̀ àti Rèmí.
is going	Ayọ̀ **ń lọ** sí Yunifásítì ti Ìlọrin.
	Rèmí sì ń lọ sí Yunifásítì ti Ìbàdàn.
sing/dance	Ayọ̀ fẹ́ràn láti **kọrin**, sùgbọ́n Rèmí fẹ́ràn láti **jó**.
apart from	**Yàtọ̀ sí** Yorùbá, Ayọ̀ àti Rèmí gbọ́ èdè Faransé sùgbọ́n wọn kò gbọ́ èdè Potokí.

55

IṢẸ́ ṢÍṢE 1

Lóòótọ́ ni tàbí lóòótọ́ kọ́?: *(True or false?)*: Say whether the statements below are true or false.

ÀPEERE: Tóyìn fẹ́ràn láti ka ìwé ìtàn.
                      -Lóòótọ́ ni.

1. Tóyìn gbọ́ èdè Òyìnbó.
2. Rèmí ń lọ sí Yunifásítì ti Èkó.
3. Rèmí àti Ayọ̀ gbọ́ èdè Potokí.
4. Tóyìn fẹ́ràn láti jó.

5. Rèmí fẹ́ràn láti kọrin.
6. Ayọ̀ ń lọ sí Yunifásítì ti Ìlọrin.
7. Tóyìn ní ọ̀rẹ́ mẹ́ta.
8. Rèmí fẹ́ràn láti ka ìwé ìtàn.

IṢẸ́ ṢÍṢE 2

Adé ni: Using the narrative above, tell who does which activity.

ÀPEERE: Ta ni ó fẹ́ràn láti jó.
                      -Rèmí ni ó fẹ́ràn láti jó.

1. Ta ni ó fẹ́ràn láti kọrin?
2. Ta ni ó fẹ́ràn láti ka ìwé ìtàn?
3. Ta ni ó ń lọ sí Yunifásítì ti Ìlọrin?
4. Ta ni ó ń lọ sí Yunifásítì ti Èkó?
5. Ta ni ó fẹ́ràn láti jó?
6. Ta ni ó gbọ́ èdè Faransé?
7. Ta ni ó gbọ́ èdè Potokí?
8. Ta ni ó gbọ́ èdè Òyìnbó?

IṢẸ́ ṢÍṢE 3

Ó kàn ẹ́. Now tell us about yourself, what languages you speak, and what you like to do.

IṢẸ́ ṢÍṢE 4

Here are the names of some people and their home towns. Say where they live, what language or languages you think they speak, and what they like to do.

ÀPEERE: Kúnlé: Ifẹ̀: wẹ̀
                      -Kúnlé ń gbé ni Ifẹ̀.
                      -Ó gbọ́ èdè Yorùbá.
                      -Ó fẹ́ràn láti wẹ̀.

1. Jacques: Paris: kòwé
2. Carlos: Mexico: jẹun
3. Yuko: Tokyo: fọ aṣọ
4. Martin: Madison: rìn
5. Anne-Marie: Quebec: sòrò
6. Ines: Rio de Janeiro: kàwé

GÍRÁMÀ

The Progressive Marker ń

1. The Yoruba progressive form corresponds to two English forms when used with verbs such as **gbé**, *to live* or **sọ**, *to speak*:

Mo ń gbé Èkó. { *I live in Lagos.*
I am living in Lagos.

Olú ń sọ èdè Potokí. { *Olu speaks Portuguese.*
Olu is speaking Portuguese.

Other verbs in this category are **kọ́**, *to study, to learn, to teach.*

2. In almost all other cases, it marks a continuous action.

Mo ń jẹun. — *I am eating.*
Adé ń kàwé. — *Ade is reading.*
Òjó ń kun ilé. — *Òjó is painting the house.*

3. Since present or past tense is not overtly marked in Yoruba, the present or past interpretation of **ń** will depend on the context.

Mo rí Adé lánàá nígbà tí mo ń jẹun. — *I saw Ade yesterday when I was eating.*

Mo ń jẹun nísisìyí. — *I am eating right now.*

4. To negate a sentence that states a continuous action, replace **ń** with **kò**.

Olú ń ṣeré. - Olú kò ṣeré.
Adé ń fọṣọ. - Adé kò fọṣọ.

5. Either **gbọ́** or **sọ́** can be used when talking about what language someone speaks. The only difference is that **sọ** has to be used with **ń** whereas **gbọ́** should not.

Mo **gbọ́** èdè Yorùbá. } *I speak Yoruba.*
Mo **ń sọ** Yorùbá.

IṢẸ́ ṢÍṢE 5

Yorùbá tàbí Òyìnbó? The following people are going somewhere. Say where they are going and whether they speak Yoruba or English or French. Use subject pronouns.

ÀPEẸRẸ: Àdùkẹ́ (Ilésà)
- Ó ń lọ sí Ilésà, ó gbọ́ èdè Yorùbá.

1. Dúpẹ́ àti Túnjí   (Chicago)
2. Ọ̀jọ̀gbọ́n Ọ̀jó   (London)
3. Bíọ́dún   (Abẹ́òkúta)
4. Ọ̀gbẹ́ni Sànyà   (Paris)
5. Túndé   (Quebec)
6. Ṣèyí àti Délé   (Ìbàdàn)
7. Tópẹ́   (Ìwó)
8. Bóṣẹ̀   (Texas)

IṢẸ́ ṢÍṢE 6

Ṣé ẹ gbọ́ Yorùbá? Ask the following people if they speak Yoruba.

ÀPEẸRẸ: Adé   - Ṣé o gbọ́ Yorùbá?
          Ọ̀jọ̀gbọ́n Òṣúndàre   - Ṣé ẹ gbọ́ Yorùbá?

1. Táyọ̀
2. Arábìnrin Sànyà
3. Táyọ̀ àti Túnjí
4. Ṣèyí
5. Ọ̀gbẹ́ni Ọ̀jó
6. Omidan Fọlárìn
7. Ọ̀jọ̀gbọ́n Kọ́láwọlé
8. Tópẹ́ and Ṣèyí
9. Olóyè
10. Ayaba Tinúkẹ́

IṢẸ́ ṢÍṢE 7

In pairs: Choose any of the languages listed below and ask if your partner speaks that language.

1. Potokí
2. Faransé
3. èdè Òyìnbó
4. Yorùbá
5. Jámáànì

IṢẸ́ ṢÍṢE 8

Dúpẹ́ àti Délé: Délé is not doing what Dúpẹ́ is doing. Express this according to the model below.

ÀPEẸRẸ: Dúpẹ́ ń gbálẹ̀
          - Ṣùgbọ́n Délé kò kàwé

1. Dúpẹ́ ń fọsọ
2. Dúpẹ́ ń wo tẹlifísọ̀nnù
3. Dúpẹ́ ń f'etí sí rédíò
4. Dúpẹ́ ń gba bọ́ọ̀lù
5. Dúpẹ́ ń ṣere

6. Dúpẹ́ ń fọ àwo
7. Dúpẹ́ ń kọ lẹ́tà
8. Dúpẹ́ ń wẹ̀
9. Dúpẹ́ ń sùn
10. Dúpẹ́ ń jẹun

The Verb Fẹ́ràn

1. A typical Yoruba verb is monosyllabic.

Mo fẹ́ ọmọ *I like/want children.*
Ó jẹ búrẹ́dì *He ate bread.*

2. But there are complex verbs that are made up of a verb plus an object. **Fẹ́ràn** is an example of such verbs. There are others like **gbàgbé**, *forget*; **ranti**, *remember*.

Tópẹ́ fẹ́ràn ọmọ. *Tópẹ́ loves children.*

3. If you want to use another verb after a complex verb, it is required to use the word **láti** before the second verb.

Màmá mi fẹ́ràn láti fọ aṣọ. *My mom loves to wash clothes.*
Títí gbàgbé láti jẹ oúnjẹ rẹ̀. *Titi forgot to eat his food.*
N kò rántí láti lọ sí kíláàsì. *I did not remember to go to class.*

4. The use of **láti** between monosyllabic verbs is optional.

Mo fẹ́ jẹ búrẹ́dì.
Mo fẹ́ láti jẹ búrẹ́dì. } *I want to eat bread.*

Olú kò fẹ́ lọ sí Èkó.
Olú kò fẹ́ láti lọ sí Èkó. } *Olu does not want to go to Lagos.*

IṢẸ́ ṢÍṢE 9

Bẹ́ẹ̀ ni àti bẹ́ẹ̀ kọ́. Say that the following people love to do one of the things suggested in parenthesis, but not the other.

ÀPẸẸRE: Ọ̀gbẹ́ni Sàndà (lọ sí Chicago/Toronto)
- Ọ̀gbẹ́ni Sàndà fẹ́ràn láti lọ sí Chicago ṣùgbọ̀n wọn kò fẹ́ràn láti lọ sí Toronto.

1. Títí ...(wo tẹlifísọ̀nnù/sinimá)
2. Olú àti Délé...(sùn/ṣiṣẹ́)

3. Ọ̀jọ̀gbọ́n Owólabí....(gbé ní Paris/N.Y.)
4. Mo ...(sọ èdè Faransé/èdè Árábíìkì)
5. Ìwọ àti èmi ...(jẹun/jó)
6. Ìwọ àti Òun....(kó Báólójì/Jógíráfì)
7. Tópé àti Oníjó....(wè/rìn)
8. Àwọn akékòọ́...(sòrò/sisé)
9. Dúpé....(seré pèlú Túnjí/Délé)
10. Mo....(f'etí sí rédíò/rékóòdù)
11. Iwọ....(jó/sáré)

ISÉ SÍSE 10

Bẹ́ẹ̀ ni àti bẹ́ẹ̀ kọ̀ - Say that the following people like or want to do one of the things suggested in parentheses but not the other.

ÀPEERE: Omidan Sàndà...(lọ sí Portland/Tucson)
            - Omidan Sàndà fẹ́ lọ sí Portland, sùgbọ́n wọn kò fẹ́ lọ sí Tucson.

1. Èmi àti Kẹ́mi... (gbá ilẹ̀/fọ aṣọ)
2. Tólá àti Moyò...(ka ìwé/wo telifísònnù)
3. Ọ̀gbéni Pèlú...(ka ìwé ìròhìn/ka ìwé lítérésò)
4. Ọmọ mi...(seré/sisé)
5. Èmi àti Ìwọ...(sáré/sùn)
6. Ìwọ...(fò/rìn)
7. Dúpé...(sọ èdè Japaníìsì/Potokí)
8. Mo....(sọ èdè Haúsá/Ibó)
9. Omidan Òjó...(lọ sí Lome/Abidjan)
10. Arábìnrin Thomas.....(lọ sí Ìwó/Ifè)

ISÉ SÍSE 11

You are advertising for a roommate (alábàágbé). List your do's and don'ts so that your prospective roommate will be aware of them. Other useful expressions are:

mu sìgá	*to smoke*
mu ọtí	*to drink (alcohol)*
ṣe àsè aláriwo	*to have a loud party*

Conjunctions sì and àti

1. Both **sì** and **àti** have the same meaning, "and", in English.

2. The only difference is in usage. In Yoruba, **sì** is used to join sentences while **àti** joins phrases and nouns.

    àti

    Adé **àti** Olú jẹ búrẹ́dì.   *Ade and Olu ate bread.*

    Màmá mi **àti** bàbá mi ń gbé Èkó. *My mom and dad live in Lagos.*

    sì

    Adé jẹun, ó **sì** sùn.   *Ade ate and slept.*

    Mo fẹ́ lọ sí Èkó, mo **sì** tún fẹ́ lọ sí Ifẹ̀. *I want to go to Lagos and I want to go to Ifẹ̀.*

3. Unlike in English, you must specify the subject of every verb in Yoruba. Compare the following sentences in both Yoruba and English.

    Mo jẹun, mo sùn, mo *sì* ṣeré.   *I ate, slept, and played.*

    Olú jókòó, ó kàwé, o *sì* sùn.   *Olu sat, read, and slept.*

☞ Do not join verbs in Yoruba without specifying the subject.

4. The negation particle **kò** is placed before **sì**.

    N kò fẹ́ sùn, n kò sì fẹ́ ṣeré.   *I don't want to sleep or play.*
                                    (lit. *I don't want to sleep and I don't want to play.*)

IṢẸ́ ṢÍṢE 12

Kí ni o fẹ́ ṣe? Talk about **three** things that you want to do. Remember to use the conjunction **sì** before the last thing.

ÀPEERE: Mo fẹ́ wo telifísònnù.
             Mo fẹ́ f'etí sí rédíò.
             Mo sì fẹ́ lọ sí Lóńdọ̀nù.

IṢÉ ṢÍṢE 13

Kí ni o kò fẹ́ ṣe? Talk about **two** activities that you do not want to do.

ÀPẸẸRẸ: N kò fẹ́ sùn.
          N kò sì fẹ́ ṣeré.

IṢÉ ṢÍṢE 14

Ní ìparí òsè *(On weekends)*: In pairs, tell your partner what you like to do and what you don't like to do on weekends. Your partner will do the same.

DIALOGUE_____

Dupẹ is going to Cocoa House.

	Arábìnrin Pèlú:	Níbo ni o ń lọ, Dúpẹ́?
meeting/a date	Dúpẹ́:	Mo ń lọ sí Cocoa House. Mo ní **ìpàdé** pèlú Túnjí ní òsán yìí.

| Arábìnrin Pèlú: | Ta ni Túnjí? |
| Dúpé: | Òré mi ni. Ó ń lo sí Yunifásítì kan náà pèlú mi. |

He is an American **Omo ìlú Améríkà ni**, sùgbón ó ń gbé ní Ìbàdàn nísisìyí.

Greet Tunji for me/ don't be late

Arábìnrin Pèlú: **Bá mi kí Túnjí, sùgbón má pé!**

Okay

Dúpé: **Mo gbó.** E sé, Ó dàbò.

Arábìnrin Pèlú: Ó dàbò.

ÀSÀ: Níní Òré Okùnrin *(Dating)*

Traditionally, Yoruba boys and girls do not date. Marriages between a young man and a young woman were arranged by their parents with the help of an intermediary. Dating is, however, common among educated people because of the infiltration of Western culture. Nowadays, university students both male and female can interact freely on and off the university campus.

ISÉ SÍSE 15

Lóòótó ni tàbí lóòótó kó? Say whether the following statements are true or false. Correct the false statements.

ÀPEERE: Dúpé ń lo sí Ifé.
- Lóòótó kó. Dúpé ń lo sí Cocoa House.

1. Dúpé ń lo sí Èkó.
2. Túnjí ni omo Arábìnrin Pèlú.
3. Omo ilú Kánádà ni Túnjí.
4. Túnjí ń gbé ní Ìbàdàn.
5. Dúpé ní ìpàdé pèlú Túnjí ní ìròlé.
6. Túnjí kò mó Dúpé rárá.
7. Dúpé àti Túnjí ń lo sí ilé-ìwé kan náà.
8. Òré Dúpé ni Túnjí.

64

IṢẸ́ ṢÍṢE 16

Ta ni? Using the above dialogue, answer the following questions.

ÀPẸẸRE: Ṣé òrẹ́ Dúpẹ́ ni Túnjí?
            - Bẹ́ẹ̀ ni, òrẹ́ Dúpẹ́ ni Túnjí.

1. Ta ni Dúpẹ́?
2. Ta ni Túnjí?
3. Ta ni Arábìnrin Pèlú.
4. Níbo ni Dúpẹ́ ń lọ?

5. Níbo ni Túnjí ń gbé?
6. Ynifásítì wo ni Túnjí àti Dúpẹ́ ń lọ?
7. Ṣé Dúpẹ́ mọ Túnjí?
8. Ṣé ọmọ ìlú Amẹ́ríkà ni Túnjí?

PRONUNCIATION AND TONES_____

Fáwẹ̀ẹ̀lì o and ọ (/ɔ/)

1. In most cases it is difficult for American students to hear the difference between /o/ and /ɔ/ in Yoruba, especially when pronounced by native speakers. It is important to note that these two vowels have some near counterparts in English. For example:
/o/ sounds like the vowel in **boat** except that it is not diphthongized.
Similarly, /ɔ/ sounds like the vowel in **saw**.

2. Another way to master the difference between /o/ and /ɔ/ is to lower your jaw markedly when pronouncing /ɔ/ as opposed to /o/.

3. Here are some Yoruba words to help you master these vowels. Try to listen to the tape and see if you can hear the difference between /o/ and /ɔ/.

/o/		/ɔ/	
owó	*money*	ọwọ́	*hand*
òpò	*preparations*	ọ̀pọ̀	*plenty*
ògò	*act of insisting on (getting one's money from a borrower)*	ọ̀gọ̀	*cudgel*
òjò	*rain*	ọ̀jọ̀jọ̀	*(a type of food)*
oko	*farm/countryside*	ọkọ	*husband*

ogbó	old age	ọgbọ́	(a type of leaf)
òfò	waste	ọ̀fọ̀	mourning for the dead
orò	a type of Ìjèbú masquerade	orọ́	riches
òwò	business	ọ̀wọ̀	respect

IṢẸ́ ṢÍṢE 17

TONE PRACTICE

Repeat the following words after your instructor to learn the tone pattern [do mi].

1. ìwé	book	6. ìfẹ́	love
2. èfọ́	leafy vegetables	7. ègẹ́	cassava
3. ìgbá	a type of fruit	8. òrẹ́	friend
4. gàrí	cassava flour	9. ìdí	buttocks
5. àdá	machete	10. òwú	thread

VOCABULARY

NOUNS

akẹ́kòọ́	student
arábìnrin	Mrs.
Bàọ́lọ́jì	Biology
búrẹ́dì	bread
ilé àwọn àgbẹ̀	farmer's house or Cocoa House
ìpàdé	a meeting/an appointment
iwé ìtàn	novel
jógíráfì	geography
ọmọ ìlú Amẹ́ríkà	an American citizen
ọmọ ìlú Kánádà	a Canadian citizen
rékọ́òdù	records (music)
sinimá	cinema
tẹlifísọ̀nnù	television

VERBS

fọ àwo	to do the dishes
fọ̀sọ	to wash clothes
gbá bọ́ọ̀lù	to play football

VERBS

fẹ́	to like
féràn	to love
fetísí rédíò	to listen to a radio
gbọ́ èdè Potokí	to speak Portuguese
jẹ	to eat
jẹun	to eat (food)
jó	to dance
jókòó	to sit down
ka iwé/kàwé	to study/read books
kọ́ èkọ́	to study
kọ létà	to write a letter
kọrin	to sing
kun ilé	to paint a house
rántí	to remember
rí	to see
rìn	to walk
sáré	to run
sòrọ̀	to talk
sùn	to sleep
ṣeré	to play
ṣiṣẹ́	to work
wẹ̀	to swim

LANGUAGES

èdè Faransé	*French language*
èdè Hausa	*Hausa language*
èdè Íbò	*Ibo language*
èdè Òyìnbó	*English language*
èdè Potokí	*Portuguese*
èdè Yorùbá	*Yoruba*

ÀṢÀ: Kíkọ́ Ọmọdé *(Child Training)*

From childhood, a Yoruba child is taught by good examples and through proverbs, folktales, myths, direct instructions, and songs about the virtues of the society. His linguistic development is encouraged side by side with lessons on virtues. For example, a child's knowledge of numbering is reinforced through mnemonic devices such as shown in the poem below. This poem is designed to help children to learn numbers 1-10. Yoruba poems are usually sung, chanted, or recited in a kind of speech-song manner. The poem below can be sung or chanted.

EWÌ *(Poem)*

Ení Bí Ení

Ení bí ení
Èjì bí èjì
Èta ǹ tagbá
Èrin wòròkò
Àrún ǹ gbódó

Èfà ti èlè
Àró n báro
Àró n bàtá
Mo j'álákèsán
Gbangba lèwá.

ÀYÈWÒ *(Review)*

IṢẸ́ ṢÍṢE 1

Lójú títì *(On the street)* As Dupẹ walks down the street one afternoon, she meets the following people. Play the role of Dupẹ greeting them. <u>Remember</u> to use the honorific pronouns where appropriate.

ÀPẸẸRẸ: Fúnnkẹ́ (a classmate)
  - Báwo ni Fúnnkẹ́.

1. Ògbẹ́ni Thomas (Dúpẹ́'s teacher)
2. Arabinrin Táíwò (a family friend)
3. Dókítà Òjó (a family doctor)
4. Tólú (a neighbor's daughter)
5. Dèjì (another classmate)
6. Ògbẹ́ni Matthews (a mailman)
7. Omidan Jímò (a neighbor)
8. Arábìnrin Ìṣòlá (another neighbor)_
9. Rèmí (Dupẹ's mother)
10. Dàpò (Dupẹ's younger sibling)

IṢẸ́ ṢÍṢE 2

Kí ni nọ́nbà tẹlifóònù àwọn ènìyàn yìí?

ÀPẸẸRẸ: Michael (279-4982)
  - Nọ́nbà tẹlifóònù Michael ni
  eéjì, eèje, eésànán, eérin, eésànán,
  eéjo, àti eéjì.

1. Ayò (265-8204)
2. Màríà (325-2486)
3. Jòhánù (894-5367)
4. Tópẹ́ (866-7932)
5. Wùnmí (498-6130)
6. Ṣèyí (701-8965)
7. Túndé (562-0438)
8. Kẹ́mi (263-6547)
9. Báyò (482-3159)
10. Rèmí (356-9528)

IṢÉ ṢÍṢE 3

Puzzle: Add the following numbers vertically or horizontally to get 10. Read out your answers in Yoruba.

ÀPEẹRẹ: 2 1 7 You say: 2 + 1 = 3
                         3 + 7 = 10

4 5 1
2 1 7
4 4 2

Now construct your own puzzle using numbers 0-20.

IṢÉ ṢÍṢE 4

Nọ́nbà Use logic to find out the next number in the series.

1. eéjì, eérin, eéfà,...
2. eérin, eéjo, eéjìlá...
3. eéta, eéfà, eésànán,...
4. aárùnún, eéwàá, aárùndínlógún,...

IṢÉ ṢÍṢE 5

Ẹbí Títí. Look at the family tree in Lesson 2. How is each of these people related to Títí.

ÀPEẹRẹ: Mosun
           -Bàbá màmá Títí ni.

1. Kúnlé   4. Túnjí   7. Sànyà
2. Fúnnkẹ́   5. Ebun   8. Délé
3. Dèjì   6. Tolú   9. Tópẹ́

IṢÉ ṢÍṢE 6

Tell the class five things about your family.

ÀPEẹRẹ: Orúkọ màmá mi ni Àbèkẹ́. Orúkọ bàbá mi ni Òjó. Mo ní ẹ̀gbọ́n obìnrin kan, mo
           sì ní àbúrò ọkùnrin kan. N kò ní ẹ̀gbọ́n ọkùnrin rárá, a.b.b.l. (àti bẹ́ẹ̀ bẹ́ẹ̀ lọ).

Another member of the class can draw your family tree on the blackboard.

IṢẸ́ ṢÍṢE 7

In pairs: Provide the questions that generated the following answers.

ÀPẸẸRẸ: Ó fẹ̀ràn láti wo telifíṣọ̀nnù.
          - Kíni ó fẹ́ràn láti ṣe?

1. Orúkọ rẹ̀ ni Yòmí.
2. Wọ́n ń gbé ní Ìbàdàn.
3. Ó ní àbúrò méta.
4. Orúkọ àwọn àbúrò rẹ̀ ni Ṣégun, Kúnlé, àti Yòmí.
5. Kò fẹ́ràn láti ka ìwé Faransé.
6. Kò ní ẹ̀gbọ́n rárá.
7. Ó fẹ́ràn màmá rẹ̀ gan an ni.
8. Wọn kò gbọ́ èdè Faransé.

IṢẸ́ ṢÍṢE 8

1. What is advertised?
2. How many Yoruba words can you identify?

OBJECTIVES

Topic: Housing
Function: Describing a house and talking about household objects
Grammar: Ordinals, forms **níbo ni/ibi tí**, locative form of the verb *to be*, **wà**, commands, yes/no question marker **sé**
Cultural Information: Housing among the Yoruba

ilé-ilè

MONOLOGUE

Tópé ń so fún wa nípa ilé bàbá rè.

2 storey building	Bàbá mi ni **ilé olókè méjì**
room	**Yàrá** màmá mi àti yàrá bàbá mi wà
first floor	ni **òkè kìíní**. Yàrá tèmi náà wà ní òkè kìíní.
bathroom/between	**Ibalùwè** kan wà **láàárín** yàrá
	mi àti yàrá àwon òbí mi
alone	Yàrá àbúrò mi **nìkan** ni ó wà ni òkè kejì.
	Pálò, ilé-ìdáná, ilé-oúnje àti

71

alone   Yàrá àbúrò mi **nìkan** ni ó wà ni òkè kejì.
               Pálò, ilé-ìdáná, ilé-oúnje àti
               ilé-ìkàwé wà ní ìsàlè.
               Àga, béèdì, tábìlì, kóbóòdù, rédíò,
               àti béè béè lo wà ní yàrá mi.
               Orísirísi àwòrán tún wà lára ògiri.
               Mo féràn yàrá mi gan an ni, nítorí
anything that pé mo lè se **nìkankínnìkan** tí mo fé.

ISÉ SÍSE 1

Dáhùn àwon ìbéèrè wònyí nípa ilé bàbá Tópé.

1. Ilé olókè mélòó ni ilé bàbá Tópé.
2. Níbo ni yàrá Tópé wà?
3. Níbo ni ilé ìdáná wà?
4. Níbo ni yàrá àbúrò Tópé wà?
5. Níbo ni yàrá bàbá Tópé wà?
6. Níbo ni ilé ìkàwé wà?
7. Níbo ni ilé oúnje wà?
8. Níbo ni ibalùwè wà?
9. Nìkan mélòó ni ó wà nínú yàrá Tópé?
10. Yàrá mélòó ni ó wà ní òkè-kejì?
11. Níbo ni àwon àwòrán wà?

ISÉ SÍSE 2

Béè ni tàbí Béè kó?   Based on the statements below, say if the statements are true or false.

1. Tópé ní ilé olókè méjì.
2. Yàrá méta wà ní òkè-kejì.
3. Aga wà ní yàrá Tópé.
4. Tópé kò féràn yàrá rè rárá.
5. Yàrá bàbá àti màmá Tópé wà ní òkè-kejì.
6. Ilé-ìkàwé wà láàárín yàrá Tópé àti yàrá àwon òbí rè.
7. Àbúrò Tópé kò ní yàrá kankan rárá.
8. Tábìlì àti kóbóòdù wà ní Yàrá Tópé.
9. Tópé kò ní rédíò nínu yàrá rè.
10. Ilé oúnje wà ní ìsàlè.
11. Àwòrán wà ní yàrá Tópé.

IṢẸ́ ṢÍṢE 3

Ó kàn ẹ́. In pairs, tell your partner what is in your room. Ask your partner what he/she has in his/her room.

ÀṢÀ: Ilé Ìbílẹ̀ *(Traditional Houses)*

A traditional housing unit in Yorubaland is a compound. This is referred to as **agboolé** (literally, "a group of houses") in Yoruba. However, such units are a group of compartments, with no clear cut divisions, built in the form of a rectangle enclosing and facing an open courtyard. This type of compound is usually occupied by extended families.

Apart from these traditional housing units, there are modern bungalows and storey buildings of Brazilian architecture. There are also duplexes, quadruplexes, and houses with many single rooms for extended families or rental purposes.

Many family housing units in Nigeria do not have basements. A one-storey building in Nigeria will be referred to as a two-storey building in the U.S.

IṢẸ́ ṢÍṢE 4

Ní méjìméjì, ṣe àpèjúwe *(to describe)* ilé rẹ̀ fún ẹnìkejì rẹ *(your partner)*.

ÀPẸẸRẸ: ilé olókè mẹ́wàá ní ilé mi. Ó ní àpátímẹ́ǹtì mọ́kàndínlógún, a.b.b.l.

GÍRÁMÀ_____

The verb "to be" - locative form wà and níbo ni?

1. Another form of the verb *to be* is the locative **wà**. It implies the existence or the presence of something.

Bàbá mi **wà** ni ilé.	My father *is* in the house.
Mo **wà** níbí.	I *am* here.

2. The negative counterpart of **wà** is **kò sí**.

        Mo wà níbí.   -   N kò sí níbí.
        Adé wà ní ilé.   -   Adé kò sí ní ilé.

☞ 3. Remember that the third person singular subject pronoun is dropped before the negative marker.

        Ó wà ní Èkó.   -   *He is in Lagos.*
        Kò sí ní Èkó.   -   *He is not in Lagos.*

4. When the verb **wà** is used in greetings it implies that the person we are talking about exists in good health.
        - Bàbá ńkó?
        - Wón wà.

5. The negative form **kò sí** can be expressed in two ways.

        Adé kò sí ní ilé.
        Kò sí Adé ní ilé. ⎫ *Ade is not home.*

6. In order to ask for the location of something or someone, you must put **wà** at the end of the question.

        Níbo ni Adé wà?   Where *is* Ade?
        Níbo ni kíláàsì Yorùbá wà?   Where *is* the Yoruba class?

7. Remember that you do not need the verb **wà** when you are asking where someone lives. Compare the two sentences below:

        Níbo ni Adé wá?

        Níbo ni Adé ń gbé?

8. **Ibi tí** is the counterpart of **níbo ni** in a declarative sentence. **Níbo ni** is used in a question. **Ibi tí** is used in a statement. Both are translated *where?* in English.

        Níbo ní Adé wà?   Where is Ade?
        N kò mọ **ibi tí** Adé wà.   I don't know *where* Ade is.

        Olú mọ **ibi tí** mo ń gbé.   Olu knows *where* I live.

IṢẸ́ ṢÍṢE 5

A. **Ṣé tábìlì wà ní yàrá rẹ?** Bi ọmọ kíláásì rẹ léèrè bóyá wọ́n ní àwọn nǹkan wọ̀nyí ní yàrá wọn. Ìdáhùn lè jẹ́ "bẹ́ẹ̀ ni", tàbí "bẹ́ẹ̀ kọ́".

ÀPẸẸRẸ: bẹ́ẹ̀dì
        A: Ṣé bẹ́ẹ̀dì wà ní yàrá rẹ?
        B: Bẹ́ẹ̀ ni, bẹ́ẹ̀dì wà ní yàrá mi.
   tàbí - Ó tì, kò sí bẹ́ẹ̀dì ní yàrá mi.

1. rédíò
2. tẹlifísọ̀nnù
3. tábìlì
4. kóbóòdù
5. pọtimáńtò
6. àpò

7. ìwé
8. àwòrán
9. aṣọ orísirísi
10. sítéríò
11. kámẹ́rà
12. aago

IṢẸ́ ṢÍṢE 6

Níbo ni? Ask your classmates for the location of the following objects. Your partner must tell you where the object is.

ÀPẸẸRẸ: Ìwé
    - A: Nibo ni ìwé wà?
    - B: Ó wà ní yàrá mi.

1. tábìlì
2. ọkọ̀ mi
3. aga Adé
4. rédíò àti tẹlifísọ̀nnù Tópẹ́
5. aago

6. aṣọ
7. bàtà àti àpò
8. kámẹ́rà
9. bẹ́ẹ̀dì
10. àpótí

IṢẸ́ ṢÍṢE 7

N kò mọ ibi tí... Tell your partner that you don't know where the object he is asking for is.

ÀPẸẸRẸ: Ilé Adé
    - A: Níbo ni ilé Adé wà?
    - B: N kò mọ ibi tí ilé Adé wà.

1. ṣóòkì	6. ìwé
2. ọkò	7. àpótí
3. rédíò	8. yẹrí Tópẹ́
4. aago olùkọ́	9. aṣọ Tóyìn
5. fìlà	10. bàtà Délé

IṢẸ́ ṢÍṢE 8

In pairs: You are lost and you need to find out where the place is that you are going to. Your partner will represent the person to supply the information needed, but unfortunately he/she does not know where the place is. Ask him/her.

ÀPEẹRẹ: A: Níbo ni First National Bank wà?
                B: N kò mọ ibi tí First National Bank wà.

Nọ́ńbà - Ordinals

1. Ordinals are marked with **k-**. Compare the following cardinal numbers and ordinal numbers.

Cardinals		Ordinals	
ọmọ kan	one child	ọmọ kìíni	first child
ọmọ méjì	two children	ọmọ kejì	second child
ọmọ méta	three children	ọmọ kẹta	third child
ọmọ mérin	four children	ọmọ kẹrin	fourth child
ọmọ márùnún	five children	ọmọ kárùnún	fifth child
ọmọ méfa	six children	ọmọ kẹfa	sixth child
ọmọ méje	seven children	ọmọ keje	seventh child
etc.		etc.	

2. Both cardinal and ordinal numbers are used frequently in Yoruba. You should therefore master the difference between them.

3. Questions that require the use of cardinal numbers as response are framed as _____ **mélòó** while those that imply the use of ordinal numbers would be _____ **kelòó**.

Ìwé **mélòó** ni o fẹ́?	*How many* books do you want?
- Ìwé **mẹ́ta** ni mo fẹ́.	I want *three* books.
Ojú ewé **kelòó** ni a kà kẹ́hìn?	*Which* page did we read last?
- Ìwé **kẹta** ní a kà kẹ́hìn.	We read the *third* page last.

4. Ordinal and cardinal numbers are adjectives and they come <u>after</u> the nouns they modify.

IṢẸ́ ṢÍṢE 9

Èkọ́ kelòó? Ask your partner which lesson the following people read yesterday. Your partner must use a subject pronoun in his response.

ÀPẸẸRẸ: Àdùkẹ́ (5)
- Èkọ́ kelòó ni Àdùkẹ́ kà lánàá?
- Èkọ́ karùnún ni ó kà.

1. Tópẹ́ (19)
2. Dúpẹ́ (15)
3. Tóyìn (6)
4. Olú (13)
5. Kẹ́mi (10)

6. Ọ̀gbẹ́ni Àjàyí (1)
7. Omidan Àìná (9)
8. Adé àti Tolú (7)
9. Lolú àti Ìwọ (3)
10. Èmi àti Òjó (17)

IṢẸ́ ṢÍṢE 10

Ọmọ kelòó? Àwọn obìnrin yìí ṣẹ̀ṣẹ̀ bí ọmọ. Bèèrè pé ọmọ kelòó ni wọ́n bí.

ÀPẸẸRẸ: Arábìnrin Ìdòwú (6)
- Ọmọ kelòó ni Arábìnrin Ìdòwú bí?
- Ọmọ kẹfà ni wọ́n bí.

1. Màmá Dúpẹ́ (4)
2. Arábìnrin Àjàyí (2)
3. Ọ̀jọ̀gbọ́n Bánkọ́lé (15)
4. Màmá Tọ́pẹ́ (3)
5. Títí (8)

6. Táíwò (11)
7. Màmá Rẹ̀mí (14)
8. Àdùkẹ́ (18)
9. Màmá Délé (7)
10. Kẹ́hìndé (12)

IṢẸ́ ṢÍṢE 11

Ó kàn ẹ̀ - Ọmọ kelòó ni ẹ́ nínú ẹbí rẹ?

IṢẸ́ ṢÍṢE 12

In pairs: You are at a Dental Associates building. This building is a twenty-storey building and there is no directory on the first floor to show you which floor a dentist is on. Ask the receptionist for the floor where your dentist is. Your partner will play the role of the receptionist.

ÀPẸ̀ẸRẸ: - Òkè kelòó ni ọ́ffìsì Dọ́kítà Robinson wà?
- Ó wà ní òkè kẹwàá.

Commands

1. If a command is given to a younger person or to one's colleague, the simple form of the verb is used.

Dìde!	*Stand up!*
Jókòó!	*Sit down!*

2. If a command is given to several people or to an older person, one must use the honorific pronoun before the verb.

Ẹ dìde!	*Stand up!*
Ẹ jókòó!	*Sit down!*

3. Negative Imperative is formed by putting **má** in front of the verb.

Má dìde.	*Don't stand up.*	(informal)
Ẹ má dìde.	*Don't stand up.*	(formal)

Má pẹ́.	*Don't be late.*	(informal)
Ẹ má pẹ́.	*Don't be late.*	(formal)

IṢẸ́ ṢÍṢE 13

Pàṣẹ fún àwọn ènìyàn wọnyí.

ÀPẸ̀ẸRẸ: Ka ìwé rẹ (Ìgè)
- Ìgè, jọwọ́ ka ìwé rẹ.

1. lọ sùn (Olú)
2. ka oókan títí dé ẹẹ́wàá (Délé àti Kúnlé)
3. wo olùkọ́ (Táyò)
4. sọ pé "ó dàbọ̀" fún Tọ́pẹ́ (Títí àti Dúpẹ́)
5. ṣí ìwé rẹ (Yòmí)
6. pa ìwé rẹ dé (Ọ̀jọ̀gbọ́n Ọ̀jó)
7. ṣí oju-ewé karùnún (Arábìnrin Àìná)
8. fún mi ní pẹ́ẹ̀nì (Ọ̀gbẹ́ni Wálé)
9. kúrò níbí (Délé)
10. fi mí sílẹ̀ (Àdùkẹ́)

ISẸ́ ṢÍṢE 14

Má lọ! *(Don't go!)* - Each time Títí gives a command Tópẹ́ contradicts her. Play the role of Tópẹ́. Your partner will play the role of Títí.

ÀPẸẸRẸ: - Adé jọ̀wọ́ dìde!
              - Má dìde, Adé!

1. fetí sílẹ̀ (Olú)
2. sòrò sókè (Omidan Pèlú)
3. tún un sọ (Ọ̀jọ̀gbọ́n Sànyà)
4. wá níbí (Tolú)
5. kúrò níbí (Tópẹ́ àti Délé)
6. gbà (Àdùkẹ́)
7. gbà (Ògbẹ́ni Ísọ̀lá)
8. lọ sí ọ́fíìsì olùkọ́ (Túnjí)
9. wo pátákó (Òjó àti Àìná)
10. ti fèrèsé (Bíọ́dún)

More on Yes/No Questions: Ṣé

1. Apart from questions such as Ṣé àlàáfíà ni?, Ṣé Adé ni àbúrò Dúpẹ́?, one can use Ṣé to form other yes/no questions.

Ṣé mo lè lọ?	*Can I go?*
Ṣé Délé máa jó?	*Will Dele dance?*

2. The preverbs such as lè, 'can,' máa, 'will,' determine how the yes/no question will be framed.

3. Other examples of the use of ṣé in yes/no questions are:

Ṣé wọ́n gbọ́dò̀ wá?	*Must they come?*
Ṣé kí wọ́n sùn?	*Should they sleep?*

4. The first person singular subject pronoun mo changes to n after kí.

Ṣé kí n jókòó?	*Should I sit?*

5. If there is no preverb before the verb, the question will take the form of a *do/did* question.

Ṣé Olú jẹun?	*Did Olu eat?*
Ṣé Òjó ń gbé Èkó?	*Does Ojo live in Lagos?*

80

6. Note that present/past interpretation in Yoruba depends mostly on the context since present or past tense is not overtly marked.

IṢẸ́ ṢÍṢE 15

A. Ṣé kí n...? Ask your partner if you can do the following. Your partner should respond with a negative command.

ÀPẸẸRẸ: Ṣí ilèkùn
           A - Ṣé kí n ṣí ilèkùn
           B - Ó tì, má ṣí ilèkùn

1. kàwé	6. lọ sí Chicago	11. mu ọtí
2. lọ sí ọjà	7. pe Délé	12. wẹ̀
3. gbá ilè	8. sọ fún Títí	13. pariwo
4. ro oko	9. mu sìgá	14. fetísí rédíò
5. sùn	10. wo telifísònnù	15. fọ aṣọ

IṢẸ́ ṢÍṢE 16

Má mu ọtí! Play the role of a doctor by telling your partner three activities that he should do and three that he should not do.

IṢẸ́ ṢÍṢE 17

Ṣé o ní...? Bí ọmọ kíláàsì rẹ léèrè bóyá ó ní àwọn nǹkan wọnyí, Ìdáhùn lè jẹ́ "bẹ́ẹ̀ ni" tàbí "ó tì".

ÀPẸẸRẸ: rédíò
           - Ṣé o ní rédíò?
           - Bẹ́ẹ̀ ni, mo ní rédíò

1. atùpà	6. kèkẹ́
2. telifísònnù	7. ọkọ̀
3. yẹrí	8. alùpùpù
4. tábìlì	9. ìwé púpọ̀
5. àwòrán lára ògiri	10. ilé-olókè méjì

DIALOGUE

Délé ń lọ sí ọjà, ó pàdé Títí.

	Títí: Báwo ni, Délé?
	Délé: Dáadáa ni.
	Títí: Níbo ni o ń lọ?
just rented	Délé: Mo ń lọ sí ọjà. Mo ṣèṣè réntí yàrá kan, mo sì gbọ́dọ̀ ra àwọn nǹkan
before	tí mo máa lò kí a tó bèrè kíláàsì.
something like	Títí: **Nǹkan bí i** kí ni?
	Délé: Nǹkan bí i bẹ́ẹ̀dì, rédíò, aga, tábìlì, àti bẹ́ẹ̀ bẹ́ẹ̀ lọ.
with you	Títí: Húùn! O ní nǹkan púpọ̀ làti rà. Ṣé mo lè lọ sí ọjà **pèlú ẹ**?
Let's go!	Délé: Bẹ́ẹ̀ ni. O ṣé. **Ó yá!**

IṢÉ ṢÍṢE 18

Ṣé lóòótọ́ ni tàbí lóòótọ́ kọ́?

1. Títí fẹ́ lọ sí ọjà pèlú Délé.
2. Délé kò ní ilé láti gbé.
3. Délé fẹ́ lọ ra ọkọ̀ àti kèké ní ọjà.
4. Délé ń wá ilé láti gbé.

IṢÉ ṢÍṢE 19

In pairs: You are going to the store to buy something. Call and ask if your friend can go with you. Your partner will play the role of your friend who will agree to go with you and inquire about what you will be buying and where.

PRONUNCIATION AND TONES

Consonants /kp/ and /gb/

1. /kp/ and /gb/ are the most difficult Yoruba sounds for most students.
2. /kp/ is represented orthographically as **p** because there is no regular **p** in standard Yoruba. It is, however, pronounced as [kp].
3. The best way to pronounce it is by attempting to pronounce [k] and [p] at the same time. Do not pronounce them one after the other!
4. Try to shape your tongue as if you want to pronounce a [k], at the same time, close your mouth. What you will hear will be different from [k] or [p].
5. /gb/ is also pronounced by shaping your tongue as if you want to pronounce a [g]. Close your

lips at the same time as if you want to pronounce a **[b]**. Then release the air in your mouth. What you pronounce will be neither **[g]** or **[b]**, but **[gb]**.

6. Here are some words with **[kp]** and **[gb]** to practice the sounds. Repeat them after your instructor.

/gb/		/kp/	
àgbà	elder	àpà	a stupid person
igbá	calabash	ipá	strength
àgbòn	chin	àpón	a type of food
ègbè	chorus	èpè	a curse
ègbà	bracelet	èpà	groundnut
agbo	ram	àpò	a bag
ogbó	old age	opó	widow

IṢẸ́ ṢÍṢE 20

Write <u>five</u> words that you have mastered so far that contain either **kp** or **gb**.

TONE PRACTICE

Repeat the following words after your instructor to learn the tone pattern [re do].

1. ọkọ̀	vehicle		6. iyọ̀	salt	
2. obì	kolanut		7. igbà	rope used for climbing	
3. ọbẹ̀	stew/soup		8. ilẹ̀	ground/floor	
4. ẹtù	guinea fowl		9. Ifẹ̀	a Yoruba town	
5. odò	river		10. ejò	snake	

VOCABULARY

NOUNS

aago	clock	bẹ́ẹ̀dì	bed
aga	chair	fèrèsé	window
alùpùpù	motorcycle	ibalùwẹ̀	bathroom
àpò	a bag	ilé-ìkàwé	a study/library
àpótí	box	ilé-olókè méjì	two-storey building
àtùpà	lantern	ilé-oúnjẹ	dining room
àwòrán	pictures	ìsàlẹ̀	downstairs
		kámẹ́rà	camera
		kẹ̀kẹ́	bicycle

kóbóòdù *cupboard*
níbí *here*
nnkankínnkan *anything*
ògiri *wall*
òkè kìíni *first floor*
ọjà *market*
ọkọ̀ *vehicle*
orísirísi àwòrán *plenty of pictures*
pálò *living room*
pátákó *chalkboard*
pọtimántò *suitcase*
rédíò *radio*
sítéríò *stereo*
sọ́ọ̀kì *chalk*
tábìlì *table*
yàrá *room*

OTHERS

lára ògiri *on the wall*
má mu ọtí *don't drink wine*
ń *progressive marker*

VERBS

dáhùn *to answer/respond to*
dìde *to stand up*
fctí sílè *to listen*
fi ___ sílè *to leave s.o. alone*
gbà *to take*
jókòó *to sit down*
kúrò *to leave*
lè *to be able/can*
lọ sun *to go sleep*
mu sìgá *to smoke cigarettes*
pa ___ dé *to close s.t.*
pariwo *to make noise*
pe ___ *to call s.o.*
pẹ́ *to be late*
ro oko *to mow the lawn*
ṣí *to open*
sọ fún *to tell*
sọ pé *to say that*
sùn *to sleep*
ṣe *to do*
ti ___ *to close s.t.*
tùn un sọ *to repeat*
wà *to be (in a place)*
wá níbí *come here*
wẹ̀ *to swim/bathe*

OBJECTIVES

Topic: Nationalities and Age
Function: Talking about people's nationalities and about people's age
Grammar: Object pronouns, numbers 20-200
Cultural Information: Question about age

Republic of Benin

MONOLOGUE

> *Túnjí ń sọ nípa ọ̀rẹ́ rẹ̀ Charles.*
>
> Orúkọ mi ni Túnjí. Mo ní ọ̀rẹ́ kan.
> Orúkọ rẹ̀ ní Charles. Charles jẹ́ ènìyàn dáradára.
> Ọmọ ìlú Amẹ́ríkà ni. Ṣùgbọ́n o ń gbé Benin nísísìyí.
> Ọmọ ọdún márùndínlógbọ̀n ni Charles.
> Ó máa ṣe **ọjọ́-ìbí** rẹ̀ lóla.
> Bí o bá fẹ́ fún Charles ní ẹ̀bùn,
> Má fún un ní nǹkan pupa. Kò fẹ́ràn nǹkan pupa rárá.
> Ṣùgbọ́n ó fẹ́ràn nǹkan dúdú tàbí nǹkan funfun.

birthday

85

IṢẸ́ ṢÍṢE 1

Lóòótọ́ ni tàbí lóòótọ́ kọ́?

1. Ọmọ ìlú Kánádà ni Charles.
2. Charles ń gbé Benin.
3. Orúkọ ọ̀rẹ́ Charles ni Délé.
4. Orúkọ ọ̀rẹ́ Túnjí ni Charles.
5. Charles fẹ́ràn nǹkan pupa gan an ni.
6. Ọmọ ogún ọdún ni Charles.
7. Ọmọ ọdún márùndínlógbọ̀n ni Túnjí.
8. Charles kò fẹ́ràn nǹkan funfun.
9. Charles fẹ́ràn nǹkan dúdú.
10. Charles jẹ́ ènìyàn dáradára.

IṢẸ́ ṢÍṢE 2

Ó kàn ẹ́ - Sọ fún wa nípa ọ̀rẹ́ rẹ.

IṢẸ́ ṢÍṢE 3

In pairs: Your birthday is coming up soon and your friends would like to know what you would like for your birthday. Tell your partner all the things you would like. Your partner will write them down and tell the class what is on his/her list.

IṢẸ́ ṢÍṢE 4

In groups: Ask every member of your group what he or she would like for his/her birthday.

GÍRÁMÁ

Nọ́ńbà   20-200

20 ogún	40 ogójì	150 àádọ́jo
21 oókànlélógún	50 àádọ́ta	160 ogọ́jo
22 eéjìlélógún	60 ogọ́ta	170 àádọ́sànán
23 eétàlélógún	70 ààdọ́rin	180 ogọ́sànán
24 eérìnlélógún	80 ogọ́rin	190 àádọ́wàá
25 aárùndínlógbọ̀n	90 àádọ́rùnún	200 igba
26 eérìndínlógbọ̀n	100 ogọ́rùnún	
27 eétadínlógbọ̀n	110 àádọ́fà	
28 eéjìdínlógbọ̀n	120 ogọ́fà	
29 oókandínlógbọ̀n	130 àádọ́je	
30 ogbọ̀n	140 ogọ́je	

2. After 20, you continue to add 1-4. From 25, you start subtracting 5 from 30. Numbers 30 upwards follow the same pattern. Here are some examples:

31 oókànlélógbòn   51 oókànléláádóta
35 aárùndínlógojì   55 aárùndínlógóta

4. When you use the cardinal numbers, all numbers in 10s starting from 20 appear before the nouns they modify.

ogún èkó	*20 lessons*
ogbòn odún	*30 years*
ogójì omo	*40 children*
àádóta ìyàwó	*50 wives*

But

èkó mókànlélógun	*21 lessons*
odún méjìlélógbòn	*32 years*
omo márùndínláàádóta	*45 children*

IŞÉ ŞÍŞE 5

Eélòó? Add the following numbers.

ÀPEERE: 24 + 36 = ?

Eélòó ni eérinlélógún àti eérìndínlógójì?
- Ogóta.

1. 41 + 30 = ?	6. 27 + 32 = ?	11. 55 + 90 = ?
2. 45 + 24 = ?	7. 13 + 18 = ?	12. 19 + 101 = ?
3. 23 + 37 = ?	8. 19 + 67 = ?	13. 70 + 80 = ?
4. 58 + 42 = ?	9. 11 + 55 = ?	14. 69 + 120 = ?
5. 10 + 39 = ?	10. 40 + 30 = ?	15. 99 + 33 = ?

IŞÉ ŞÍŞE 6

You are at an auction. Outbid the previous offer for a book by five naira.

ÀPEERE: Náírà méwàá!
              - Náírà márùndínlógún!

1. Náírà márùndínlógbòn!
2. Ogún Náírà!
3. Náírà mókànlélógún!
4. Náírà métàdínláàádóta!
5. Náírà méjìlelógórin!

6. Náírà mérindínlógójì!
7. Ogóta Náírà!
8. Náírà mérinlélógóta
9. Náírà márùndínláàdórùnún
10. Náírà mókàndínlógórùnún

IṢẸ́ ṢÍṢE 7

Eélòó ni ó kù? Do the following subtractions.

ÀPEẸRE: 45 - 20 = ?

Yọ ogún kúrò nínú aárùndínláàádóta eélòó l'ó kù?
- Ó kù aárùndínlógbòn.

1. 45 - 40 = ?
2. 39 - 36 = ?
3. 66 - 55 = ?
4. 22 - 16 = ?
5. 35 - 10 = ?

6. 59 - 50 = ?
7. 45 - 28 = ?
8. 100 - 14 = ?
9. 79 - 4 = ?
10. 90 - 0 = ?

IṢẸ́ ṢÍṢE 8

Eélòó ni? Dele is buying the following things for her apartment. Here is her list of purchases. Tell how much each item costs.

ÀPEẸRE: tábílì (₦45)
Eélòó ni tábílì? *How much is the table?*
-Náírà márùndínláàádóta ni. *It is forty-five naira.*

1. aga (₦25)
2. béèdì (₦100)
3. àwòrán (₦15)
4. àwo (₦31)
5. ṣíbì (₦21)

6. ife (₦19)
7. táwéèlì (₦43)
8. kóbóòdù (₦99)
9. lánpù (₦56)
10. bulánkéètì (₦73)

Expressing Age

1. To ask how old someone is, use the following sentence:

Ọmọ ọdún mélòó ni Olú?   *How old is Olu?*
- **Ọmọ ọdún mẹ́wàá ni Olú.**   *Olu is ten years old.*

2. If you want to use a pronoun instead of the person's name, use object pronouns after the verb **ni**, 'to be.'

Ọmọ ọdún mélòó ni ẹ̀gbọ́n rẹ?   *How old is your older sibling?*
- **Ọmọ ogún ọdún ni wọ́n.**   *She is twenty years old.*

3. You do not need an object pronoun for a third person singular.

Ọmọ ọ̀dún mélòó ni Rèmí?   *How old is Rẹmi?*

- **Ọmọ ọ̀dún márùnúndínlógbọ̀n ni (Rèmí).**   *She is twenty-five years old.*

IṢẸ́ ṢÍṢE 9

Ọmọ ọdún mélòó? Your classmate asks you how old the following people are. Tell him/her how old they are.

ÀPẸẸRẸ: Adé (14)
Ọmọ ọdún mélòó ni Adé?
- Ọmọ ọdún mẹ́rìnlá ni.

1. Ọ̀jọ̀gbọ́n Ìṣọ̀lá (45)   5. Délé (27)   9. bàbá màmá rẹ (86)
2. màmá Olú (62)   6. àbúrò Títí (21)   10. Omidan Ìṣọ̀lá (54)
3. Ìwọ (25)   7. ẹ̀gbọ́n Tolú (36)
4. Èmi (18)   8. màmá màmá Òjó (78)

IṢẸ́ ṢÍṢE 10

Ọmọ ọdún mélòó ni ẹ? Ask the student next to you how old he/she is. Then report to the class. (Students should feel free to choose any age they want if they don't want to reveal their real age.)

ÀPẸẸRẸ: Adé (20)
Ọmọ ọdún mélòó ni ẹ?
- Ọmọ ogún ọdún ni mí.
- Ọmọ ogún ọdún ni Adé.

ÀṢÀ: Ìbéèrè Nípa Ọjọ́ Orí (*Asking About People's Age*)

It is not polite among the Yoruba for a younger person to ask how old an older person is. Even among colleagues the question of age is not a common issue. Before births were recorded many people did not know their age. With the advent of Western education, people now celebrate birthdays and people can find out how old their friends are. It is, however, still not very common for people to ask each other's age. Most Yorubas will ask a third person if they want to know someone's age. In most cases, the third person may not know. Two people can be very close without knowing each other's age. On rare occasions, an adult can ask a younger person about his age if their conversation leads to that topic.

Nationalities

1. If you want to find out where someone is from, you can use the following question.
    Ọmọ ìlú ibo ni Délé?   *Where is Dele from?*
    - Ọmọ ìlú Amẹ́ríkà ni (Délé).   *She is an American.*

2. As with the question of age, if you choose to use a pronoun instead of a person's name, you need to use an object pronoun.

    Ọmọ ìlú ibo ni Adé àti Tolú?   *Where are Ade and Tolu from?*
    - Ọmọ ìlú Kánádà ni wọ́n.   *They are Canadians.*

3. To say that someone is <u>not</u> from a particular country, use **kì í ṣe**. For example:

    Fẹ́mi kì í ṣe ọmọ ìlú Togo.   *Fẹmi is not from Togo.*
    N kì í ṣe ọmọ ìlú Amẹ́ríkà.   *I am not an American.*

IṢẸ́ ṢÍṢE 11

Ọmọ ìlú ibo ni ẹ́. Bèèrè pé ọmọ ìlú ibo ni àwọn ènìyàn yìí.

ÀPEẸRE: Bọ́sẹ̀ (Nàìjíríyà)
                Ọmọ ìlú ibo ni Bọ́sẹ̀?
                - Ọmọ ìlú Nàìjíríyà ni.

1. Túnjí àti Túndé (Togo)
2. Póóvì (Benin)
3. Anne-Marie (Kánádà)
4. Charles (Amérikà)
5. Johnson (Haiti)
6. Èmi (Ṣáínà)
7. Èmi àti Túnjí (Jámáànì)

8. Rèmí (Jàméíkà)
9. Bíọ́dún (Puerto Rico)
10. Alfonso (Cuba)
11. Ṣèrí (Brazil)
12. Ayọ̀ (Britain)
13. Ìwọ (Jèpáànì)
14. Ìwọ àti èmi (Faranse)

IṢẸ́ ṢÍṢE 12

Ó tì. Find out from your classmate if your assumption about where these people are from is correct. Your classmate will answer using the suggested country.

ÀPEERE: Ṣé ọmọ ìlú Australia ni James? (New Zealand)
Ó tì, kì í ṣe ọmọ ìlú Australia, ọmọ ìlú New Zealand ni.

1. Ṣé ọmọ ìlú Russia ni Bożena? (Poland)
2. Ṣé ọmọ ìlú Togo ni Sheikh? (Sierra Leone)
3. Ṣé ọmọ ìlú Liberia ni Poovi àti Eli? (Togo)
4. Ṣé ọmọ ìlú Benin ni Yòmí? (Nàìjíríà)
5. Ṣé ọmọ ìlú Amérikà ni Tóyìn? (Haiti)
6. Ṣé ọmọ ìlú Venezuela ni ẹ́? (Panama)
7. Ṣé ọmọ ìlú Jamaika ni Ọ̀gbẹ́ni Lawal? (Sierra Leone)
8. Ṣé ọmọ ìlú Kenya ni ìwọ àti Lioba? (Tanzania)
9. Ṣé ọmọ ìlú Botswana ni Hilda? (Uganda)
10. Ṣé ọmọ ìlú Zaire ni Ann? (Amérikà)

IṢẸ́ ṢÍṢE 13

In pairs: Find out where your partner is from and tell the class.

IṢẸ́ ṢÍṢE 14

Write a short essay about your friend that includes the following information:

   a. Name
   b. Nationality
   c. Where he/she lives
   d. Age
   e. Likes and dislikes

Present your essay orally in class the following day.

Object Pronouns

1. There are two categories of object pronouns. One category occurs after monosyllabic verbs, while the other follows complex verbs.

2. Examples of object pronouns after monosyllabic verbs are:

Singular		Plural	
mi	*me*	wa	*us*
ẹ	*you*	yín	*you*
__	*it/him/her*	wọn	*them*

3. After monosyllabic verbs, the third person singular object pronoun (it/him/her) is formed by repeating the vowel of the preceding verb. Here are some examples.

Yòmí rí i.	*Yọmi saw it/him/her.*
Olú gé e.	*Olu cut it.*
Kúnlé sọ ọ́ ní Adú.	*Kunle named him Adu.*
Sèyí ro ó.	*Sẹyi mowed it.*
Mo pè é.	*I called him/her.*
Wọ́n bẹ̀ ẹ́.	*They begged him/her.*

4. Notice that if the tone of the monosyllabic verb is high, the tone of the object pronoun will be mid. On the other hand, if the tone of the verb is low or mid, the tone of the object pronoun will be high. A few examples are:

Ó rí mi.	He/she saw me.
Ó dà mí.	He betrayed me.
Mo kọ́ ẹ.	I taught you.
Mo dà ẹ́.	I betrayed you.
Wọ́n bẹ̀ wá.	They begged us.
Wọn kọ́ wa.	They taught us.
Olú ṣe wọ́n.	Olu did them (i.e., all the work).
Olú rí wọn.	Olu saw them.

5. The above tone change applies to all the object pronouns except the second person plural object pronoun **yín**.

Ó bẹ̀ yín.	He begged you (pl.).
Mo kọ́ yín.	I taught you (pl.).

6. If the verb is a complex verb (i.e., a verb that is more than one syllable), the object pronoun will be the same as the possessive pronouns listed below:

Singular		Plural	
mi	me	wa	us
(r)ẹ	you	yín	you
(r)ẹ̀	him/her/it	wọn	them

7. Some examples are as follows:

Mo fẹ́ràn (r)ẹ.	I love you.
Olú pàdé (r)ẹ̀.	Olu met her/him/it.
A rántí yín.	We remembered you (pl.).
Wọ́n kò kòrìíra wa.	They do not hate us.

8. The tones of the object pronouns that follow complex verbs do not change.

IṢẸ́ ṢÍṢE 15

Bẹ́ẹ̀ ni tàbí bẹ́ẹ̀ kọ́: Sọ bóyá o mọ àwọn ènìyàn yìí tàbí o kò mọ̀ wọ́n.

ÀPE̩E̩RE̩: Ò̩gbé̩ni Ò̩jó?
- Ó tì, n kò mò̩ wó̩n.
tàbí: - Bé̩è̩ ni, mo mò̩ wó̩n.

1. Olú?   6. Ò̩jò̩gbó̩n Ò̩s̩úndáre?
2. Ajá mi?   7. Arábìnrin Smith?
3. Tóyìn àti Tó̩pé̩?   8. Omidan Fo̩lárìn?
4. Èmi àti Délé?   9. Olórí ìlú Amé̩ríkà?
5. Èmi?   10. Olórí ìlú Nàìjíríyà?

IS̩É̩ S̩ÍS̩E 16

Ìwé mi da?: Olú ní ipade pè̩lú àwo̩n ènìyàn yìí. So̩ fún wa pé Olú wá wo̩n s̩ùgbó̩n kò rí wo̩n. Rántí láti lo "subject pronoun" tí ó ye̩.

ÀPE̩E̩RE̩: Táíwò àti Ké̩hìndé
- Ó wá wo̩n, s̩ùgbó̩n kò rí wo̩n.

1. Èmi   6. Ìwo̩
2. Olú   7. Ò̩jò̩gbó̩n Sàndà
3. Arábìnrin Ìlò̩rí   8. Ìwo̩ àti èmi
4. Èmi àti Túnjí   9. Sè̩yí
5. Ìwo̩ àti Délé   10. Dúpé̩

IS̩É̩ S̩ÍS̩E 17

Ìwé Yorùbá: Fún ìdí orís̩irís̩i, àwo̩n ènìyàn yìí kò ní ìwé wo̩n. So̩ ìdí. Tè̩lé̩ àpe̩e̩re̩.

ÀPE̩E̩RE̩: Olú (so̩ __ nu)
- Olú kò ní i nítorí pé ó so̩ ó̩ nù.

1. Èmi (gbàgbé)   6. Èmi àti ìwo̩ (bà __ jé̩)
2. Àwa (jó: *to burn*)   7. Dúpé̩ (tà)
3. Ìwo̩ (mú __ wá)   8. Omidan Ò̩jó (kórìíra)
4. Délé àti Dúpé̩ (rà)   9. Délé (fi __ pamó̩)
5. Èmi àti Olú (wá: *to search for*)   10. Èmi (rí)

IS̩É̩ S̩ÍS̩E 18

ÌBÉÈ̩RÈ̩: Bí ò̩ré̩ re̩ bóyá o s̩e nǹkan wò̩nyí l'á̩àárò̩ yìí:

ÀPẸẸRẸ: wo tẹlifíísọnnù
- Ṣé o wò tẹlifíísọnnù l'áàárọ̀ yìí?
- Ó tì, n kò wò ó.

1. rà aṣọ
2. ṣe iṣẹ́-ilé
3. kàwé
4. gbàgbé ìwé Yorúbá
5. rántí àwọn ìwé Yorùbá
6. rí èmi àti Olú
7. wo ìwé Yorùbá rẹ
8. gbá bọ́ọ̀lù
9. fọ̀ àwo
10. fọn fèrè
11. bú Adé
12. fetí sí rédíò
13. pàdé Délé àti Tópẹ́
14. sè oúnjẹ
15. mu kọfí
16. rán aṣọ

Color Terms

1. There are three basic color terms in Yoruba:

pupa	*red*
dúdú	*black*
funfun	*white*

2. Some color terms are borrowed from English.

búlù	*blue*
yẹ́lò	*yellow*

3. Some color terms are derived by comparisons: **ó rí bí eérú**   *grey/ash color*
                                                dúdú bí ewé *green* (lit. "black like leaves")

IṢẸ́ ṢÍṢE 19

Color the circles as indicated

1. (funfun)   2. (pupa)   3. (dúdú)   4. (yẹ́lò)

5. (dúdú bí ewé)   6. (búlù)   7. (eérú)

IṢẸ́ ṢÍṢE 20

(In pairs) Bi ẹnìkejì rẹ léèrè pé, "Kí ni awọ̀ àwọn nìkan wọnyí?"

1. grass   2. coal
3. rose   4. sun
5. snow

DIALOGUE

roommate	*Túnjí ń sọ fún Délé nípa ọmọ yàrá rẹ.*
	Délé: Ki ni orúkọ ọmọ yàrá rẹ.
	Túnjí: Orúkọ rẹ̀ ni Douglas.
	Délé: Ọmọ ìlú ibo ni?
	Túnjí: Òyìnbó ni. Ọmọ ìlú Kánádà ni.
	Délé: Níbo ni ìlú rẹ̀ ní Kánádà.
	Túnjí: Quebec. Ó gbọ́ èdè Òyìnbó àti èdè Faransé. Ó tún lè sọ èdè Yorùbá àti èdè Haúsá.
he is a real polyglot	Délé: Hùnún! **Gbédègbẹ́yọ̀ gbá à ni.** Kí ni ó ń kó ní Yunifásítì ti Ìbàdàn.
	Túnjí: Ó ń kẹ́kòọ́ nípa èdè Jámáànì àti lítíréṣọ̀ Jámáànì.
an old person	Délé: Ṣé **àgbàlagbà** ni?
a young person/just	Túnjí: Ó tì. **Ọmọdé ni.** Ọmọ ọdún méjìlélógún **péré** ni.

IṢẸ́ ṢÍṢE 21

Lóòótọ́ ni tàbí lóòótọ́ kọ́?

1. Ọmọ ọdún márùndínlógbọ̀n ni Douglas.
2. Douglas ń kọ́ Bàọ́lójì ní Yunifásítì Benin.
3. Quebec ni ìlú Douglas ní Kánádà.
4. Ọmọdé ni Douglas.
5. Ọmọ yàrá Túnjí ni Douglas.
6. Douglas gbọ́ èdè márùnún.
7. Douglas kò gbọ́ èdè Jámáànì rárá.

PRONUNCIATION AND TONES

The Consonants g and j

1. The consonant **g** in Yoruba is similar to the hard **g,** in English as in the word *go*.

2. It is always pronounced the same way irrespective of the preceding or following vowel. Here are some examples. Repeat them after your instructor.

igi	*tree/stick*
aga	*chair*
ègé	*a cut*
ègẹ́	*cassava*
ogo	*glory*
agọ̀	*a stupid person*

3. The consonant **j** is always pronounced like the **j** in the English word *judge*. Practice the pronunciation with these examples.

ajá	*dog*
Òjó	*(personal name)*
Ọjọ́	*day*
ojú	*eyes*
èjè	*blood*
ìjì	*whirlwind*
eéje	*seven*

ajá

IṢẸ́ ṢÍṢE 22

Kọ òrò márùnún tí o mọ̀ sílẹ̀ tí ó ní **g** à tí **j** nínú.

TONE PRACTICE

Repeat the following words after your instructor to learn the tone pattern [re re].

1. **iṣu** *yams*		6. **aṣọ**	*clothes*
2. **ọṣẹ** *soap*		7. **ọmọ**	*children*
3. **ata** *pepper*		8. **aya**	*wife*
4. **igi** *tree*		9. **ojo**	*coward*
5. **ẹyẹ** *bird*		10. **erin**	*elephant*

VOCABULARY

NOUNS

àgbàlagbà	*an adult*
àwọ̀	*color*
èbùn	*gift*

èkọ́	*lessons*
ènìyàn dáradára	*a good person*
Faransé	*France*
gbédègbéyọ̀	*a polyglot*
Jàméíkà	*Jamaica*

Jèpáànì   *Japan*
Kánádà   *Canada*
lítíréṣọ̀   *literature*
nǹkan   *thing*
ọjọ́ ìbí   *birthday*
ọmọ ọdún márùúndínlọ́gbọ̀n   *25 years old*
ọmọ yàrá   *roommate*
ọmọdé   *a young person*
Òyìnbó   *a European*
Ṣáínà   *China*

pupa   *red*
yẹ́lò   *yellow*

OTHERS

bóyá   *perhaps/whether*
lọ́la   *tomorrow*
péré   *just*

VERBS

bà ___ jẹ́   *to spoil*
bẹ̀   *to beg*
fetísí rédíò   *to listen to the radio*
fi ___ pamọ́   *to hide s.t.*
fọ̀   *to wash*
fọ̀ àwo   *to wash dishes*
fọn fèrè   *to play a woodwind instrument*
gbá ilẹ̀   *to sweep the floor*
jó   *to burn*
kó   *to teach/learn*
kórìírà   *to hate*
mu kọfí   *to drink coffee*
pa   *to kill*
pàdé   *to meet*
rà   *to buy*
rà aṣọ   *to buy clothes*
rán aṣọ   *to sew clothes*
rántí   *remember*
sọ ___ nù   *to throw away/lose*
ṣe iṣẹ́ ilé   *to do your homework*
ṣe ọjọ́ ìbí   *to celebrate a birthday*
tà   *to sell*
wá   *to search for*

COLORS

búlù   *blue*
dúdú   *black*
eérú   *ash, grey*
funfun   *white*

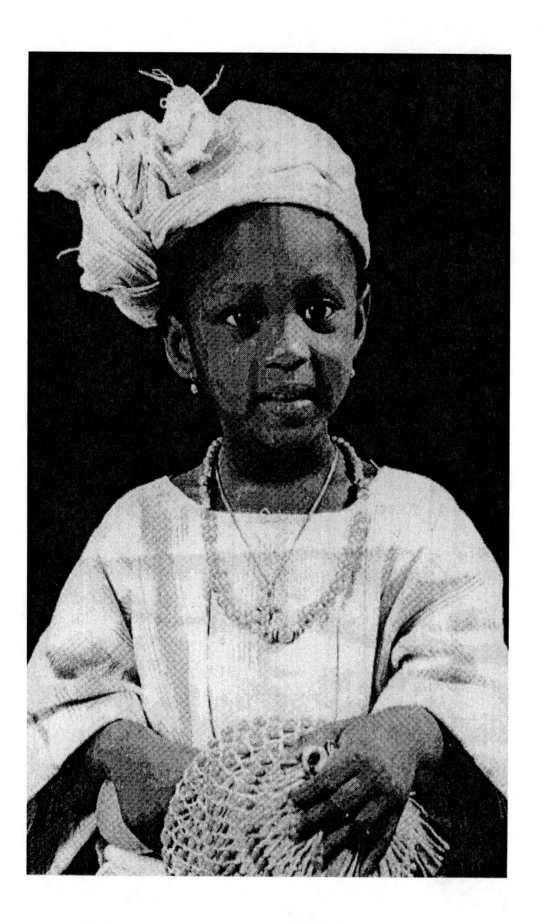

OBJECTIVES

Topic: Personalities
Function: Describing people's personalities
Grammar: Adjectives, adjectival verbs, the verb *to be*, **jẹ́**, degree of likeness
Culture: Question of "being fat"

MONOLOGUE

to describe   *Túnjí ń ṣe àpèjúwe ẹbí rẹ̀*

         Èbí mi kò tóbi rárá
         Àwa márùnún ni a wà nínú ẹbí mi
         Bàbá mi ń jẹ́ Kúnlé, màmá mi sì

a gentle person   ń jẹ́ Àbíkẹ́, **ènìyàn jẹ́jẹ́** ni bàbá mi
         ṣùgbọ́n màmá mi kì í ṣe ènìyàn jẹ́jẹ́ rárá.

101

Màmá mi ga díẹ̀, ṣùgbọ́n bàbá mi
ga gan an ni. Màmá mi pupa, ṣùgbọ́n
bàbá mi dúdú.
Mo ni àbúrò kan àti ẹ̀gbọ́n kan.
Orúkọ àbúrò mi ni Tópẹ́, orúkọ ẹ̀gbọ́n

slim
mi sì ni Tóyìn. Tóyìn **tínínrin**,
to be fat
ṣùgbọ́n Tópẹ́ **sanra** gan an ni. Tópẹ́
to be generous/
lawọ́ ṣùgbọ́n **awun** ni Tóyìn.
a stingy person
Nínú gbogbo ẹ̀bi mi, bàbá mi ni mo
fẹ́ràn jù nítorí pé wọn jẹ́ ènìyàn rere.

IṢẸ́ ṢÍṢE 1

Dáhùn àwọn íbéèrè wọnyí.

1. Ta ni Tóyìn?
2. Ṣe Àbíkẹ́ ni ẹ̀gbọ́n Túnjí?
3. Ta ni ó ga jù nínú Àbíkẹ́ àti Kúnlé?
4. Ta ni Kúnlé?
5. Ta ni ó lawọ́ nínú Tópẹ́ àti Tóyìn?

IṢẸ́ ṢÍṢE 2

Ṣé lóòótọ́ ni tàbí lóòótọ́ kọ́? **Tún** *(correct)* gbólóhùn tí kò jẹ́ òótọ́ ṣe.

1. Kúnlé kò ga rárá.
2. Àbíkẹ́ sanra jù Tóyìn lọ.
3. Tópẹ́ lawọ́ púpọ̀.
4. Ènìyàn búburú ni bàbá Túnjí.
5. Túnjí kò fẹ́ràn bàbá rẹ̀ rárá.
6. Àbíkẹ́ ni àbúrò Kúnlé.
7. Àbíkẹ́ ga gan an ni.
8. Túnjí ni àbúrò méjì.
9. Tóyìn ni àbúrò Túnjí.
10. Ọkọ Àbíkẹ́ ni Kúnlé.

IṢẸ́ ṢÍṢE 3

Ó kàn ẹ́. Ṣe àpèjúwe ẹbí rẹ fún wa. Sọ nǹkan bí i gbólóhùn márùnún nípa wọn.

IṢẸ́ ṢÍṢE 4

Ṣe àpèjúwe àwọn ènìyàn tí ó wà nínú àwòrán yìí:

ÀṢÀ: Sísanra *(Being Fat)*

It is very rare for a typical Yoruba woman to complain of being fat. The idea of purposely losing weight to look slimmer is foreign to Yoruba women. Most Yoruba men and in general most Nigerian men prefer to marry women that are plump. For a woman to be slim is an indication of not eating properly or of not eating enough. Such women are encouraged to eat more to gain weight. Therefore if the Yoruba say that someone is fat (**sanra**) such an expression is not derogatory at all. To be called slim (**tínínrín**) can be derogatory.

Most fat women are regarded as being rich and having plenty of money to buy fresh fish to eat (**ẹja òbọ̀kún**). **Ọ̀bọ̀kún** is also the slang word for Mercedes Benz, which most rich women drive in Nigeria. However, "to be fat" in the Nigerian or Yoruba context is different from "being blubbery."

Men, on the other hand, can be slim, thin, fat, or blubbery and they will still find a woman to marry them if they have money.

104

ISẸ́ ṢÍṢE 5

ÌBÉÈRÈ

1. Is "being fat" derogatory in your culture or not?
2. How do men and women react towards "being fat" in your culture?

GÍRÁMÀ————————————————————————

The verb to be: jẹ́

1. Jẹ́ is another form of the verb *to be* in Yorùbá. It functions like **ni**. Compare the following:

> **Olú ni àbúrò mi.**
> **Olú jẹ́ àbúrò mi.** ⎱ *Olu is my younger sibling.*

2. When you are talking about somebody's profession, you can use either **ni** or **jẹ́**.

> **Bàbá mi ni dọ́kítà.**
> **Bàbá mi jẹ́ dọ́kítà.** ⎱ *My father is a doctor.*

3. When describing people's personality, it is more appropriate to use **jẹ́**.

> **Bàbá mi jẹ́ oníwà rere.**   *My father has a good attitude.*
> **Dayọ̀ jẹ́ oníjàgídíjàgọn**   *Dayo is a violent person.*
>
> **Olú jẹ́ ọlọgbọ́n.**   *Olu is a wise person.*

It is also okay to use **ni** in the above sentences, but it will mostly be in response to a question, **Ta ni...?**

4. The major difference between **ni** and **jẹ́** is in their negative forms.

> **Olú ni òrẹ́ mi.**   Olu *is* my friend.
> **Olú kọ́ ni òrẹ́ mi.**   Olu *is not* my friend.
>
> **Bàbá mi jẹ́ dọ́kítà.**   My father *is* a doctor.
> **Bàbá mi kì í ṣe dọ́kítà.**   My father *is not* a doctor.

The negative of **jẹ́** is **kì í ṣe**, whereas the negative of **ni** is **kọ́ ni**.

5. Another major difference between **ni** and **jẹ́** is in the type of subject pronouns they take.

Mo/Èmi jẹ́ dókítà.
Èmi ni dókítà.

☞ 6. Never use a regular subject pronoun with **ni**. It takes only a noun or an emphatic subject pronoun.

Adjectives and Adjectival Verbs

1. Adjectives are used to describe nouns and pronouns.
2. Most Yoruba adjectives are derived from their verbal counterpart. Compare the following.

Olú ga   *Olu is tall.*
Olú jẹ́ ènìyàn gíga.   *Olu is a tall person.*

Tópẹ́ tóbi.   *Tọpẹ is big.*
Tópẹ́ jẹ́ obìnrin títóbi. *Tọpẹ is a big woman.*

Other adjectives in this category are:

burú/búburú *to be small/small*
kúrú/kúkúrú *to be short/short*

3. There are some adjectives that are the same as their verbal form. Color terms belong to this group of adjectives.

Adé dúdú.   *Ade is dark.*
Adé jẹ́ ènìyàn dúdú.   *Ade is a dark person.*

Ìwé mi fúnfún.   *My book is white.*
Mo ní ìwé fúnfún.   *I have a white book.*

Other adjectives in this category are:

tuntun	*new/ to be new*
tutù	*cold/ to be cold*
pupa	*red/fair/ to be red*

4. Some nouns also function as adjectives.

Alágbára ni Túndé.
Túndé jẹ́ alágbára ènìyàn. } *Túndé is a strong person.*

Arẹwà obìnrin ni. *She is a beautiful woman.*
Àpà ni. *He is foolish.*
Ológbón ènìyàn ni. *She is a wise person.*

Vocabulary of Description

le	tàbí	rò	*to be tough/difficult or to be easy*
ga	tàbí	kúrú	*to be tall or to be short*
sanra	tàbí	tínínrín	*to be fat or to be slim/thin*
tóbí	tàbí	kéré	*to be big or to be small*
olówó	tàbí	akúṣèẹ́	*a rich man or a pauper*
òṣìṣẹ́	tàbí	òlẹ	*a hard working person or a lazy person*
aláàánú	tàbí	aláìáàánú	*a merciful person or a merciless person*
onínúrere	tàbí	ìkà	*a kind person or a wicked person*
ológbón	tàbí	àpà	*a wise person or a foolish person*
òrẹ́ tòótọ́	tàbí	òdàlè	*a faithful friend or a traitor*
ènìyàn búburú	tàbí	ènìyàn rere	*a bad person or a good person*
ènìyàn pẹ̀lẹ́	tàbí	oníjàgídíjàgan	*a gentle person or a violent person*
onírèlè	tàbí	onígbèrága	*a humble person or a proud person*
onísùúrù	tàbí	oníwàràwàrà	*a patient person or an impatient person*
òkánjúwà	tàbí	onítèẹ́lọ́rùn	*a greedy person or a contented person*

5. Adjectival verbs can also be modified by adverbs.

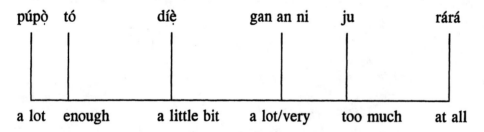

púpò	tó	díẹ̀	gan an ni	ju	rárá
a lot	enough	a little bit	a lot/very	too much	at all

Olú kò ga tó. *Olu is not tall enough.*
Tópẹ́ sanra jù. *Tope is too fat.*
Ayò ga gan an ni. *Ayo is very tall.*
Bọ́sẹ̀ kò pupa rárá. *Bose is not fair (in complexion) at all.*

6. Notice that **rárá** is always used in a negative sentence.

N kò fẹ́ràn adìẹ rárá. *I don't like chickens at all.*

IṢẸ́ ṢÍṢE 6

Bẹ́ẹ̀ ni *(It is so!)* Read the description of the following people and then say what they are not like, using the appropriate forms of the adjectives with opposite meanings.

ÀPẸ̀ẸRẸ: Dúpẹ́ pupa
             - Kò dúdú!

1. Ògbẹ́ni Àjáyí jẹ́ ènìyàn búburú.
2. Adé sanra.
3. Títí àti Tópẹ́ jẹ́ àpà.
4. Mo ga.
5. O jẹ́ oníwà pẹ̀lẹ́.
6. Ọ̀lẹ ni ìwọ àti Túnjí.
7. Onínúrere ni Arábìnrin Sàndà.
8. Kẹ́mi jẹ́ álááánú.
9. Ṣèyí jẹ́ òrẹ́ tòótọ́.
10. Olówó ni Kúnlé.

IṢẸ ṢÍṢE 7

Jíjọra *(resemblances)*: The following people have relatives and acquaintances with similar personality traits. Express this according to the model.

ÀPẸ̀ẸRẸ: Olú burú. (àwọn òrẹ́)
             - Ó ní àwọn òrẹ́ búburú.

1. Olúkọ́ mi pupa. (ègbọ́n)
2. Ọkọ Adé ga. (màmá)
3. Túnjí dárá. (bàbá)
4. Délé àti Tópẹ́ sanra. (ègbọ́n)
5. Dúpẹ́ kúrú. (màmá màmá)
6. Bíódun kéré. (bàbá màmá)
7. Ògbẹ́ni Sànyà tínínrín. (màmá)
8. Ọ̀rẹ́ Olú dúdú. (ègbọ́n màmá)

IṢẸ ṢÍṢE 8

Báwo ni ó ṣe ga tó? *(How tall is he?)* Use the scale on the following page to describe your physical characteristics.

108

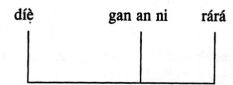

díè   gan an ni rárá

ÀPEÈRÈ: **ga** - N kò ga rárá.
     sanra - Mo sanra díè.

1. tínínrín	5. pupa
2. kúrú	6. dúdú
3. tóbi	7. ga
4. kéré	8. sanra

IŞÉ ŞÍŞE 9

Kí l'o rò? *(What do you think?)* Use the following adjectives to describe the famous people listed below:

alágídí	ènìyàn rere	ológbón
oníwà pèlé	ènìyàn búburú	àpà
òşìsé	aláàánú	òdàlè
oníyèyé	onísùúrù	òkánjúwà
oníjàgídíjàgan		

ÀPEÈRÈ: President Clinton
     -Òşìsé ni wón. Won kì í şe alágídí.

1. Donald Trump	6. Geraldine Ferraro
2. Mike Dukakis	7. Michael Jackson
3. Jesse Jackson	8. Faye Dunaway
4. Queen Elizabeth	9. Mikail Gorbachev
5. Sylvester Stallone	10. Arnold Schwarzenegger

IŞÉ ŞÍŞE 10

In pairs: Using five of the adjectives you have learned so far, describe yourself to your partner. Your partner will describe you to the rest of the class.

IŞÉ ŞÍŞE 11

In pairs: Choose one of your friends and describe his/her personal traits to your partner. Your partner will do the same thing about his/her friend.

IṢẸ́ ṢÍṢE 12

In pairs: Tell your partner the personal traits of people that you like and the personal traits of those that you don't like. Your partner will present what you tell him/her to the class.

IṢẸ́ ṢÍṢE 13

Ọkọ rere! Choosing one of the real people mentioned below, tell the class what you think their personal traits should be.

> **ÀPẸẸRẸ:** Ọkọ rere
> -Ọkọ rere gbọ́dọ̀ jẹ́ onísùúrù, aláàánú --------.

1. ọmọ rere
2. ìyàwó rere
3. **àna** (*in-law*) rere
4. akẹ́kòọ́ rere
5. olùkọ́ rere

Náà and Tún

1. Both **náà** and **tún** can be translated as 'also' in English, but only **náà** can mean 'too' in English.

2. **Náà** is used to mean 'also/too' when you are talking about something that <u>two</u> or more people do or have in common.

Mo ni ọkọ̀, Dúpẹ́ *náà* **ni ọkọ̀.**	*I have a car; Dupẹ too has a car.*
Màmá mi ga, èmi *náà* **ga.**	*My mother is tall; I am tall too.*

3. **Tún**, on the other hand, is used when talking about two or more things that <u>one</u> person does or has.

Mo jẹ búrẹ́dì, mo sì *tún* **jẹ ẹyin.**	*I ate bread, and I also ate eggs.*
Tóyìn lọ sí Èkó. Ó *tún* **lọ sí Ìbàdàn.**	*Toyin went to Lagos. He also went to Ibadan.*

4. Only emphatic subject pronouns can be used with **náà**.

Èmi náà sùn.	*I slept also.*
Mo jẹun, ìwọ náà jẹun.	*I ate and you ate too.*

5. Either emphatic or regular subject pronouns can be used with **tún**.

> **Mo fẹ́ràn búrẹ́dì, mo tún fẹ́ràn ẹyin.**   *I love bread and I also love eggs.*

> **Èmi lọ, èmi tún padà wá.**   *I went and I came back.*

6. Both **náà** and **tún** can occur in the same sentence.

> **Olú sùn, èmi náà tún sùn.**   *Olu slept and I slept too.*
>   *(lit. Olu slept, I also slept too.)*

IṢẸ́ ṢÍṢE 14

Say that these people share the same personality trait.

ÀPẸẸRẸ: Olú jẹ́ oníwàpẹ̀lẹ́. Túnjí ńkọ́?   Onírẹ̀lẹ̀ ni Dúpẹ́. Sànyà ńkọ́?
                - Òun náà jẹ́ oníwàpẹ̀lẹ́.   - Onírẹ̀lẹ̀ ni Sànyà náà.

1. Adé burú gan an ni. Tolú ńkọ́?
2. Onírẹ̀lẹ̀ ni Yọ̀mí. Bọ́sẹ̀ ńkọ́?
3. Kúnlé kì í ṣe ọ̀kánjúwà. Dayọ̀ ńkọ́?
4. Òdàlẹ̀ ni Rèmí. Adé ńkọ́?
5. Òṣìṣẹ́ kọ́ ni Omidan Òjó. Oníjó ńkọ́?
6. Èbùn jẹ́ ọlọgbọ́n. Ìwọ ńkọ́?
7. Aláàánú ni Kúnlé. Èmi àti Tolú ńkọ́?
8. Oníwàpẹ̀lẹ́ ni èmi. Ìwọ àti Tolú ńkọ́?
9. Dayọ̀ jẹ́ oníjàgídíjàgan. Ẹ̀yin ńkọ́?
10. Oníyẹ̀yẹ́ ni yín. Èmi ńkọ́?

IṢẸ́ ṢÍṢE 15

O tún sanra. Using at least three of the following adjectives, give a description of someone you know. Your sentences may be affirmative or negative.

sanra	kúrú	kéré
pupa	ga	tóbi
tínínrín	dúdú	rí rubutu (*to be roundish*)

ÀPẸẸRẸ: Ṣèyí ga, ó pupa, kó sì tún sanra.

DIALOGUE

Dúpẹ́ àti Títí ń sọ̀rọ̀ nípa olùkọ́ èdè Jámáànì wọn.

	Dúpẹ́: Kí ni orúkọ olùkọ́ èdè Jámáànì rẹ.
	Títí: Orúkọ wọn ni Ọ̀jọ̀gbọ́n Schmidt.
	Dúpẹ́: Ṣé ọmọ ìlú Jámáànì ni wọ́n?
	Títí: Ó tì, wọ́n kì í ṣe ọmọ ìlú Jámáànì. Ọmọ ìlú Họ́láǹdì ni wọn.
How is he?	Dúpẹ́: **Báwo ni wọ́n ṣe rí?**
	Títí: Wọ́n le gan an ni. Ṣùgbọ́n ènìyàn rere ni wọ́n. Mo fẹ́ràn wọn púpọ̀.
And yours?	**Tìwọ ńkọ́?**
because	Dúpẹ́: Húùn! Mo kóríìra èdè Jámáànì **nítorí** olùkọ́ mi. Ó ti burú jù.
You're lucky!/next year	**O ṣ'oríire!** N kò ro pé mo máa kọ́ èdè Jámáànì **ní ọdún tí o ń bọ̀.**
by God's grace	Ó dàbọ̀, mo máa rí ẹ lọ́la **lágbára Ọlọ́run.**

IṢẸ́ ṢÍṢE 16

Dáhùn àwọn ìbéèrè wọnyí

1. Ṣé ọmọ ìlú Jámáànì ni olùkọ́ Títí?
2. Ṣé apèjúwe Ọ̀jọ̀gbọ́n Schmidt?
3. Ta ni Ọ̀jọ̀gbọ́n Schmidt?
4. Ṣé Dúpẹ́ fẹ́ràn láti kọ́ èdè Jámáànì?
5. Ṣé àpèjúwe olùkọ́ Dúpẹ́?

PRONUNCIATION AND TONES

The Consonants /ṣ/ and /s/

1. The consonant ṣ is similar to the sound represented as 'sh' in English, while the consonant s is pronounced in a manner similar to the 's' sound in English.

ṣ		s	
ẹṣẹ̀	sin	ẹsẹ̀	leg
oṣù	month	sùn	to sleep
ṣeré	to play	sáré	to run
ọ̀ṣọ́	wealth	sọ̀rọ̀	to talk

112

IṢẸ́ ṢÍṢE 17

TONE PRACTICE: [re mi] and [do re]

1. The tone patterns [re mi] and [do re] are difficult to differentiate. It is very easy to take one for the other. The reason is that the pitch range between [re mi] and [do re] is exactly the same.
2. Repeat the following after your teacher to learn the difference between the two patterns.

[do re]		[re mi]	
ìwọ	*you*	ilé	*house*
ẹ̀yin	*you (pl.)*	iṣẹ́	*work*
àwa	*we*	ẹkún	*cry*
èmi	*I*	abọ́	*bowl*
òun	*he/she/it*	apá	*arm*
àwọn	*they*	ẹgbẹ́	*club*
òbọ	*monkey*	inú	*stomach*
òlẹ	*a lazy person*	imú	*nose*
ère	*idol*	ewé	*leaf*
ògo	*glory*	ojú	*eyes*
ọbẹ	*knife*	ọtí	*wine*

VOCABULARY

NOUNS

aláàánù   *a merciful person*
alágídí   *a stubborn person*
alágbára   *a strong person*
àpà   *a foolish person*
arẹwà   *a beautiful person*
awun   *a stingy person*
dọ́kítà   *doctor*
ènìyàn   *person*
ènìyàn gíga   *a tall person*
ènìyàn rere   *a good person*
obìnrin títóbi   *a big woman*
olówó   *a rich person*
oníjàgídíjàgan   *a violent person*
onísùúrù   *a gentle person*
òṣìṣẹ́   *a hard working person*
oníwà pẹ̀lẹ́   *a gentle person*
oníyèyé   *a clown*
òdàlẹ̀   *a traitor*

òkànjúwà   *a greedy person*
òlẹ   *a lazy person*
ológbọ́n   *a wise person*
ọ̀rẹ́ tòótọ́   *a true friend*
sùúrù   *gentleness*

VERBS

burú   *to be bad*
ga   *to be tall*
kéré   *to be small*
kúrú   *to be short*
lawọ́   *to be generous*
pupa   *to be red*
sanra   *to be fat*
ṣe oríire   *to be lucky*
tínínrín   *to be slim*
tóbi   *to be big*
tún ___ ṣe   *to correct/repair/redo*
tuntun   *to be new*

OTHERS

díẹ̀ *a little*
gan an ni *a lot*
náà *too*
ọdún tí ó ń bọ̀ *next year*
rárá *at all*
tìwọ *yours*
tún *also*

EWÌ

Ení Bí Ení

to count money	Ení bí ení, l'ọmọdé ń **kawó**
to play the game "Ayo"	Èjì bí èjì, làgbàlagbà ń **tayò**
let's give one another a gift	Èta bí èta, **ẹjẹ́ k'á tara wa lọ́rẹ**
to laugh	Èrin bí èrin, ẹni **rín** ni l'à ń rín
a prodigal	Àrún bí àrún, Ọba má ṣe wá **l'árungún**
hug one another	Èfà bí èfà, ẹjẹ́ k'á **fara wa mọ́ra**
	Èjè bí èjè, Olúgbón ṣorò ó kìje
to resemble	Èjọ bí èjọ, ẹní bí 'ni l'à á **jọ**
let our end be good	Èsán bí èsán, Olúwa **j'álẹ́ ó sàn wá**
don't give us problems	Èwá bí èwá, ọba **má wàhálà wa**

ÀYÈWÒ

IṢẸ́ ṢÍṢE 1

Dárúkọ nǹkan mẹ́wàá tí àwọn akẹ́kọ̀ọ́ lè ní ní yàrá wọn.

IṢẸ́ ṢÍṢE 2

Nọ́ńbà Tẹlifóònù: Mingle with your classmates and ask as many students as possible their telephone numbers. Report back to the class.

IṢẸ́ ṢÍṢE 3

Fọ́ọ̀mù apilikésọ̀nnù *(application forms).* You are assisting an old Yoruba man who is illiterate to fill out the following application form. Find out all the information you need by asking the necessary questions. Your classmate will play the role of the old man.

Name ☐☐☐☐☐☐☐☐☐☐☐☐☐

Address ☐☐☐☐☐☐☐☐☐☐☐☐☐☐☐☐☐☐☐

Country of Origin ☐☐☐☐☐☐☐☐☐☐☐☐☐☐☐☐☐

Age ☐☐☐

Number of children ☐☐

Number of wives ☐☐

Telephone number ☐☐☐☐☐☐

IṢẸ́ ṢÍṢE 4

Ọmọ ìlú ibo? *(Which nationality?)* Find out the nationality of the other students you met at a party by making the indicated assumption and then correcting yourself.

ÀPEẸRẸ: Jeri/Potokí/Virginia
- Ṣé ọmọ-ìlú Potokí ni Jẹri?

- Ṣùgbọ́n ó wá láti Virginia.
- Ó tì, O gbọ́dọ̀ jẹ́ ọmọ ìlú Amẹ́ríkà.

Certainly — **Dájúdájú**, ọmọ ìlú Amẹ́ríkà ni.

1. Douglas/Amẹ́ríkà/Vancouver, B.C.
2. Akin/Benin/Ìbàdàn
3. Andreas/Italy/Bonn
4. Hazel/Jámáànì/Lọ́ńdọ́ọ̀nù
5. Magdalena/Rọ́ṣíà/Prague
6. Linda/Amẹ́ríkà/Saõ Paulo
7. Dustin/ Mauritania/ Cairo
8. Patrick/Tanzania/Nairobi
9. Daniel/Cameroon/Transkei
10. Charles/Nàìjíríà/Illinois

IṢẸ́ ṢÍṢE 5

In pairs: Ask your partner what he/she has in her room. Make a list of what you have and what your partner has and be prepared to report back to the class.

ÀPEẸRẸ: - Ṣé o ní àwòrán púpọ̀?
  - Bẹ́ẹ̀ ni, mo ní àwòrán púpọ̀./Ó tì, N kò ní àwòrán kankan.

IṢẸ́ ṢÍṢE 6

Dáhùn àwọn ìbéèrè wọnyí. **Tẹ̀lé** *(follow)* àpeẹrẹ.

ÀPEẸRẸ: Ọmọ ìlú Faransé ni Jaqueline. Pierre ńkọ́?

1. Ọmọ ìlú Jepaani ni Kyoko. Akira ńkọ́?
2. Ọmọ ìlú Amẹ́ríkà ni Helen. Paul ńkọ́?
3. Ọmọ ìlú Nàìjíríà ni Dèjọ. Ìyàwó rẹ̀ ńkọ́?
4. Ọmọ ìlú Jámáànì ni Anreas. Ògbẹ́ni Parker ńkọ́?
5. Ọmọ ìlú Togo ni Poovi àti Eli. Francis àti Bill ńkọ́?
6. Ọmọ ìlú Brazil ni Délé. Iwọ àti Tóyìn ńkọ́?
7. Ọmọ ìlú Zaire ni Jean. Èbùn àti Dúpẹ́ ńkọ́?

116

IṢÉ ṢÍṢE 7

Àpèjúwe *(Description)* Describe each of the following people with four or five adjectives.

ÀPEERE: Ọmọ kíláàsì rẹ
- Ó jẹ́ ènìyàn rere, oníwà pèlẹ́, oní sùúrù, òṣìṣẹ́ àti onírẹ́lẹ́ ènìyàn.

1. Olori ìlú Amẹ́ríkà   4. àbúrò/ẹ̀gbọ́n rẹ
2. Olùkọ́ rẹ   5. màmá/bàbá rẹ
3. Òrẹ́ rẹ   6. ọkọ/aya/ọmọ rẹ

IṢÉ ṢÍṢE 8

BINGO! Complete the bingo card below using randomly selected numbers in the following manner. Under B: choose between 1-29; Under I: choose between 30-59; under N: choose between 60-89; under G: choose between 90-129; under O: choose between 130-159. Cross out the numbers as you hear them.

B	I	N	G	O

OBJECTIVES

Topic: Account of a trip and one's plans
Function: Recounting a trip and activities during a trip.
　　　　　Talking about the future
Grammar: Relative Clause marker **tí, kí ni/ohun tí, Nígbà wo/ìgbàti/nígbà tí/**
　　　　　nígbà tí ___ bá, future marker **máa**
Cultural Information: Traditional terms for the days of the week.

Etí Òkun Benin

MONOLOGUE

a trip　　　*Túnjí ń sọ nípa ìrìnàjò rẹ̀ sí ìlú Benin*

　　　　　Ìlú dáradára ni ìlú Benin. Mo dé ìlú Benin ní ìròlẹ́ Sọ́ńdè
airport　　　Òrẹ́ mi tí orúkọ rẹ̀ ń jẹ́ Kúnlé　　pàdé mi ní **ilé-ọkọ̀ òfurufú** ni
he gave me a ride　Porto Novo. **Ó gbé mi lọ** sí hòtẹ́èlì mi ní alẹ́ ọjọ́ yìí. Ní ọjọ́ kejì, èyí ni ọjọ́
　　　　　Mọ́ńdè, mo lọ sí Yunifásítì ti Benin nítorí pé mo ní ọ̀rẹ́ púpọ̀ láti kí ní
　　　　　Yunifásítì yìí. Lẹ́hìn tí mo kúrò ní Yunifásítì ti Benin mo lọ sí ilé-ìtàwé láti
　　　　　ra ọ̀pọ̀lọpọ̀ ìwé lórí èdè Yorùbá. N kò lọ sí ibi kankan ní ọjọ́ Túsìdè àti ọjọ́
I was very tired　Wésìdè nítorí pé **ó rẹ̀ mi púpọ̀.**

119

art work

On Friday night

play

Ní ojó Àlámísì, èmi àti àwon òré mi lo sí mùsíòmù láti ra àwon iṣé onà Yorùbá. Léhìn náa, a lo sí ojá láti ra orísirísi nnkan. Ní alé ojó Jímò, èmi àti àwon òré mi lo sí ilé oúnje àwon Yorùbá. A tún wo eré Yorùbá bí i eré Ògúnnìdé àti eré Dúró Ládiípò. Mo pada sí ilú Amérikà ní alé ojó Sátidé.

IṢÉ ṢÍṢE 1

ÌBÉÈRÈ: Dáhùn àwon ìbéèrè wònyí.

1. Ìlú **wo** *(which)* ni Túnjí lo?
2. Kí ni orúko òré Túnjí tí ó pàdé rè?
3. Tá ni ó gbé Túnjí lo sí hòtéèlì rè?
4. Kí ni Túnjí ṣe ní ìlú Benin ní ojó Túsìdè.
5. Kí ni ó ṣe ní ojó Móńdè?
6. Níbo ní Túnjí lo ní ojó Àlàmísì?
7. Kí ni Túnjí lo ṣe ní mùsíòmù?
8. Ojó wo ni Túnjí lo sí ilé oúnje àwon Yorùbá?
9. Eré wo ni Túnjí àti àwon òré rè wò?
10. Nígbà wo ní Túnjí padà sí ìlú Amérikà.
11. Níbo ni Yunifásítì ti Benin wà?

IṢÉ ṢÍṢE 2

Ṣé lóòótó ni tàbí lóòótó kó?

1. Túnjí kò ní òré ní ìlú Benin.
2. Ojó Sátidé ni Túnjí lo sí Yunifásítì ti Benin.
3. Ìlú Amérikà ni Yunifásítì ti Benin wà.
4. Nígbà tí Túnjí wà ní ìlú Benin, ó ra àwon ìwé Yorùbá púpò.
5. Túnjí lo sí ibi púpò ní ojó Túsìdè àti ojó Wésìdè.
6. Túnjí kò wo eré Yorùbá rárá ní ìlú Benin.
7. Túnjí padà sí ìlú Amérikà ní ojó Sóńdè.
8. Túnjí àti àwon òré rè je oúnje Yorùbá.

IṢÉ ṢÍṢE 3

Níbo ni o máa lo lóla? Dúpé àti àwon òré rè ń so nípa nnkan tí won máa ṣe lóla. So ibi tí wón ń lo.

ÀPEERE: Tóyìn/ilé sinimá
- Tóyìn máa lo sí ilé sinimá

1. Rèmí/ ilé ìkàwé
2. Adé / ilé otí
3. Délé / sòósì
4. Àdùké / ilé oúnje

5. Túnjí/ilé ìjó
6. Ayò / mùsíòmù
7. Múlíká / mósáláásí
8. Bíódún / ojà

9. Òjó / ilé ìtàwé
10. Sànyà / ilé sinimá
11. Kémi / ilé eranko
12. Títí / ilé ìfoso

sòósì

IŞÉ ŞÍŞE 4

Ronú! Níbo ni o máa lo? So ibi tí o máa lo fún enìkejì re.

ÀPEERE: O fé jeun.
           - Mo máa lo sí ilé oúnje.

1. O fé kàwé.
2. O fé wo sinimá.
3. O fé wo eré Dúró Ládiípò.

4. O fẹ́ ra aṣọ àti bàtà.
5. O máa ṣe ìdánwò lọla.
6. O fẹ́ fọ aṣọ.
7. O fẹ́ simi.
8. O fẹ́ gbàdúrà.
9. O fẹ́ sùn.
10. O fẹ́ wẹ̀.

IṢẸ́ ṢÍṢE 5

Ní méjìméjì: Sọ nǹkan tí àwọn ènìyàn máa ń ṣe ní ibi wọnyí fún ẹnìkejì rẹ.

> **ÀPẸẸRE:** Ṣọ́ọ̀sì
> -Àwọn ènìyàn máa ń gbàdúrà ni ṣọ́ọ̀sì.

1. ilé ìkàwé	6. ilé sinimá
2. ilé ìfọṣọ	7. kíláàsì
3. ilé ọtí	8. ilé oúnjẹ
4. mùsíọ̀mù	9. mọ́sáláásí
5. ilé ọkọ̀ òfurufú	10. ilé ìkàwé

_____**GÍRÁMÀ**

The Future Marker máa

1. To express a future action, use **máa** before the verb.

> **Olú máa jẹun lọ́la.**   *Olu will eat tomorrow.*

> **Ó máa lọ sí Èkó lónìí.**   *He will go to Lagos today.*

2. The negative counterpart of **máa** is **kò ní í**. The negative marker also occurs before the verb.

> **Túnjí *máa* kàwé.**   *Tunji will study.*
> **Túnjí *kò ní í* kàwé.**   *Tunji will not study.*

3. The future negative marker also behaves like negative forms in relation to regular subject pronouns.

> **N kò ní í lọ.**   *I will not go.*

> **Kò ní í lọ.**   *He will not eat.*

Days of the Week

Ọjọ́ òsè/ojó Sóndè	Sunday
Ọjọ́ kejì òsè/ojó Móndè	Monday
Ọjọ́ kẹta òsè/ojó Túsìdè	Tuesday
Ọjọ́ kẹrin òsè/ojó Wésìdè	Wednesday
Ọjọ́ karùnún òsè/ojó Àlàmísì	Thursday
Ọjọ́ kẹfà òsè/ojó Jímò	Friday
Ọjọ́ kẹje òsè/ojó Sátidè	Saturday

ÀSÀ: Àwọn Orúkọ Ọjọ́

Most Yoruba people, whether literate or illiterate, will use the names of the days of the week listed above. Some of the names listed above are borrowings from English and Arabic. However, the following are the traditional names for the days of the week.

Ọjọ́ àìkú	Sunday
Ọjọ́ ajé	Monday
Ọjọ́ ìsẹ́gun	Tuesday
Ọjọ́rú/Ọjọ́ rírú	Wednesday
Ọjọ́bò/Ọjọ́ Àsèsè dá ayé	Thursday
Ọjọ́ ẹtì	Friday
Ọjọ́ àbá mẹ́ta	Saturday

Some Yoruba beliefs and activities are reflected in these names of the days. For example, **Ọjọ́ àìkú** literally means, *the day of immortality*; it is considered propitious for weddings. **Ọjọ́ ajé** means *a day of profit*; it is, therefore, considered a lucky day to do business. **Ọjọ́ Ìsẹ́gun** means *a day of victory*. **Ọjọ́rú** means *a day of sacrifice* and it is considered to be an unlucky day. **Ọjọ́bò/Ọjọ́ àsèsè dá ayé** means *a day of new creation*; it is considered good for new enterprises such as laying foundations, marriages, etc. **Ọjọ́ ẹtì** means *a day of difficulties*; it is considered unpropitious for journeys. **Ọjọ́ àbá mẹ́ta** means *a day of three meetings* and it is considered bad for beginning enterprises.

You can use either set of the days of the week without any misunderstanding.

IṢẸ́ ṢÍṢE 6

ÌBÉÈRÈ

Ṣé àwọn ojó tí kò dára wà nínú àsà rẹ? Àwọn ojó wo ni àwọn ará ìlú rẹ rò pé kò dára làti ṣe **nǹkan pàtàkì** *(important things)*?

IṢẸ́ ṢÍṢE 7

N kò ní í. Dúpẹ́ fẹ́ràn láti sọ òdìkejì nǹkan tí Tolú sọ. Sọ nǹkan tí Dúpẹ́ sọ. *(Use appropriate subject pronouns.)*

ÀPẸẸRẸ: Adé máa ṣe ojó ìbí lóla.
        - Kò ní í ṣẹ́ ojó ìbí lóla.

mọ́ṣáláásí

1. Ògbẹ́ni Òjó máa lọ sí ọjà.
2. Ọ̀jọ̀gbọ́n Òní máa wo eré Ògúnǹdé.
3. Èmi àti Túnjí máa lọ wo sinimá.
4. Tóyìn máa gbàdúrà.
5. Ìwọ àti Tópẹ́ máa kàwé ní ilé-ìkàwé.
6. Èmi àti ìwọ máa fọ aṣọ lóla.
7. Túnjí àti Kúnlé máa gbálẹ̀ lónìí.
8. Mo máa fẹ́ wẹ̀ nísisìyí.
9. Olú máa lè lọ pèlú wa.
10. Ìwọ máa sùn ní hòtẹ́èlì.

IṢẸ́ ṢÍṢE 8

Ìwọ ǹkọ́? Ní méjìméjì: Bi ẹnìkejì rẹ léèrè àwọn ìbéèrè wọnyí.

1. Kí ni o fẹ́ràn láti ṣe ní àárọ̀ ojó Òsẹ̀?
2. Ṣé o máa lọ sí ilé ijó ní ìrọ̀lé ojó Jímò?
3. Ṣé o máa fọ aṣọ ní àárọ̀ ojó Móńdè?
4. Kí ni o máa ṣe ní alẹ́ yìí?
5. Kí ni o máa ṣe ní òsán?
6. Ṣé o máa lọ sí ọjà ní àárọ̀ Sátidé?
7. Ṣé o máa lọ sí mọ́ṣáláásí ní ìrọ̀lé ojó Jímò?
8. Ṣé ó máa lọ sí ilé-oúnje ní ìrọ̀lé ojó Sóńdè?
9. Ṣé o máa lọ wẹ̀ ní ìrọ̀lé yìí?
10. Ṣé o máa lọ sí ilé-ìkàwé ní òsán yìí?

IṢẸ́ ṢÍṢE 9

Ọ̀sẹ̀ Ayọ̀. Ní méjìméjì: Wo kàlẹ́ńdà Ayọ̀. Sọ nǹkan tí ó máa ṣe ní ọsẹ́ yìí fún ẹnìkejì rẹ.

ÀPẸẸRẸ: - Ní àárọ̀ ojó ọsẹ̀, Ayọ̀ máa lọ sí ṣọ́ọ̀sì.

Kaléndà Ayò

Ojó òsè	àárò	- sóòsì
	alé	- ilé oúnje
Ojó kejì òsè	àárò	- kíláàsì Yorùbá
	òsán	- ilé oúnje pèlú Túnjí
Ojó keta òsè	àárò	- kàwé ní ilé-ìkàwé
	ìròlé	- ilé sinimá
Ojó kerin òsè	òsán	- gbá bóòlu pèlú Títí
	ìròlé	- pe màmá rè
Ojó Àlàmísì	àárò	- ilé ìfowópamósí
	òsán	- ilé eranko
Ojó Jímò	ìròlé	- ojà
Ojó Sátidé	àárò	- ilé ìfoso
	ìròlé	- ilé ijó

Useful Expressions for Talking about the Future

lónìí (ní òní)	today
lóla (ní òla)	tomorrow
lótùnúnla (ní òtúnla)	day after tomorrow
ní ojó mérin òní	three days from now
ní ojó márùún òní	four days from now
ní ojó méfà òní	five days from now
ní ojó méje òní	six days from now
ní ojó méjo òní	seven days from now
àti béè béè lo	etc.
òsè tí ó ń bò	next week
osù tí ó ń bò	next month
odún tí ó ń bò	next year

ISÉ SÍSE 10

Ní méjìméjì: Nígbàkígbà tí Dúpé ba so nìkan tí ó máa se ní ojo kan, Túnjí máa so pé òun máa se bákan náà ní ojo méjì léhìn tí Dúpé se nìkan yìí. Se ìpa Túnjí.

ÀPEERE: Mo máa sùn gan an ni lótùnúnla.
        - Mo máa sùn gan an ni ní ojó márùnún òní.

1. Mo máa lọ sí Èkó lólá.
2. Mo máa lọ sí ilé-ìkàwé ní ojó méje oní.
3. Mo máa lọ sí ilé-ìfowópamósí lónìí.
4. Mo máa lọ wo sinimá ní ojó méjọ òní.
5. Mo máa gbá ilé lótùnúnla.
6. Mo máa fọ àsọ ní ojó méwàá òní.
7. Mo máa pe màmá mi ní ojó mérin òní.
8. Mo máa lọ sí ilé oúnjẹ ní ojó méfà òní.

IṢÉ ṢÍṢE 11

Sọ nnkan tí o máa ṣe fún ojó mẹta. Dárúkọ nnkan kan fún ojó kan.

ÀPẸẸRẸ: -Lólа, mo máa lọ sí ilé oúnjẹ pèlú Ṣèyí.
                - Lótùúnla, mo máa gbàlè.
                - Ní ojó mérin òní, mo máa rán aṣọ.

Kí ni / ohun tí

1. **Kí ni** is the question marker equivalent to "what is?" in English. It is used only in interrogative sentences.

> **Kí ni orúkọ rẹ?**   *What is your name?*
> **Kí ni a máa jẹ?**   *What are we going to eat?*

2. **Ohun tí** is the counterpart of **kí ni** in a declarative sentence.

> **Mo mọ** *ohun tí* **a máa jẹ.**   *I know **what** we will eat.*
> **N kò mọ** *ohun tí* **mọ sọ.**   *I don't know **what** we will eat.*

☞ 3. Remember not to use **kí ni** unless you are asking a question.

IṢÉ ṢÍṢE 12

N kò mọ. Sọ pé o kò mọ ohun tí àwọn ènìyàn yì máa ṣe ní ojó tí a dárúkọ, sùgbón o mọ ohun tí wón máa ṣe ni ojọ tàbí òṣè, tàbí oṣù tàbí ọdun tí ó tèlé èyí tí a dárúkọ.

ÀPẸẸRẸ: Olú (lólа)
                - N kò mọ ohun tí Olú máa ṣe lólа sùgbón mo mọ ohun tí ó máa ṣe lótùúnla.

1. Tolú àti Dúpé (lónìí)
2. Ògbéni Àtàndá (lótùnúnla)

3. Omidan Òjó (ní ọjọ́ márùnún òní)

4. Èmi (lóla)

5. Ìwọ (ní ọjọ́ mẹ́fà òní)

6. Èmi àti ìwọ (ní ọjọ́ méjọ òní)

7. Ìwọ àti Adé (ní ọjọ́ mẹ́rin òní)

8. Èmi àti Òjó (lọ́sànán òní)

9. Túnjí àti Kúnlé (láàárọ̀ òla)

10. Ọ̀jọ̀gbọ́n Kọ́láwọlé (nírọ̀lẹ́ òtúnla)

IṢẸ́ ṢÍṢE 13

Bí ọmọ kíláàsì rẹ̀ lẹ́ẹ̀rẹ̀ nípa ohun tí ó máa ṣe ní ọ̀sẹ̀, tàbí oṣù tàbí ọdún tí ó ń bọ̀.

Relative Clause Marker tí

1. **Tí** is a relative clause marker interpreted as *that* in English. It occurs after the noun or phrase that it modifies.

> **Ọmọ tí mo rí lánàá ga púpọ̀.** *The child that I saw yesterday is very tall.*
> **Àbúrò màmá màmá mi tí mo fẹ́ràn.** *My grandmother's younger sibling that I love lives at Ibadan.*

2. **Ohun tí** is literally *thing that* in English.

☞ 3. **Tí** never modifies a verb. It modifies only a noun or a phrase.

Nígbà wo? and ìgbà tí

1. **Nígbà wo?** and **ìgbà tí** are both interpreted as *when* in English, but they are used in different ways.

2. **Nígbà wo?** is used only at the beginning of an interrogative question. It is used to ask questions about when some actions will be performed.

> **Nígbà wo ni o jẹun lánàá?** *When did you eat yesterday?*
> **Nígbà wo ni Olú padà de?** *When did Olu return?*

3. **Nígbà wo** can also be translated as *at what time?*

4. **Nígbà wo** changes to **ìgbà tí** in a statement.

     Mo mọ *ìgbà tí* Olú jí.   *I knew **when** Olu woke up.*
     Olú kò mọ *ìgbà tí* ìdánwò bẹ̀rẹ̀.   *Olu didn't know **when** the exam started.*

5. **Ìgbà tí** is also translated as *the time when*.

6. **Ìgbà tí** can be used in a yes/no question with **Ṣé** as a clause marker, <u>occurring</u> <u>after</u> <u>a</u> <u>verb</u>.

     Ṣé o mọ ìgbà tí Olú sùn?   *Did you know when Olú slept?*
     N kò rántí ìgbà tí Olú jí.   *I don't remember when Olú woke up.*

☞ 7. Never use **ìgbà tí** after a noun!

IṢÉ ṢÍṢE 14

Nígbà wo? Àwọn ènìyàn yìí lọ sí ibi tí a dárúkọ. Bèèrè ìgbà tí wọ́n máa padà. Tẹ̀lé àpẹẹrẹ ìsàlẹ̀ yìí.

ÀPẸẸRẸ: Olú/Èkó/lọ́la
         - Nígbà wo ni Olú máa padà dé láti Èkó?
         - Ó máa padà dé lọ́la.

1. Àìná/ilẹ̀ Faransé/lọ́tùnúnla
2. Ọ̀jọ̀gbọ́n Kúyẹ̀/Kánádà/ní ọjọ́ Sọ́ńdé
3. Olú àti Délé/ìlú Lọ́ńdọ́ọ̀nù/ọjọ́ Mọ́ńdè
4. Dúpé/Ifẹ̀/ní Ọ̀sẹ̀ tí ó ń bọ̀
5. Ọ̀jó/ilẹ̀ Jámáànì/ní ọdún tí ó ń bọ̀
6. Omidan Òjó/ílẹ̀ Ṣáínà/lónìí
7. Arábìnrin Sàndà/Texas/ní ọjọ́ mẹ́rin òní
8. Àdùké/Òṣogbo/ní oṣù tí ó ń bọ̀
9. Kúnlé/Abéòkúta/ní oṣù yìí
10. Túnjí/Ìlọrin/ní ọjọ́ Jímọ̀

IṢÉ ṢÍṢE 15

N kò mọ̀. Sọ pé o kò mọ ìgbà tí àwọn ènìyàn yìí máa ṣé nǹkan tí a dárúkọ ní ìsàlẹ̀ yìí.

ÀPẸẸRẸ: Olú/kọrin
         - N kò mọ ìgbà tí Olú máa kọrin.

1. Bíódún/fọ àwo
2. Òjó àti Délé/lọ aṣọ

3. Èmi/gbá ilẹ̀
4. Ìwọ àti Túnjí/kọ́ ilé
5. Èmi àti Ìwọ/bí ọmọ
6. Ọ̀gbẹ́ni Afọláyan/ta ọkọ̀ wọn
7. Omidan Omítóyìn/ṣe oúnjẹ
8. Ayọ̀ àti Rẹ̀mí/lọ sí Èkó
9. Kúnlé/jí
10. Túnjí/ṣe ìdánwò rẹ̀

IṢẸ́ ṢÍṢE 16

Bí ọmọ kíláàsì rẹ léèrè ìgbà tí o máa lọ sí ìlúkílú tí o bá fẹ́.

ÀPẸẸRẸ: - Nígbà wo ni o máa lọ sí Jerúsálẹ́mù?
            - Mo máa lọ ní ọdún tí ó ń bọ̀.

Nígbà tí tàbí Nígbà tí ____ bá

1. **Nígbà tí** is derived from **Ní ìgbá tí**. It literally means, *at the time that*. It can also be translated as *when*.

2. **Nígbà tí** is used when talking about two actions that happened or were happening in the past.

Nígbà tí mo rí Olú, ó ń jẹun.   *When I saw Olu, he was eating.*
Nígbà tí Adé sùn, ó lá àlá búburú.   *When Ade slept, she had a nightmare.*
Mo ń sọkún, nígbà tí mo ń wo sinimá.   *I was crying when I was watching the movie.*

3. Notice that **Nígbà tí** is used in connection with two clauses. It can begin either of the clauses.

Nígbà tí mo rí Olú, ó ń jẹun.   *When I saw Olu, he was eating.*
Olú ń jẹun, nígbà tí mo rí i.   *Olú was eating when I saw him.*

4. **Nígbà tí ___ bá** is used to mark conditional clauses. The performance of one action must depend on the performance of the action in the clause that contains **nígbà tí ___ bá**.

Nígbà tí mo bá lọ sí Èkó, mo máa ra bàtà.   *Whenever I visit/go to Lagos, I will buy some shoes.*

Mo máa kí Olú, nígbà tí mo bá rí i.   *I will greet Olu whenever I see him.*

5. The easiest way to separate **nígbà tí** from **nígbà ti ___ bá** is that anytime you used **nigbà tí ___ bá** in one clause, the following or preceding clause must have the future marker **máa**. It is wrong to use **máa** with **nígbà tí**.

Nígbà tí mo ba ní owó mo máa lọ sí ìlú Faransé.   *When I have money, I will visit France.*
Nígbà tí mo ní owó, mo lọ sí ìlú Faransé.   *When I had money, I went to France.*

☞ 6. Never use **máa** with **nígbà tí**.

Òkè Olúmọ

ÀSÀ: Òkè Olúmọ

wonders/Yoruba Supreme God	Òkè Olùmọ jé òkan nínú àwọn **nǹkan àrà** tí **Ọlórun**
visitors	**Olódùmarè** dá ní ìlú Nàìjíríyà. Ọ̀pọ̀lọpọ̀ **àwọn àlejò** féràn láti lọ wo
	Òkè Olúmọ nígbà tí wọ́n bá lọ sí ìlú Abéòkúta. Òkè yìí jé òkan
habitual marker	nínú àwọn Òkè tí àwọn Yorùbá **máa ń** bọ. Ihò ńlá wà nínú Òkè
a Yoruba tribe/protect	yìí. Ní ayé àtijó, **àwọn Ègbá** gbàgbó pé Òkè yìí máa **dáàbòbò** wọ́n
to hide	nígbà wàhálà tàbí ogun bí wọ́n bá **fi ara pamó** sínú ihò tí ó wà nínú
	Òkè yìí.

IṢẸ́ ṢÍṢE 17

ÌBÉÈRÈ: Dáhùn àwọn ìbéèrè wọnyí.

1. **Dárúkọ** *(name)* àwọn nǹkan àrà tí ó wà ní ìlú rẹ? Níbo ni wọ́n wà?
2. Kí ni **èrò** *(thought)* àwọn ará ìlú rẹ nípa àwọn nǹkan àrà yìí?
3. Kí ni **ìgbàgbọ́** *(belief)* àwọn Yorùbá nípa Òkè Olúmọ?
4. Níbo ni Òkè Olúmọ wà ní ìlú Nàìjíríyà?
5. **Irú Òkè wo** *(what type of hill)* ni Òkè Olúmọ?

IṢẸ́ ṢÍṢE 18

Òkè Olúmọ? Rèmi ń sọ fún àwọn ọ̀rẹ́ rẹ̀ nípa gbogbo ibi tí o máa lọ ní ìlú Nàìjíríyà, àti nǹkan tí o máa ṣe nígbà tí o bá dé ibẹ̀. Ṣe ipa Rèmi.

ÀPẸẸRẸ: Abéòkúta/lọ wo òkè Olúmọ
  - Mo máa lọ sí Abéòkúta. Nígbà tí mo ba dé ibẹ̀ mo máa lọ wo òkè Olúmọ.

1. Ifè/lọ wo ọ̀pá Òrányàn
2. Èkó/lọ sí etí òkun 'Bar Beach'
3. Ìbàdàn/lọ sí Yunifásítì ti Ìbàdàn
4. Ìbàdàn/lọ sí ilé-Olúbàdàn
5. Ṣàgámù/lọ sí ilé-Àkárìgbò

IṢẸ́ ṢÍṢE 19

Nígbà tí mo.... Délé ti lọ sí gbogbo ìlú ìsàlẹ̀ yìì. Nísisìyí, ó ń sọ gún àwọn ọ̀rẹ́ rẹ nípa nǹkan tí ó ṣe nígbà tí ó wà níbẹ̀. Ṣé ipa Délé.

ÀPẸẸRẸ: Ilẹ̀ Faransé/mùsíọmù iṣẹ́ ọnà
  -Nígbà tí mo lọ sí ilẹ̀ Faransé, mo lọ sí mùsíọmù iṣẹ́ ọnà.

1. Kánádà/ọjà Eaton
2. Èkó/lọ kí awọn ọ̀rẹ́ mi
3. Ìbàdàn/ra aṣọ Yorùbá ní ọjà Dùgbẹ̀
4. Lóńdọ́ọ̀nù/Buckingham Palace
5. Florida/Disney World
6. Abéòkúta/lọ wo òkè Olúmọ
7. Ifè/lọ wo ọ̀pá Òrányàn
8. Ṣàgámù/lọ sí aàfin Ẹwùsì
9. Ilẹ̀ Jámáànì/lọ sí etí okun
10. Òṣogbo/lọ wo eré Ògúnǹdé

132

IṢẸ́ ṢÍṢE 20

Ó kàn ẹ. Bí òrẹ́ rẹ léèrè ibi tí ó máa fẹ́ láti lọ àti nǹkan tí ó máa ṣe nígbà tí ó bá dé ibẹ̀.

Federal Palace Hotel, Lagos

DIALOGUE

Kúnlé àti Túnjí ń sọ nípa nǹkan tí wọn máa ṣe.

Kúnlé: Níbo ni o ń lọ lóla?

Túnjí: Mo ń lọ sí ilé-ìkàwé nítorí pé mo ní ìdánwo Lítíréṣọ̀ ni ojó Mọ́ndè. Ìwọ ńkọ́? Kí ni o máa ṣe lóla?

Kúnlé: N kò ní ìdánwo títí di oṣù tí ó ń bọ́, nítorí náà mo gbọ́dọ̀ lọ sí etí okùn "Bar Beach".

Túnjí: Nígbà wo ni o máa padà dé?

Kúnlé: Ní ojó Sọ́ndè. Mo máa sùn ní hòtẹ́ẹ̀lì "Federal Palace" ní alẹ́ Sátidé. Lẹ́hìn náà mo máa padà sí ọgbà (Yunifásítì) ní ìrọ̀lẹ́ ojó Sọ́ndè.

I'd love to go with you — Túnjí: **Ó wùn mí láti lọ pẹ̀lú ẹ**, ṣùgbọ́n n kò ní í lè lọ nítorí ìdánwò mi. Ó dàbọ̀. Mo máa rí ẹ nígbà tí o bá padà dé.

IṢẸ́ ṢÍṢE 21

Dáhùn àwọn ìbéèrè yìí:

1. Níbo ni Túnjí ń lọ ní ojọ́ Sátidé?
2. Níbo ni Kúnlé ń lọ?
3. Kí l'ó dé tí Túnjí kò lè lọ pèlú Kúnlé?
4. Níbo ni Kúnlé máa sùn sí ní alẹ́ ojọ́ Sátidé?
5. Nígbà wo ni Kúnlé máa padà sí ogbà?
6. Ọjọ́ wo ni Kúnlé máa lọ sí etí òkun?
7. Ọjọ́ wo ni Túnjí ní ìdánwò?
8. Ìdánwò wo ni Túnjí ní?

PRONUNCIATION AND TONES

The consonant r

1. Yoruba **r** is very similar to English **r** as pronounced in the words *right*, *red*, *read*. Here are some Yoruba words to practice the consonant **r** with.

ara	*body*	ààrá	*thunder*
ẹrẹ̀	*mud*	èrí	*testimony*
eré	*play*	èèrà	*ant*
ìrì	*dew*	orí	*head*
òrò	*words*	òrá	*fat*
oró	*hurt*	oore	*kindness*

TONE EXERCISES

IṢẸ́ ṢÍṢE 22

Fi ami ohùn tí ó yẹ sí orí àwọn òrò wònyí.

1. ọko	*husband*	6. igba	*time*
2. ọko	*hoe*	7. igba	*garden egg (a type of fruit)*
3. ọko	*sword*	8. igba	*200*
4. ọko	*vehicle*	9. ọbẹ	*knife*
5. igba	*calabash*	10. ọbẹ	*stew/soup*

134

VOCABULARY

NOUNS

aàfin *palace*
aàfin Ẹwùsì *Ẹwusi's palace*
alẹ *night*
Dúró Ládiípọ̀ *(name of a Yoruba artist)*
eré Yorùbá *Yoruba play*
etí okun *beach*
hòtẹ̀ẹ̀lì *hotel*
ibí *here*
ibi kankan *anywhere*
ibẹ̀ *there*
ìdánwò *test/exam*
ilé-ẹranko *zoo*
ilé-eré *theater*
ilé-ìfọsọ *laundromat*
ilé-ìfowópamọ́sí *bank*
ilé-ijó *a dance hall*
ilé-ìkàwé *library*
ilé-ìtàwé *bookstore*
ilé-Olúbàdàn *the palace of the
                        king of Ibadan*
ilé-oúnjẹ *restaurant*
ilé-ọkọ̀ òfurufú *airport*
ilé-ọtí *bar*
ilé-sinimá *movie theater*
ìrìnàjò *a trip*
isẹ́ ọnà *art work*
kàlẹ́ńdà *calendar*
mọ́sálááṣí *mosque*
mùsíọ̀mù *museum*
nígbàkígbà *anytime*
Ògúnǹdé *(name of a Yoruba artist)*
òkè *mountain*
òkè Olúmọ *Olumọ Rock*
ọgbà yunifásítì *university campus*
ọjà *market*
ọjọ́ *day*
ọmọ kíláàsì *classmate*
ọmọ yàrá *roommate*
ọ̀pá Ọ́rányàn *the staff of Ọranyan*
sọ̀ọ́bù *shop/store*

VERBS

bi ___ léèrè *ask someone*
bí ọmọ *to have children*
fọ aṣọ *to do the laundry*
fọ àwo *to do the dishes*
gbá bọ́ọ̀lù *to play football*
gbàdúrà *to pray*
gbálẹ̀ *to sweep*
gbé ___ lọ *to give someone a ride*
jí *to wake up*
kàwé *to study*
kọ́ ilé *to build a house*
kúrò *to leave*
lọ aṣọ *to iron clothes*
padà dé láti *to return home*
padà sí *to return to*
pàdé *to meet*
pe ___ *to call someone*
sè oúnjẹ *to cook food*
simi *to rest*
ṣe *to do*
ṣe ìdánwò *to take a test*
ṣe ọjọ́ ìbí *to celebrate a birthday*
wẹ̀ *to swim*
wo ___ *to watch/look at s.t.*
wo sinimá *to watch a movie*

kẹ̀kẹ́

bọ́ọ̀sì

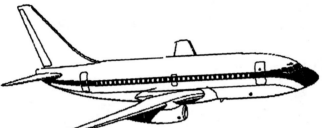

ilé ọkọ̀ òfurufú

ọkọ̀

alùpùpù

ilé ọkọ̀ ojú-omi

OBJECTIVES

Topic: Means of transportation and names of the months
Function: Expressing different ways of travelling and talking about previous days
Grammar: Present perfect **ti/kò ì tí ì**, habitual marker **máa ń**,
   use of **ilé, ibi** and **òdò**
Cultural Information: Celebration of birthdays

ilé okò òfurufú ní Kano

MONOLOGUE

Délé ń sòrò nípa ìrìnàjò òun àti èbi rè lo sí ìlú Nàìjíríyà

instead of us	Ní osù tí ó kojá, èmi àti èbí mi lo sí ìlú Nàìjíríyà. **Kàkà kí a** wo okò òfurufú, màmá mi so pé a gbódò wo okò ojú omi. Kí l'ó dé?
As for me	Nítorí pé màmá mi kò féràn láti wo okò òfúrufú rárá. **Ní temi**, n kò féràn okò ojú omi nítorí pé won kò lè sáré púpò. Ní ìlú

137

138

did not let us	Nàìjíríyà, bàbá mi **kò jẹ́ kí a** gun alùpùpù. Wọ́n sọ pé mọ́tò máa ń kọlu àwọn ènìyàn tí wọn ń gun alùpùpù. A lè gún kẹ̀kẹ́ ní
neighborhood	**agboolé** wa, sùgbọ́n a kò lè gùn ún ní ojú títì. Bí a bá fẹ́ lọ sí ọjà a lè wọ takisí tàbí bọ́ọ̀sì. Sùgbọ́n a kò lè gún kẹ̀kẹ́ tàbí alùpùpù lọ
to accept/agree	sí ọjà. Mo **gbà** nǹkan tí bàbá mi sọ. N kò rò pé alùpùpù dára púpọ̀.

ÀṢÀ: Alùpùpù

danger	Ọ̀pọ̀lọpọ̀ àwọn Yorùbá kò fẹ́ràn alùpùpù rárá nítorí pé wọ́n ní èrò pé **ewu** pupọ wà fún ẹni tí ó ń gun alùpùpù. Àwọn Yorùbá máa ń pe alùpùpù ní "olówó
death	fi owó ra **ikú**". Ìtumọ̀ èyí ni pé ẹni tí ó ra alùpùpù ra ikú.

IṢẸ́ ṢÍṢE 1

IBÉÈRÈ: Dáhùn àwọn ìbéèrè wọnyí.

1. Irú ọkọ̀ wo ní Délé àti àwọn èbi rẹ̀ wọ̀ lọ sí ìlú Nàìjíríyà?
2. Kí l'ó dé tí wọ́n wọ ọkọ̀ yìí?
3. Ta ni ó sọ pé wọ́n gbọ́dọ̀ wọ ọkọ̀ ojú-omi?
4. Ṣé Délé fẹ́ràn ọkọ̀ ojú-omi?
5. Kí l'ó dé tí Délé kò lè gún alùpùpù?
6. Kí ni Délé lè gùn ní agboolé wọn?
7. Kí l'ó dé tí Délé kò fẹ́ràn ọkọ̀ ojú-omi?
8. Kí ni wọ́n lè wọ̀ bí wọ́n bá fẹ́ lọ sí ọjà?
9. Kí ni èrò rẹ nípa alùpùpù?
10. Kí l'ó dé tí àwọn Yorùbá ń pe alùpùpù ní "olówó fi owó ra ikú".

Names of the Months

1. Names of the months are calculated by ordinal numbers 1-12.

Oṣù kìíní ọdún	*January*
Oṣù kejì ọdún	*February*
Oṣù kẹta ọdún	*March*
Oṣù kẹrin ọdún	*April*
Oṣù karùnún ọdún	*May*

Oṣù kẹfà ọdún	June
Oṣù keje ọdún	July
Oṣù kẹjọ ọdún	August
Oṣù kẹsànán ọdún	September
Oṣù kẹwàá ọdún	October
Oṣù kọkọnlá ọdún	November
Oṣù kejìlá ọdún	December

2. There are traditional names for the months in Yoruba, but these are no longer commonly used in schools.

Talking about Days before Today

1. lónìí	today
lánàá	yesterday
níjẹta	day before yesterday
níjẹrin	three days ago
níjarùnún	four days ago
níjẹfà	five days ago
níjejè	six days ago
níjejò	seven days ago
oṣù tí ó kọjá	last month
òsẹ̀ tí ó kọjá	last week
ọdún tí ó kọjá	last year

2. In Yoruba, if you are talking about previous days you must always remember to count today to get the correct word. For example, when you say *two days ago* in English, you must add one plus two to arrive at the correct word for *two days ago* in Yoruba.

3. The word for *two* is eéjì, while the word for *three* is ẹẹ́ta. Therefore, you have to say ìjẹta, i.e., three days, including <u>today</u> when talking about *two days ago*. In English, you do not include today when talking about previous or following days. This is why English translation always gives one day less than the Yoruba equivalent.

IṢẸ́ ṢÍṢE 2

Ọjọ́ wo ni ọjọ́ ìbí rẹ? Sọ ìgbà tí àwọn ènìyàn yìí ń ṣe ọjọ́-ìbí wọn.

ÀPẸẸRẸ: Títí 1/8
- Ọjọ́ ìbí Títí ni ọjọ́ kìíní oṣù kẹjọ ọdún.

1. Ṣégun 7/12	7. Bósè 31/7	13. Dúpé 3/11
2. Tópé 25/4	8. Túnjí 19/5	14. Fémi 12/7
3. Túndé 10/9	9. Bùnmi 15/1	15. Kóládé 24/10
4. Ṣèyí 28/6	10. Bíódún 8/2	16. Sànyà 14/2
5. Kémi 14/3	11. Àdùké 13/10	17. Kúnlé 18/4
6. Tóyìn 21/11	12. Yòmí 24/8	18. Ayò 15/12

IṢÉ ṢÍṢE 3

Ní méjìméjì: Ṣo oṣù tí féràn jù fún ẹnìkejì rẹ. Kí l'ó dé tí o féràn oṣù yìí?

GÍRÁMÀ

Present perfect: ti

1. The present perfect marker in Yoruba is **ti**. It is translated as *have* in English.

Mo *ti* jẹun.	*I have eaten.*
Ayò *ti* gbàgbé mi.	*Ayọ has forgotten me.*

The negative counterpart of **ti** is **kò ì tí ì**.

Ayò kò ì tí ì gbàgbé mi.	*Ayọ has not forgotten me.*
N kò ì tí ì jẹun.	*I have not eaten.*

3. The regular pronoun **mo** changes to **n** before **kò ì tí ì**.

Mo ti lọ.	*I have gone.*
N kò ì tí ì lọ.	*I haven't gone.*

4. The third person singular regular pronoun is dropped before **kò ì tí ì**.

Ó ti sùn.	*He has slept.*
Kò ì tí ì sùn.	*He has not slept.*

IṢÉ ṢÍṢE 4

Ṣé o ti lọ rí? Bí ẹnìkeji rẹ léèrè bóyá o ti lọ sí àwọn ìlú yìí rí. Ìdáhùn rè jé "bẹ́ẹ̀ ni".

ÀPẸẸRẸ: Délé/ìlú Faransé
            - Ṣé Délé ti lọ sí ìlú Faransé rí?
            - Bẹ́ẹ̀ ni, ó ti lọ rí.

1. Kúnlé àti Túnjí/Kánádà
2. Ògbéni Àkànbí/ilè Jámáànì
3. Èmi/ilè Jèpáànì
4. Èmi àti Tóyìn/ìlú Lóńdóònù
5. Àdùké/Brazil
6. Bíódùn/Trinidad
7. Omidan Òní/Jàméíkà
8. Bósè àti Tolú/ilè Rúsíà
9. Arábìnrin Sànyà/Èkó
10. Kémi/Alaska.

IŞÉ ŞÍŞE 5

Ó tì - So pé àwon ènìyàn yìí kò ì tí ì lo sí ìlú yìí rí.

ÀPEERE: Èmi/Òyó
                - O kò ì tí ì lo sí Òyó rí.

1. Ìwo/Oǹdó
2. Èmi àti ìwo/Ifè
3. Sèyí/Ìbàdàn
4. Ògbéni Olúsínà/Abéòkúta
5. Arábìnrin Sàndà/Òsogbo
6. Ìwo àti Túndé/Sàgámù
7. Ìwo àti èmi/Oǹdó
8. Èmi àti Bósè/Àkúré
9. Kúnlé/Ìséyìn
10. Àdùké àti Jéwolé/Èkó

IŞÉ ŞÍŞE 6

Ní méjìméjì: Bí ènìkejì re léèrè nípa ìlú tí ó ti lo rí. Kí ni ó şe ní ìlú yìí?

IŞÉ ŞÍŞE 7

Ó kàn é. Şe ìwádìí ojó-ìbí ènìkejì re.

ÀPEERE: Nígbà wo ni ojó-ibi re?

ISẸ́ ṢÍṢE 8

Oṣù wo? Bi ọmọ kíláàsì rẹ lẹ́ẹ̀rè nípa oṣù tàbí ojó tí ó fẹ́ràn jù.

ÀPẸẸRẸ: Oṣù wo ni o fẹ́ràn jù?
- Oṣù kẹwàá ọdún ni mo fẹ́ràn jù.

Habitual Marker máa ń

1. The habitual marker in Yoruba is **máa ń**.

2. It always occurs before the verb.

> **Mo máa ń jẹun láràárọ̀.**   *I usually eat every morning.*
> **Olú máa ń wẹ̀ lójoojúmọ́.**   *Olu swims/bathes everyday.*

3. The negative counterpart is **kì í**.

> **Olú kì í wẹ̀ lójoojúmọ́.**   *Olu does not swim everyday.*

4. Like other negative markers, the first person singular regular pronoun **mo** changes to **n** while the third person singular subject regular pronoun drops before **kì í**.

> **Mo máa ń sùn l'ọ́sànán.**   *I usually sleep in the afternoon.*
> **N kì í sùn l'ọ́sànán.**   *I don't usually sleep in the afternoon.*

> **Ó máa ń fọṣọ rẹ̀.**   *He usually washes his clothes.*
> **Kì í fọṣọ rẹ̀.**   *He does not usually wash his clothes.*

5. The habitual negative form **kì í** is different from the negative counterpart of **jẹ́**, *to be*, which is **kì í ṣe**. Compare the following:

> **Mo *máa ń* gbálẹ̀.**   -   **N *kì í* gbálẹ̀.**

> **Mo *jẹ́* dọ́kítà.**   -   **N *kì í* ṣe dọ́kítà.**

ISẸ́ ṢÍṢE 9

Kí ni ẹ máa ń sábà sòrọ̀ nípa? Bí ẹnìkejì rẹ lẹ́ẹ̀rè nǹkan tí ó máa ń sòrọ̀ nípa pẹ̀lú àwọn ọ̀rẹ́ rẹ̀.

ÀPẸẸRẸ: Kí ni ẹ máa ń sábà sòrọ̀ nípa? (mọ́tò)
- A máa ń sábà sòrọ̀ nípa mọ́tò.

1. sinimá	4. ìsèlú	7. ọkùnrin	10. ìrìnàjò
2. bọ́ọ̀lù	5. ìdánwò	8. telifísọ̀nnù	11. àsè
3. orin	6. obìnrin	9. kíláàsì wa	12. **oko ọdẹ** *(hunting)*

IṢẸ́ ṢÍṢE 10

Kí ni o máa ń ṣe? Ṣẹ́gun ń sọ fún àwọn ọ̀rẹ́ rẹ̀ nípa kíláàsì tí ó ń lọ lójoojúmọ́. Ṣe ipa Ṣẹ́gun.

ÀPẸẸRẸ: Mọ́ńdè/Kíláàsì Lítíréṣọ̀
- Ní ọjọ́ Mọ́ńdè, mo máa ń lọ sí kíláàsì Lítíréṣọ̀.

1. Ọ̀sán Mọ́ńdè/Kíláàsì Bàólójì
2. Àárọ̀ Túsìdè/ Kíláàsì Yorùbá
3. Ìrọ̀lé Mọ́ńdè/Kíláàsì ijó
4. Ọjọ́ Àlàmísì/Kíláàsì iṣẹ́ ọnà
5. Ọjọ́ Jímọ̀/ Kíláàsì Jógíráfì
6. Àárọ̀ ọjọ́ Wésìdeè/Kíláàsì Kẹ́mísírì
7. Osán ọjọ́ Túsìdeè/Kíláàsì èdè Faransé
8. Ìrọ̀lé ọjọ́ Àlàmísì/Kíláàsì Botni
9. Ọ̀sán ọjọ́ Wésìdeè/Kíláàsì Ìwé títẹ̀

IṢẸ́ ṢÍṢE 11

Ó kàn ẹ́. Sọ fún wa nípa nǹkan tí o ń ṣe lójoojúmọ́

IṢẸ́ ṢÍṢE 12

Ó tì. Bí enìkejì rẹ léèrè bóyá àwọn ènìyàn yìí máa ń lọ sí ibi tí a dárúkọ nísàlẹ̀ yìí. Ìdáhùn rẹ gbọ́dọ̀ jẹ́ "Ó tì".

ÀPẸẸRẸ: Tóyìn/mọ́sálááṣí
- Ṣé Tóyìn máa ń lọ sí mọ́sálááṣí?
- Ó tì, kì í lọ sí mọ́sálááṣí.

1. Ọ̀gbẹ́ni Àtàndá/ilé ọtí
2. Àìná/ilé ijó
3. Délé àti Dúpé/ilé sinimá
4. Tópé/ilé ìkàwé
5. Omidan Omítóyìn/ilé-oúnjẹ
6. Èmi/etí òkun

7. Ìwọ àti Tóóké/orí òkè
8. Èmi àti ìwọ/ilé ìtàwé
9. Ìwọ/ojà
10. Àdùkẹ́/sọ́ọ̀sì

Ilé, ibí, àti ọ̀dọ̀

1. **Ilé**, **ibi**, and **ọ̀dọ̀** are all used to refer to a place where something happens or where somebody lives.

2. **Ibi** and **ilé** are used only to specify the place where certain activities take place. For example:

> **Mo ń lọ sí ilé-iṣẹ́.**   }   *I am going to a place of work.*
> **Mo ń lọ sí ibi-iṣẹ́.**   }

> **Adé lọ sí ilé-ijó.**   }   *Ade went to a dance hall*
> **Adé lọ sí ibi-ijó.**   }

The only difference between **ilé** and **ibi** is that **ilé** can also be used to specify somebody's house, whereas it is ungrammatical to use **ibi** in that situation.

> **Mo ń lọ sí ilé Títí.**   *I am going to Titi's house.*
> **Olú lọ sí ilé Àdùkẹ́.**   *Olu went to Aduke's house.*

4. **Ọ̀dọ̀** is used only for people. Compare the following:

> **Mo ń lọ sí ilé Títí.**   }   *I am going to Titi's house.*
> **Mo ń lọ sí ọ̀dọ̀ Títí.**   }

☞ 5. Never use **ọ̀dọ̀** for the scene of some activity and make sure you do not use **ibi** for a person's house, or where someone is phisically located.

6. **Ilé** can be used for both persons and places of activities.

7. If you are going to a place where someone is physically located, and it is not necessarily his or her house, you can only use **ọ̀dọ̀**.

> **Mo ń lọ sí ọ̀dọ̀ dókítà.**   *I'm going to the doctor.*

> **Àdùkẹ́ máa dúró ní ọ̀dọ̀ Ṣèyí.**   *Aduke will stay with Ṣeyi.*

IṢẸ́ ṢÍṢE 13

Ibi ijó tàbí ọ̀dọ̀ Túnjí? Sọ pé àwọn ènìyàn yìí ń lọ sí ọ̀dọ̀ ẹni tí a dárúkọ tàbí ibi tí a dárúkọ. Lo **ọ̀dọ̀** tàbí **ibi**.

ÀPẸẸRẸ: Olú/eré
 - Olú ń lọ sí ibi eré.

1. Àìná/Òjó	5. Bíọ́dún/sinimá	9. Bósè/oúnjẹ
2. Àdùkẹ́/dókítà	6. Títí/àsè	10. Yòmí/olùkọ́
3. Omidan Pèlú/ìfọsọ	7. Túnjí/Kúnlé	11. Ọlá/ọjọ-ìbí
4. Ṣèyí/ìkàwé	8. Délé/màmá Tópẹ́	12. Dúpẹ́/ọtí

ÀṢÀ: Ibùdó Ọ̀kọ̀

garage
lorry/car/similarly
station

Ní ìlú Nàìjíríyà, àwọn ènìyàn máa ń lọ **gáréèjù** láti wọ bọ́ọ̀sì, ọkọ̀ **lọ́rì**, **ọkọ̀ èrò**, àti bọ́ọ̀sì kekeré. **Bákan náà**, ni fún ẹnì tí ó bá fẹ́ wọ ọkọ̀ ojú-omi àti ọkọ̀ ojú-irin. Wọ́n gbọ́dọ̀ lọ sí **ibùdó** ọkọ̀ ojú-irin àti ibùdó ọkọ̀ ojú-omi. Àwọn tí wọn fẹ́ wọ ọkọ̀ òfurufú máa lọ sí ilé-ọkọ̀ òfurufú.

to wait on street
corners

Ṣùgbọ́n bí o bá fẹ́ wọ takisí, o gbọ́dọ̀ **dúró sí ẹ̀gbẹ́ títì** láti pe takisí tí ó bá ń kojá.

IṢẸ́ ṢÍṢE 14

Níbo ni o máa lọ?

ÀPẸẸRẸ: láti wọ bọ́ọ̀sì
 - Mo máa lọ sí gáréèjì.

1. láti wọ ọkọ̀ ojú-omi
2. láti wọ ọkọ̀ òfurufú
3. láti wọ ọkọ̀ ojú-irin
4. láti wọ takisí
5. láti wọ bọ́ọ̀sì

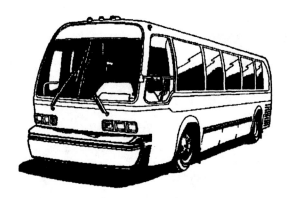

bọ́ọ̀sì

IṢẸ́ ṢÍṢE 15

Kí ni o fẹ́ràn ju? Sọ fún wa bí o ti fẹ́ràn àwọn nǹkan ìrìnnà ìsàlẹ̀ yìí tó.

```
gan an ni    díẹ̀         rárá
   ┌──────────┼───────────┐
   │          │           │
```

ÀPẸẸRẸ: gun alùpùpù
              - N kò fẹ́ràn láti gun alùpùpù rárá.

1. wọ ọkọ̀ òfurufú
2. gun kẹ̀kẹ́
3. wọ ọkọ̀ ojú-omi
4. wọ bọ́ọ̀sì
5. wọ bọ́lẹ̀kájà

6. wọ takisí
7. gun alùpùpù
8. rìn
9. wọ ọkọ̀ ojú-irin
10. gun ẹsin

ẹsin

DIALOGUE

Ọjọ́-ìbí Délé

Dúpẹ́: Ọjọ́ wo ni ọjọ́ ìbí rẹ?
Délé: Ọjọ́ kọkànlá osù kẹwàá ọdún.

Dúpẹ́: Áà! Ojọ́ kan náà ní ojọ́ ìbí ìwọ́ àti Kúnlé.

Délé: Ta ni Kúnlé?

Dúpẹ́: Àfẹ́sọ́nà mi ni. Kí ni o máa ṣe lójọ́ yìí.

Délé: Mo máa wà ní ilé wa nítorí pé àwọn òbí mi máa ṣe àṣè fún mi.

Dúpẹ́: Ṣé ọdọọdún ní wọ́n máa ń ṣe àṣè fún ẹ?

I will be... Délé: Ó tì. Mo rò pé wọ́n fẹ́ ṣe àṣè ńlá fún mi ní ọdún yìí nítorí pé **mo máa pé** ọmọ ọdún mọ́kànlélógún.

Congratulations! Dúpẹ́: Mo bá ẹ yọ̀. **O kú oríìre!**

ÀṢÀ: Gbígbé Pẹ̀lú Òbí

Ní ilẹ̀ Yorùbá, **ní ayé àtijọ́**, àwọn ọmọbìnrin máa ń gbé pẹ̀lú ebí wọn **títí dí ìgbà tí** wọ́n máa ṣe ìgbéyàwó. Kì í ṣe àṣà Yorùbá pé kí ọmọbìnrin tàbí ọmọkùnrin kúrò ní ọdọ̀ òbí wọn nítorí pé wọ́n jẹ́ ọmọ ọdún méjìdínlógún tàbí ọmọ ọdún mọ́kànlélógun. Àwọn ọmọkùnrin kì í kúrò ní ilé ebí wọn rárá ní ayé àtijọ́. Bí wọ́n bá ṣe ìgbéyàwó, àwọn àti ìyàwó wọn máa gbé pẹ̀lú ebí ọmọkùnrin. **Nítorí èyí,** ni ọ̀pọ̀lọpọ̀ àwọn ọkùnrin Yorùbá féràn láti bí ọmọkùnrin, nítorí pé wọ́n mọ pé bí ọmọkùnrin bá ṣe ìgbéyàwó, o máa **mu** ìyàwó **wa** sí ilé òbí rẹ. Ṣùgbọ́n bí ọmọbìnrin bá ṣe ìgbéyàwó, ó máa kúrò ní ilé àwọn ebí rẹ láti lọ gbé pẹ̀lú ebí ọkọ rẹ̀.

traditionally/until

For this reason

to bring

Ṣùgbọ́n **ní ayé ode òní**, ọ̀pọ̀lọpọ̀ àwọn ọmọ **yálà** obìnrin tàbí ọkùnrin ni wọn ń kúrò ní ilé ebí wọn láti lọ sí **ilé-ẹ̀kọ́ oníwèémẹ́wàá** tàbí yunifásítì. Léhìn tí wọn bá parí èkọ́ wọn, ọ̀pọ̀lọpọ̀ wọn máa ń **wá** iṣẹ́ sí ìlú mìíràn yàtọ̀ sí ìlú tí àwọn ebí wọn ń gbé. Nítorí èyí, ọ̀pọ̀lọpọ̀ ọmọ ni wọ́n ń kúrò nílé **kí** wọ́n **tó** ṣe ìgbéyàwó ni òde òní.

Nowadays/whether

high school

to search for

before

Ní ayé àtijọ́, àwọn Yorùbá kì í **ṣe ọjọ-ìbí**. Pùpọ̀ nínú àwọn Yorùbá ayé àtijọ́ ni wọn kò mọ ọjọ́ ìbí wọn. Ṣùgbọ́n nísisìyí tí àwọn Yorùbá **ń kó** àṣà àwọn Òyìnbó, ọ̀pọ̀lọpọ̀ òbí ni wọ́n ń ṣe ọjọ́ ìbí fún àwọn ọmọ wọn. **Àwọn àgbàlagbà** náà máa ń ṣe ọjọ́ ìbí **fún ara wọn.**

to imitate

older people/ for themselves

ISẸ́ ṢÍṢE 16

ÌBÉÈRÈ

1. Kí ni orúkọ àfẹ́sọ́nà Dúpẹ́?
2. Níbo ni Délé máa wà ní ojọ́ ìbí rẹ̀?
3. Ojọ́ wo ni ojọ́ ìbí Délé?
4. Ta ni o tún ń ṣe ojọ́ ibi rẹ ní ojọ́ yìí yàtò sí Délé?
5. Kí l'ó dé tí àwọn òbí Délé máa ṣe àṣè fún un ní ọdún yìí?
6. Oṣù wo ni a bí Délé?
7. Ojọ́ wo ni a bí Délé?
8. Ṣé àwọn ènìyàn ń ṣe ojọ́ ìbí ní ìlú rẹ?
9. Nígbà wo ni àwọn ọmọ lè kúrò ní ilé àwọn òbí wọn ní ìlú rẹ.

PRONUNCIATION AND TONES

The Consonants b and gb

It is very important to be able to hear the difference between **b** and **gb**. It is equally important to be able to pronounce them. The consonant **b** is similar to the **b** sound in English. The consonant **gb** does not occur in English. See Lesson 4 to learn how it is pronounced. Here are some words with **b** and **gb**. Repeat these words after your instructor.

bàbá	*father*	**gbàgbọ́**	*to believe*
bọ́	*to fall*	**gbọ́**	*to hear*
bá	*to meet*	**gbá**	*to sweep*
abà	*a hut*	**àgbà**	*elder*
baálẹ̀	*a chief*	**gbálẹ́**	*to sweep the ground*
báwo?	*how?*	**gbáwo**	*to carry/take the plate*

IṢẸ́ ṢÍṢE 17

TONE EXERCISES

Fi àmì ohùn sí orí àwọn ọ̀rọ̀ wọnyí. Fẹ́tí sí téèpù.

1.	ogbọn	*wisdom*	6.	ọna	*way*
2.	ọgbọn	*thirty*	7.	ọna	*embroidery/design*
3.	odo	*mortar*	8.	ọwọ	*hand*
4.	odo	*river*	9.	ọwọ	*respect*
5.	odo	*zero*	10.	ọwọ	*broom*

VOCABULARY

NOUNS

afẹ́sọ́nà   *fiancé*
agboolé   *neighborhood*
alùpùpù   *motorcycle*
bàólójì   *biology*
botni   *Botany*
bọ́ọ̀sì   *bus*
ẹsin   *horse*
gáréèjì   *garage*
ibi ijó   *a dance hall*
ibi ìsẹ́   *a place of work*
ilé ijó   *a dance hall*
ilé iṣẹ́   *a place of work*
iṣẹ́ ọnà   *art work*
jógíráfì   *geography*
kẹ̀kẹ́   *bicycle*
kẹ́mísírì   *chemistry*
láràárọ̀   *every morning*
lójoojúmọ́   *every day*
ní ojú títì   *on the street*
ohun ìrìnnà   *means of transportation*
oṣù   *month*
oṣù tí ó kojá   *last month*
ọdọọdún   *every year*
ọjọ́ Àlàmísì   *Thursday*
ọjọ́ ìbí   *birthday*
ọjọ́ Jímọ̀   *Friday*
ọjọ́ kan náà   *the same day*
ọkọ̀ òfurufú   *airplane*
ọkọ̀ ojú irin   *train*
ọkọ̀ ojú omi   *ship*
takisí   *taxi*
títì   *street*

VERBS

gun ẹsin   *to ride a horse*
gun kẹ̀kẹ́   *to ride a bike*
gun òkè   *to climb a mountain*
ṣe iwadìí   *find out/investigate*
wọ̀   *to wear/take (a bus), etc.*
wọ takisí   *to take a taxi*

OTHERS

sábà   *usually*

OBJECTIVES

Topic: Clothing
Function: Describing how people dress and what they wear.
Grammar: Use of **lò** and **fi** different verbs to denote *to put on*,
    interrogative adjectives **wo?/irú ___ wo?**
Cultural Information: Formal vs. informal dressing

AȘỌ ÌBÍLÈ YORÙBÁ

Așọ Obìnrin

gèlè	*head gear*
bùbá	*loose blouse*
ìró	*wrapper*
ìboorùn	*shawl*

șòkòtò

Așọ Ọkùnrin

fìlà	*cap*
șòkòtò	*loose pants*
bùbá	*loose long robe*
agbádá	*flowing robe*

151

AṢỌ ÒYÌNBÓ

kaba	*dress*
búláàsì	*blouse*
àgbékọ́	*slip*
súwẹ́tà	*sweater*
síkáàfù	*scarf*
pátá	*panties*
kọ́sẹ́ẹ̀tì	*bra*
ìbọ̀wọ́	*gloves*
ìbọ̀sẹ̀	*socks*

IṢẸ́ ṢÍṢE 1

Kí ni yìí? Nàka sí *(point at)* àwòrán kan, kí o sì bèèrè orúkọ nǹkan tí o nàka sí.

IṢẸ́ ṢÍṢE 2

Kí ni àwọn ènìyàn inú àwòrán ìṣàlẹ̀ yìí wọ̀?

MONOLOGUE

Dúpẹ́ ń sọ nípa nǹkan tí ó wọ̀ lọ sí sọ́ọ̀sì ni ọdún kérésìmesì tí ó kojá

Ní ọdún kérésìmesì tí ó kojá, mo lọ sí sọ́ọ̀sì pẹ̀lù àwọn ọ̀rẹ́ mi. Ní
ojó yìí, mo pinnu pé aṣọ Yorùbá ni mo máa wọ̀ **bí ó ti lẹ̀ jẹ́ pé**
gbogbo àwọn ọ̀rẹ́ mi wọ aṣọ òyìnbó bí i kaba, kóòtù, ṣẹ́ẹ̀tì, búláòsì,
àti síkẹ́ẹ̀tì.   **Ní tèmi**, mo wọ aṣọ òkè. Mo ro ìró, mo wọ bùbá,
mo wé gèlè, mo sì fi ìboorùn sí èjìká. Aṣọ òkè kan náà ni bùbá,
ìró, gèlè àti ìboorùn mi. Mo tún wọ bàtà tí a fi aṣọ òkè ṣe, mo sì
lo àpò tí a fi aṣọ-òkè kan náà ṣe. Inú mi dùn ní ojó yìí nítorí pé
mo fẹ́ràn aṣọ Yorùbá gan an ni.

even though

As for me

IṢẸ́ ṢÍṢE 3

Lóòótọ́ ni tàbí lóòótọ́ kọ́:

1. Dúpẹ́ kò fẹ́ràn aṣọ Yorùbá rárá.
2. Dúpẹ́ wọ̀ bàtà tí a fi awọ ṣe.
3. Àwọn ọ̀rẹ́ Dúpẹ́ wọ aṣọ Yorùbá rárá.
4. Dúpẹ́ wé gèlè dàmáàskì.
5. Dúpẹ́ wọ bàtà tí a fi aṣọ òkè ṣe.
6. Dúpẹ́ kò lo àpò rárá.
7. Bùbá jẹ aṣọ Ọ̀yìnbó.
8. Aṣọ Yorùbá ni kaba.

IṢẸ́ ṢÍṢE 4

ÌBÉÈRÈ:

1. Kí ni Dúpẹ́ ń ṣe ní ojọ́ tí ó wọ aṣọ-òkè?
2. Irú bàtà wo ni Dúpẹ́ wọ̀ ní ojọ́ yìí?
3. Irú àpò wo ní Dúpẹ́ lò?
4. Ṣé Dúpẹ́ wọ kaba?
5. Ṣé àwọn ọ̀rẹ́ Dúpẹ́ wọ aṣọ Yorùbá?
6. Lẹ́hìn ìró, bùbá, gèlè, kí ni Dúpẹ́ tún lò ní ojọ́ yìí?
7. Ṣé Dúpẹ́ dé fìlà?
8. Níbo ni Dúpẹ́ lọ ní ojọ́ tí ó wọ aṣọ òkè?
9. Nígbà wo ni Dúpẹ́ wọ aṣọ òkè?

GÍRÁMÀ

Interrogative Adjective _____ wo? or Irú _____ wo?

1. **Irú _____ wo** is the equivalent of *what type of _____* in English. It is also possible to use _____ **wo** instead of **irú _____ wo?**

    Bàtà wo ni o rà?
    Irú bàtà wo ni o rà? } *What type of shoes* or *which shoes did you buy?*

    Ilé wo ni Olú kọ́?   *Which house did Olu build?*
    Irú ọmọ wo ni o fẹ́?   *What type of child do you want?*

2. One can use a simple adjective or a relative clause to describe what one wants.

    Mo fẹ́ ọkọ gíga.   *I want a tall husband.*
    Mo fẹ́ ọkọ tí ó ga.   *I want a husband that is tall.*
    Olú fẹ́ yàrá títóbi.   *Olu wants a big room.*

IṢÉ ṢÍṢE 5

Irú ọkọ wo? Ọ̀ré rẹ fẹ́ nǹkan wọ̀nyí. Bi í lééèrè nípa irú nǹkan tí ó fẹ́.

ÀPÈẸRẸ: bàtà
- Irú ọmọ wo ni o fẹ́?
- Mo fẹ́ bàtà dúdú.

1. ọkọ
2. aya
3. ọkọ̀
4. kèké
5. ilé
6. ọkọ̀ ojú omi

7. ọmọ
8. aago
9. ohun èlò orin
10. ọ̀ré
11. olùfẹ́
12. ìwé

13. bàtà
14. àpò
15. àfésọnà
16. péèènì

IṢÉ ṢÍṢE 6

Irú kámẹ́rà wo? O wà ní ọjà ní Èkó. Jẹ́ kí a sọ pé ìwọ ni bàbá ọlọ́jà. Jẹ́ kí ọ̀ré rẹ ṣe apá ẹni tí ó fẹ́ ra ọjà.

ÀPÈẸRẸ: rédíò (tí àwọn Japaníìsì)
- Ṣé o fẹ́ rà rédíò? Irú wo?
- Mo fẹ́ ra rédíò tí àwọn Japaníìsì.

1. telifísọ̀nnù (láti ilú Amẹ́ríkà)
2. kèké (obìnrin)
3. tábìlì (ńlá)
4. rédíò (kékeré)
5. ìwé (ìtàn ilẹ̀ Yorùbá)
6. telifísọ̀nnù (tí a ṣe ní ìlú Lóńdọ́ọ̀nù)
7. kèké (ọkùnrin)
8. kaba (ìlú Òyìnbó)
9. alùpùpù (tí a ṣe ní ìlú Nàìjíríyà)
10. àpò (tí a fi aṣọ òkè ṣe)

IṢÉ ṢÍṢE 7

Kì í ṣe ọkọ̀ ìlú Amẹ́ríkà. Sọ fún wa bóyá àwọn ọkọ̀ yìí jẹ́ ọkọ̀ ìlú Amẹ́ríkà tàbí wọn kì í ṣe ọkọ̀ ìlú Amẹ́ríkà. Ṣé wọ́n wọ́n (expensive), tàbí wọn kò wọ́n?

ÀPÈẸRẸ: Toyota   - Kì í ṣe ọkọ̀ ìlú Amẹ́ríkà.
- Ó wọ́n díẹ̀.

1. Cádíláàkì	7. Pijó
2. Rìnóòltì	8. Àjàpá (Volkswagen Beetle)
3. Mésésíìsì	9. Nìsáàn
4. Hóńdà	10. Fóòdù
5. Kontinéńtàl	11. Sáàbù
6. Rolls Royce	12. Búwíìkì

ISÉ SÍSE 8

Okó tí ó dára ni? Sọ pé o ní àwọn wònyí. Se àpèjúwe wọn.

ÀPEERE: aso
- Mo ni aso.
- Aso dáradára ni.

1. oko	6. òrè obìnrin	11. alùpùpù
2. ègbón	7. òrè okùnrin	12. màmá
3. àbúrò	8. bàtà	13. bàbá
4. rédíò	9. fìlà	14. afésónà
5. telifísònnù	10. kèké	

Fi and lò

1. Both **fi** and **lò** are interpreted as *use* in English. The main difference between the two in Yoruba is that **fi** never functions as the main verb whereas **lò** can be used as the main verb.

- Kí ni o *lò*?	*What did you use?*
- Mo *lo* síbí.	*I used a spoon.*

Remember that a low toned verb becomes a mid toned verb. Hence **lò** becomes **lo** before the object noun **síbí**.

2. In the above examples, what the spoon is used for is implied. If one is to state what the spoon is used for, the word **láti** must occur after the word for *spoon*.

Mo lò síbí láti je ìresì.	*I used a spoon to eat rice.*
Túndé lo péènì láti kọ létà.	*Tunde used a pen to write a letter.*

3. If one were to replace **lò** with **fi** in the above sentences, one would not need to use **láti**.

Mo fi síbí je ìresì.	*I used a spoon to eat rice.*
Olú fi kùmó lu Adé?	*Olu used a club to beat Ade.*

4. The above sentences can also be translated as:

I ate rice with a spoon.
    or
Tunde wrote a letter with a pen.

IṢẸ́ ṢÍṢE 9

Kí ni wọ́n fi ṣe? O wà ni ibi tí àwọn ènìyàn yìí gbé lo àwọn nǹkan wọnyí. Sọ nǹkan tí wọ́n lo wọ́n fún.

ÀPẸẸRẸ: Dúpẹ́/òbe
              - Dúpẹ́ fi òbe gé iṣu.
    <u>tàbí</u>   - Dúpẹ́ lò òbe láti gé iṣu.

1. Túnjí/búlọ́ọ̀kù	5. Òjó/bébà	9. Adé/ìbon
2. Tóyìn/omi	6. Àìná/iná	10. Ayọ̀/pákó
3. Délé/síbí	7. Bósè/ife	11. Rèmí/sítóòfù
4. Kúnlé/rúlà	8. Sèyí/òbe	12. Bíọ́dún/pẹ́ẹ̀nì

Verbs denoting dressing

1. **Wọ̀**, *to put on* or *to wear*, is the most common verb for putting something on, but it is not used in all cases. Here are some examples of when **wọ̀** is used.

Àdùkẹ́ wọ kaba.	*Aduke wore a dress.*
Olú wọ agbádá.	*Olu put on a flowing gown.*
Bíọ́dún wọ ṣòkòtò.	*Bíọ́dún put on pants.*
Délé wọ pátá.	*Dele wore panties.*
Mo wọ bùbá.	*I wore a blouse.*

2. There are other verbs that denote *to put on*. These verbs are specifically used with the particular article that is being put on.

Olú dé fìlà.	*Olu put on a cap.*
Àdùkẹ́ wé gèlè.	*Aduke puts on a head gear.*
Délé ró ìró.	*Délé tied a wrapper.*
Dúpẹ́ fi ìboorùn kọ́ èjìká.	*Dupe hangs a scarf on her shoulder.*

3. **Wé** and **ró** are used only for women's clothing, while **dé** is used for donning a cap. Nowadays, both men and women wear caps or hats.

IȘÉ ȘÍȘE 10

Kí ni àwọn ènìyàn tí ó wà nínú àwòràn yìí wò?

IȘÉ ȘÍȘE 11

Ó kàn ẹ. Sọ nípa àwọ̀ tí o fẹ́ràn jùlọ.

ÀPẸẸRẸ: Bàtà
             - Mo fẹ́ràn bàtà dúdú.

1. sẹ́ẹ̀tì	5. búláòsì	9. àpò
2. kaba	6. ìbọ̀wọ́	10. ˙yerí
3. fìlà	7. sòkòtò	11. ìbọ̀sẹ̀
4. síkẹ́ẹ̀tì	8. bùbá	12. síkáàfù

IȘÉ ȘÍȘE 12

Pèlú kí ni? Kí ni o gbọ́dọ̀ wọ̀ pèlú àwọn aṣọ yìí?

ÀPẸẸRẸ: pèlú bùbá
             - A gbọ́dọ̀ ró ìró pèlú bùbá.

1. pèlú sòkòtò
2. pèlú àgbékó
3. pèlú fìlà
4. pèlú ìboorùn

5. pèlú ìbòsè
6. pèlú ìró
7. pèlú séètì
8. pèlú síngíléètì

ÀSÀ: Aṣọ Wíwọ̀

for important occasions

Fún òde pàtàkì, obìnrin Yorùbá gbọ́dọ̀ ró ìró, ó gbọ́dọ̀ wọ bùbá, ó gbọ́dọ̀ wé gèlè, ó sì gbọ́dọ̀ fi ìboorùn kọ́ èjìká. Bàtà àti àpò

this type of occasion

may not use

tun ṣe pàtàkì fún **òde bayìí**. Bi òde yìí kì í bá ṣe òde pàtàkì, obìnrin **lè má lo** ìboorùn.

Okùnrin gbọ́dọ̀ wọ sòkòtò, bùbá, agbádá àti fìlà bí òde bá jẹ́

without

òde pàtàkì, ọkùnrin lè wọ sòkòtò, bùbá, fìlà **láì sí** agbádá. Bàtà wíwọ̀ náà ṣe pàtàkì fún ọkùnrin. Aṣọ tí àwọn ènìyàn ń wọ lọ sí ibi àsè

traditional festivals

pàtàkì yàtò sí aṣọ fún **ọdún ìbílè**. Kò sí ìyàtò púpọ̀ nínú

dressing/a girl

ìmúra ọmọdé àti ìmúra àgbàlagbà. Ṣùgbọ́n bí **ọmọbìnrin** bá kéré púpọ̀, ó lè má lo ìboorùn.

IṢÉ ṢÍṢE 13

ÌBÉÈRÈ

1. Irú aṣọ ìbílè wo ni àwọn ọkùnrin àti obìnrin ń wọ ní ìlú ọkùnrin àti obìnrin ń wọ ní ìlú rẹ.
2. Ṣé ìyàtò wà láààrín aṣọ ọmọdé àti aṣọ àgbàlagbà?
3. Ṣé aṣọ ọdún ìbílè yàtò sí aṣọ àsè pàtàkì?
4. Ṣé ìyàtò wà láààrín aṣọ àsè pàtàkì àti aṣọ àsè tí kì í ṣe pàtàkì?

IṢÉ ṢÍṢE 14

Irú aṣọ wo? Sọ àwọ̀ tí o kò fẹ́ràn rárá.

ÀPEẸRE: kaba
               - N kò fẹ́ràn kaba funfun.

1. bùláòsì
2. síkéètì
3. àgbékó

4. sòkòtò
5. fìlà
6. ìbòwó

7. ìbòsè
8. bùbá àti ìró
9. sòkòtò àti bùbá

160

IṢẸ́ ṢÍṢE 15

Eélòó ni? O wà ni ṣọ́ọ̀bù télò ní Ìbàdàn. Bèèrè oye tí télò yìí máa gbà fún ríràn aṣo wọnyí. Jẹ́ kí a sọ pé òrẹ́ rẹ ni télò.

ÀPEẹRẹ: kaba/₦30
           - eélòó ni ẹ máa ń rán kaba.
           - Ogbọ̀n Náírà ni.

1. síkéètì/₦20   6. bùbá ọkùnrin/₦15
2. agbádá àti sòkòtò/₦50   7. sẹ́ètì/₦35
3. bùbá àti ìró/₦40   8. sòkòtò nìkan/₦18
4. búláòsì/₦25   9. síkéètì àti búláòsì/₦45
5. àgbékó/₦10   10. fìlà/₦13

DIALOGUE

Dúpẹ́ ń lọ sí ibi àṣè. Rèmí pàdé rẹ̀ lọ́nà.

to dress Rèmí: Níbo l'ò ń lọ tí o **múra** báyìí?
          Dúpẹ́: Mo ń lọ sí ibi àṣè ojó ìbí òrẹ́ mi, Títí.
          Rèmí: Mo fẹ́ràn àǹkárá tí o fi ṣe síkéètì àti búláòsì rẹ.
          Dúpẹ́: Èmi náà fẹ́ràn rẹ̀ gan an. Bàbá mi ni wọ́n ra aṣo náà nígbà tí wọn lọ sí Holland.
          Rèmí: Télò wo ni o bá ẹ rán an?
          Dúpẹ́: "Túnjí the Taylor" ni. Ṣóòbù rẹ̀ wá ní Mókólá ní títì Yunifásítì. Mo tètè ń lọ.
          Mo máa rí ẹ lọ́la léhìn àṣè.
          Rèmí: Ó dàbò.
          Dúpẹ́: Òo, ó dàbò.

IṢẸ́ ṢÍṢE 16

IBÉÈRÈ

1. Ta ni ó bá Dúpẹ́ rà aṣo àǹkárá rẹ̀?
2. Ta ni ó bá a rán aṣo rẹ̀?
3. Níbo ni Dúpẹ́ ń lọ nígbà tí Rèmí pàdé rẹ̀?
4. Kí ni orúkọ télò tí ó rán aṣo Dúpẹ́?
5. Ṣé ìró àti bùbá ní Dúpẹ́ wò nígbà tí Rèmí rí i?
6. Ta ni ó ń ṣe àṣè ojó ìbí tí Dúpẹ́ ń lọ?
7. Níbo ni ṣóòbù Túnjí wà?

PRONUNCIATION AND TONES_____

Elision

1. In questions, it is very common for the vowel in **ni** to be deleted when the following word begins with a vowel.

        Ní bo ni o ń lọ → **Níbo l'o ń lọ?**

        Kí ni ó ń ṣe → **Kí l'ó ń ṣe?**

2. If the vowel after **ni** is either **a, e, ẹ, o,** or **ọ,** the **n** of **ni** becomes **l** after the deletion of **i**.

        Kí ni Ayò ń ṣe? → **Kí l'Ayò ń ṣe?**
        Níbo ni Olú wà? → **Níbo l'Olú wà?**
        Ta ni ẹ rí lánàá? → **Ta l'ẹ rí lánàá?**

3. The **n** does not change if the following word begins with **i**.

        Níbo ni ìlù mi wà? → **Níbo n'ìlù mi wà?**
        Kí ni Ìfẹ́ rí? → **Kí n'Ìfẹ́ rí?**

Fawẹ̀ẹ̀lì /i/ àti /e/

    The vowel /i/ in Yoruba is pronounced similarly to the vowel in *beat, Pete, bead,* etc. in English. It occurs in words such as

igi	*stick*	ìrírí	*experience*
ìrì	*dew*	jígí	*mirror*
ibi	*evil*	ibi tí	*where/place that*
ìdí	*buttocks*	gidi	*real*

    The Yoruba /e/ is also similar to the English /e/ as in *bait, fate, gate*. The only difference is that Yoruba /e/ is not diphthongized. Here are some words in which /e/ occurs.

edé	*shrimp*	èké	*lie (n.)*
eré	*play*	ebè	*heaps*
ewé	*leaf*	ègé	*a cut*
èpè	*a curse*	èdè	*language*

162

IṢẸ́ ṢÍṢE 17

TONE EXERCISES

Listen to the tapes and mark the following words with appropriate tones.

1. **ọre**	*friend*	6. **agbon**	*basket*
2. **ọre**	*gift*	7. **agbon**	*chin*
3. **Ọre**	*a Yoruba*	8. **aja**	*dog*
4. **agbon**	*coconut*	9. **aja**	*whirlwind/attic*
5. **agbon**	*wasp*	10. **a ja**	*we fought*

ERÉ

Ẹyẹ Mẹ́ta Tolongo Wáyé

"Ẹyẹ Mẹ́ta Tolongo Wáyé" is a common Yoruba game for children. As many children as want can participate in this game, but it may be wise to limit the number to twenty.

All the children who want to participate in this game will be in a single line and whoever leads the game will be in front. The **olórí**, *leader,* will start singing this song while the remaining children sing the **ègbè** *(chorus).*

Olórí: Ẹyẹ mẹ́ta tolongo wáyé
Ègbè: Tolongo
Olórí: Ọkan **dúdú aró**   *(dark as black dye)*
Ègbè: Tolongo
Olórí: Ọkan **rẹ̀rẹ̀ osùn**   *(red as osùn)*
Ègbè: Tolongo
Olórí: Ṣó ṣò ṣó **fìrùbalẹ̀**   *(touch the ground with the tail)*
Ègbè: Ṣó ò!
Olórí: Ṣó ṣò ṣó fìrùbalẹ̀
Ègbè: Ṣó ò!
Olórí: Ṣó ṣò ṣó fìrùbalẹ̀
Ègbè: Ṣó ò!

At the third Ṣó ṣò ṣó fìrùbalẹ̀ all the children, including the leader, will squat on their toes and fingers. If the leader catches anyone standing up at that time, that person leave the line. The game continues until only one person is left in line with the leader and that person is the winner.

The point of the game is to teach children to pay attention to what they are doing, listen carefully, and follow instructions very well.

VOCABULARY

NOUNS

àfésónà *fiancé*
agbádá *flowing gown*
àgbékó *slip*
Àjàpá *Volkswagen*
àpò *bag/pocket*
àsè *party*
àsè ojó ìbí *birthday party*
aso òkè *traditional Yoruba woven material*
aso Òyìnbó *European dress/clothes*
bàbá olójà *salesman*
bùbá *loose blouse*
búlóòkù *block*
Búwîìkì *Buick*
dàmáàskì *damask*
fìlà *hat*
Fóòdù *Ford*
gèlè *head gear (for woman)*
Hóndà *Honda*
ìboorun *shoulder scarf*
ìbòsè *socks*
ìbòwó *gloves*
ìbon *gun*
ife *cup*
iná *lamp/fire*
ìró *women's wrapper*
jákéètì *jacket*
kaba *dress*
Kádiláàkì *Cadillac*
kóòtù *coats*
Kontìnéntàl *Continental*
kóséètì *bra*
Mèsédîìsì *Mercedes*
Nìsáànì *Nissan*
òbe *knife*
ohun èlò orin *musical instrument*
olùfé *loved one/girlfriend/boyfriend*
odún kérésìmesì *Christmas*
pákó *planks*
pátá *panties*
Pijó *Peugeot*
Rìnóòltì *Renault*

Sáàbù *Saab*
síkáàfù *scarf*
síngíléètì *singlet/undershirt*
sítóòfù *stoves*
sòkòtò *pants*
súwétà *sweater*
séètì *shirt*
síbí *spoon*
sóòbù *shop*
télò *tailor*

VERBS

bí ó tí lè je pé *even though*
gé *to cut*
lo/fi *to use*
múra *to dress up*
ní tèmi *as for me*
pinnu *to determine*
rán *to sew*

ÀYÈWÒ

IṢẸ́ ṢÍṢE 1

Lo ogbọ́n orí *(use logic)*. Láti ibi kìíní, kí ni o rò pé ènìyàn lè wọ̀ láti lọ sí ibi kejì.

> **ÀPẸẸRẸ:** Láti lọ sí Èkó láti Ìbàdàn.
> - O lè wọ bóọ̀sì tàbí ọkọ̀ ojú-irin.

1. láti lọ sí ìlú Fáransé láti ìlú Améríkà
2. láti lọ sí ìlú Kánádà láti ìlú Nàìjíríyà
3. láti lọ sí ìlú Brazil láti Èkó
4. láti lọ sí ilé ọkọ̀ òfurufú láti ọgbà yunifásítì rẹ
5. láti lọ sí ilé ìfowópamọ́sí láti ilé rẹ
6. láti lọ sí inú òṣùpá *(moon)* láti ayé wa
7. láti lọ sí ilé ìfìwéránṣẹ́ láti kíláàsì rẹ
8. láti lọ sí **ilé ìgbábọ́ọ̀lù** *(stadium)* láti ilé rẹ

IṢẸ́ ṢÍṢE 2

Dáhùn àwọn ìbéèrè wọ̀nyí.

> **ÀPẸẸRẸ:** Ṣé Olú ní alùpùpù
> - Ó tì, kò ní alùpùpù.

alùpùpù

1. Ṣé ìlú rẹ ní ilé-ọkọ̀ òfurufú?
2. Ṣé ẹbí rẹ ní ọkọ̀-òfurufú?
3. Ṣé Sànyà ní ọkọ̀ oju-omi?
4. Ṣé o ni ẹsin?
5. Ṣé ìlú rẹ ní ibùdó ọkọ̀ ojú-omi?
6. Ṣé o ní bóọ̀sì?
7. Ṣé o ní **bólèkájà** *(minibuses)*?
8. Ṣé ìlú rẹ ní ilé ọkọ̀ ojú-irin?
9. Ṣé bàbá rẹ ní ọkọ ojú irin?
10. Ṣé o ní mọ́tò?

IṢẸ́ ṢÍṢE 3

Ní ìlú rẹ. Bí ọmọ kíláàsì rẹ léèrè bóyá àwọn nǹkan wọ̀nyí wà ní ìlú rẹ.

> **ÀPẸẸRẸ:** ilé sinimá
> Ṣé ilé sinimá wà ní ìlú rẹ?
> - Bẹ́ẹ̀ ni, ilé sinimá wà ní ìlú mi.
> <u>tàbí</u> - Ó tì, kò sí ilé sinimá ní ìlú mi.

1. gáréèjì okò
2. takisí
3. ilé okò ojú irin
4. ilé okò òfurufú
5. ilé okò ojú omi
6. yunifásítì
7. **ilé isé onà** *(mùsíòmù)*

8. ilé ìfìwéránsé
9. ilé ìfowópamósí
10. ilé ounje Yorùbá
11. ilé ìwòsàn
12. ààfin oba
13. ilé-ijó
14. ilé-otí

ISÉ SÍSE 4

Níbo ni mo gbódò lo? So ibi tí òré re lèlo bí ó bá fé se àwon nñkan wònyí.

ÀPEERE: Mo fé **kírun**. *(to pray according to Moslem prescription)*
             - O lè lo sí mósáláásí.

1. Mo fé sùn.
2. Mo fé wo Òkè Olúmo.
3. Mo fé wo eré Ògúnñdé.
4. Mo fé wo eré Sunny Adé.
5. Mo fé rí isé onà Yorùbá.
6. Mo fé gbàdúrà.
7. Mo fé wo **àwon agbábóòlù** *(soccer players)*.
8. Mo fé fi owó pamó.
9. Mo fé fi iwé ránsé sí ore mi ní ìlú Jámáànì.
10. Mo fé je oúnje àwon Sainñsì.

ISÉ SÍSE 5

Yan ibi tí ènìyàn gbódò lo ní **kólóòmù** *(column)* B láti se nñkan tí ó wà ní kólóòmù A. Lo gbólóhùn tí o bá fé.

ÀPEERE: láti jeún/ilé oúnje
             - Bí mo bá fé jeun mo lè lo sí ilé oúnje.

A

1. láti gbá bóòlù
2. láti ra nñkankínñkan
3. láti se ìgbéyàwó
4. láti jó
5. láti **yá** *(to borrow)* owó
6. láti síse
7. láti wo isé onà

B

a. ilé ìfowópamósí
b. ilé ijó
c. mùsíòmù
d. ófìisì
e. yàrá
f. ààfin
g. orí pápá

8. láti wẹ̀   h. hòtẹ́ẹ̀lì
9. láti sùn   i. ojà
10. láti rí ọba   j. sọ́ọ̀sì
11. láti gbàdúrà   k. odò

IṢẸ́ ṢÍṢE 6

Ní Méjìméjì *(in pairs)*. Bi ẹnìkejì rẹ léèrè ibi tí àwọn ènìyàn tàbí nǹkan wọnyí wà.

ÀPẸẸRẸ: Òkè Olúmọ
                  - Níbo ni Òkè Olúmọ wà?
                  - Òkè Olúmọ wà ní Abẹ́òkúta ní ìlú Nàìjíríyà.

1. Ilé olórí ìlú Amẹ́ríkà
2. **Ère Òmìnira** *(Statue of Liberty)*
3. Moscow
4. Èkó
5. ilé **póòpù** *(pope)*
6. odò Columbus
7. odò Mississippi
8. Ifè
9. Odò **Ọya** *(Niger)*

IṢẸ́ ṢÍṢE 7

Ní Méjìméjì. Sọ nǹkan tí o ṣe ní Sọ́mà tí ó kojá fún ẹnìkejì rẹ. Bi òun náà léèrè nǹkan tí ó ṣe.

IṢẸ́ ṢÍṢE 8

Ní Mẹ́rinmẹ́rin *(in groups of four)*. Ṣé àpèjúwe ẹnìkan ní kíláàsì fún **ẹgbẹ́** *(group)* rẹ. **Jẹ́ kí** *(let)* àwọn ẹgbẹ́ rẹ dárúkọ ẹni tí o ṣe àpèjúwe.

IṢẸ́ ṢÍṢE 9

ÌBÉÈRÈ

1. Kí ni ìwé ìròhìn yìí ń sọ nípa?
2. **Ọ̀rọ̀ ìṣe** *(verbs)* mélòó ni o mọ̀ nínú ìwé ìròhìn yìí?
3. Gbólóhùn mélòó ni o mọ̀ nínú ìwé ìròhìn yìí?

Leventis ní Èkó

OBJECTIVES

Topic: Shopping in an open market system
Function: How to haggle
Grammar: Expressing how much: **Eélòó ni/Oye tí**, Question markers **Bawo /Bí, Kí l'ó dé?/Ohun tí**, the use of **pé**
Cultural Information: The act of haggling

MARINA LAGOS - NIGERIA

MONOLOGUE

haggling   *Túnjí ń sọ̀rọ̀ nípa ọjà níná*

how to haggle

Mo fẹ́ràn láti lọ sí ọjà, sùgbọ́n,
n kò mọ **bí a ṣe ń ná ọjà**.
Ní ọjọ́ kan, mo lọ sí ọjà pèlú

169

<table>
<tr><td>the seller of yams</td><td>òré mi Kúnlé. Kúnlé fé lọ
ra kèké. Màmá **onísu** sọ fún</td></tr>
<tr><td>not less than</td><td>Kúnlé pé iṣu óun **kò dín ní**
igba náírà. Kúnlé ná iṣu</td></tr>
<tr><td>I was surprised</td><td>yìí títí di ìgbà tí màmá onísu gba
àádórùnún náírà. **Ó yà mí lénu**
Mo bi Kúnlé léèrè pé, "Báwo ni</td></tr>
<tr><td>taught me</td><td>a ṣe ń ná ọjà?" Kúnlé **kó mi**.
Làti ojó yìí, mo mọ bí a ṣe ń ná ọjà.</td></tr>
</table>

IṢÉ ṢÍṢE 1

ÌBÉÈRÈ

1. Ta ni ó kó Túnjí láti ná ọjà?
2. Ṣé o mọ bí a ṣe ń ná ọjà?
3. Nígbà tí Túnjí lọ sí ọjà pèlú Kúnlé, kí ni Kúnlé rà?
4. Eélòó ni ó rà á?
5. Eélòó ni màmá olójà **kókó** (initially) fé ta ọjà rè?
6. Ṣé Túnjí mọ bí a ṣe ń ná ọjà?
7. Léhìn tí Túnjí lọ sí ọjà pèlú Kúnlé, ṣé Túnjí lè ná ọjà nísisìyí?
8. Ta ni Kúnlé?

ÀṢÀ: Ọjà Níná

department stores in Nigeria
price tag

Bí o bá lọ sí ọjà bí i **Leventis** tàbí **Kingsway**, o kò lè ná ọjà nítorí pé gbogbo nìkan títà ní ṣóòbù yìí ni ó ní **lébéèlì oye owó** wọn lára.

to be common
to haggle

Sùgbón yàtọ sí àwọn ṣóòbù wònyí, ọjà tí ó **wópò** ní ìlú Nàìjíríyà ni àwọn èyí tí ènìyàn lè **ná nìkan**. Àwọn nìkan títà ní ọjà wònyí kì í ní lébéèlì oye owó wọn lára. Fún àpeere bí o bá lọ sí ọjà láti lọ ra eja. Bàbá tàbí màmá eléja lè sọ pé òun máa ta eja òun ní igba Náírà. O lè bi eléja bóyà o lè san ogórùnún Náírà. Eléja lè sọ pé "ó ti, san ogójọ Náírà". Ìwọ tún lè bi eléja bóyá o lè san ogófà Náírà. Bí eléja bá fé ó lè

to refuse

gba oye tí o fé san. Bí béè kó, ó lè **yarí** pé òun kò gbà.

cheaply

Bí ènìyàn bá mọ ọjà ná, ó lè ra nìkan púpò **ní òpò**. Bí o kò bá mọ ọjà ná, ó dára láti lọ sí ọjà pèlú eni tí o mọ ọjà na.

IṢẸ́ ṢÍṢE 2

ÌBÉÈRÈ

1. Ṣé ènìyàn lè ná ọjà ní ìlú rẹ?
2. Irú ọjà wo ni ènìyàn lè ná ní ìlú rẹ?
3. Irú ọjà wo ni ó wópọ̀ ní ìlú rẹ?
4. Báwo ni a ṣe ń ná ọjà?

GÍRÁMÀ

Nọ́ńbà: 200-1000

1. The number system from 200 - 1000 is different from that of 20 - 200. After 200, you add 1-99 to 200 until you get to 300. For example:

200	igba
201	oókanlénígba
205	aárùnlénígba
209	ẹẹsànánlénígba
210	ẹẹwàálénígba
220	ogúnlénígba
250	aádọ́talénígba
255	aárùnúndínlógọtalénígba
299	oókàndínlógórùnúnlénígba
300	ọ̀ọ́dúnrún

2. 300 to 1000 follows the same principle.

301	oókanlélọ́ọ̀ọ́dúnrún
309	ẹẹsànánlélọ́ọ̀ọ́dúnrún
400	irinwó
500	èédégbèta
600	ẹgbèta
700	èédégbèrin
800	ẹgbèrin
900	èédégbèrún
1000	ẹgbèrún

IṢÉ ṢÍṢE 3

ÌṢIRÒ (Arithmetic)

ÀPẸẸRẸ:

100 + 50 = ?
Eélòó ni ogórùnún àti àádọ́ta?
- ogórùnún àti àádọ́ta jẹ́ àádójọ.

150 − 70 = ?
Yọ àádọ́rin kúrò nínú àádójọ. Eélòó
ni ó kù?
- Ó ku ogọ́rin.

70 × 3 = ?
àádọ́rin lọ́nà mẹ́ta jẹ́ eélòó?
- àádọ́rin lọ́nà mẹ́ta jẹ́ ẹẹwàálénígba.

1. 200 × 4 = ?
2. 50 × 7 = ?
3. 370 + 30 = ?
4. 500 − 200 = ?
5. 850 − 60 = ?

6. 270 + 40 = ?
7. 200 - 80 = ?
8. 300 + 400 = ?
9. 600 − 500 = ?
10. 230 − 0 = ?

IṢÉ ṢÍṢE 4

Eélòó ni? Búnmi ń ra aṣọ tuntun. Eélòó ni ọjà kọ̀ọkan.

ÀPẸẸRẸ: ṣẹ́ẹtì (₦108)
- eélòó ni ṣẹ́ẹtì yìí?
- Náírà méjìdínláàádọ́fà ni.

1. ṣòkòtò (₦200)
2. fìlà (₦150)
3. kaba (₦500)
4. síkẹ́ẹtì (₦250)

5. búláòsì funfun (₦180)
6. kaba dúdú (₦280)
7. síkáàfú pupa àti dúdú (₦340)
8. jákẹ́ẹtì (₦670)

IṢÉ ṢÍṢE 5

Eélòó ni àwọn sítánpù wọnyí?

Báwo ni? and bí a ṣe...

1. In greetings, it is common to hear **báwo ni?** This is used only to find out how things are with someone.

2. But if you want to know how to do something, the *how* question is as follows:

Báwo ni a ṣe ń ná ọjà?	*How do we price goods?*
Báwo ni a ṣe ń fọ aṣọ?	*How do we wash clothes?*
Báwo ni a ṣe lè dé Milwaukee?	*How do we get to Milwaukee?*

3. The *how to do things* question is a fixed expression that will not make sense in English if translated literally. It is better to learn the expression as a fixed expression.

4. If this type of *how* question occurs in a declarative sentence, **báwo ni** changes to **bí....**

- **Báwo ni a ṣe ń fọ aṣọ?**	*How do people/we wash clothes?*
- **N kò mọ bí a ṣe ń fọ aṣọ.**	*I don't know how people/we wash clothes.*
- **Báwo ni a ṣe lè se oúnjẹ?**	*How can we cook food?*
- **N kò mọ bí a ṣe lè se oúnjẹ.**	*I don't know how we can cook food.*

5. Another way of expressing *how to do..* questions is by saying:

Ṣé o mọ aṣọ fọ̀?	*Do you know how to wash clothes?*
Bẹ́ẹ̀ ni, mo mọ aṣọ fọ̀.	*Yes, I know how to wash clothes.*

IṢẸ́ ṢÍṢE 6

Ṣé o mọ ilé gbá? O kò mọ bóyá àwọn ènìyàn yìí lè ṣe àwọn iṣẹ́ tí a dárúkọ. Bèèrè lọ́wọ́ ọmọ kíláàsì rẹ. Ìdáhùn lè jẹ́ **bẹ́ẹ̀ ni** tàbí **ó tì.**

ÀPẸẸRẸ:	Kúnlé (fọ̀ aṣọ)
	- Ṣé Kúnlé mọ aṣọ fọ̀?
	- Bẹ́ẹ̀ ni, ó mọ aṣọ fọ̀.
tàbí	- Ó tì, kò mọ aṣọ fọ̀.

1. Títí (gùn kèké)	6. Èmi (ràn aṣọ)
2. Dúpẹ́ àti Rèmí (wà ọkọ̀)	7. Èmi àti Dúpẹ́ (kà ìwé)
3. Túnjí (sè oúnjẹ)	8. Tópẹ́ (ro oko)
4. Omidan Pèlú (yà àwòrán)	9. Kúnlé (kọ orin)
5. Ọgbẹ̀ní Òní (sọ èdè Faransé)	10. Rèmí (ná ọjà)

ISẸ́ ṢÍṢE 7

Ó màṣe o! O ṣọnù. Wádìí bí o ṣe lè dé ibi tí o ń lọ. Tèlé àpẹẹrẹ.

ÀPẸẸRẸ: Títì Linden
-(E) jòwó, báwo ni mo ṣe lè dé títì Línden.
- Ó màṣe o, n kò mọ bí o ṣe lè dé títì Linden.

1. títì Madison
2. títì Charter
3. títì Jackson
4. títì Ann
5. títì Charles
6. títì Randle
7. títì Milwaukee
8. títì Allied
9. títì Fájuyì
10. títì Mókólá

ISẸ́ ṢÍṢE 8

Ní méjìméjì: Bí òrẹ́ rẹ léèrè bóyá òun àti àwọn òrẹ́ rè máa ń lọ sí ibi wọnyí. Ìdáhùn yóó jẹ́ **bẹ́ẹ̀ ni.** Léhìn náà, bi í léèrè bí wón ṣe ń lọ.

ÀPẸẸRẸ: orí òkè/takisí
Ṣé e máa ń sábà lọ sí orí òkè?
- Bẹ́ẹ̀ ni, a máa ń lọ sibẹ.
Báwo ni e ṣe ń lọ?
- A máa ń wọ takisí.

1. ilé oúnje/takisí
2. ilé sinimá/ọkò
3. ilé ọtí/rìn
4. ṣọ́ọ̀sì/bọ́ọ̀sì
5. mọ́sáláásí/rìn
6. ọjà/ọkọ ojú-irin
7. ilé-ìkàwé/kèké
8. ilé-ìwé/alùpùpù
9. mùsíọmù/ọkò ojú-omi
10. etí òkun/bọ́lèkájà
11. ilé ijó/ọkọ òfurufú
12. ilé ẹranko/ọkò

ISẸ́ ṢÍṢE 9

Mo fẹ́ mò. O fẹ́ mọ bí a ṣe ń ṣe àwọn iṣẹ́ wọnyí. Bí òrẹ́ rẹ léèrè. Ìdáhùn lè jẹ́ **bẹ́ẹ̀ ni** tàbí ó tì.

ÀPẸẸRẸ: lọ aṣọ
- Báwo ni a ṣe ń lọ aṣọ?

1. ro oko
2. kó irun
3. di irun
4. gé ẹran
5. ka ìwé
6. kọ ìwé
7. wẹ
8. ṣe oúnjẹ
9. tẹ dùrù

10. rán aṣọ	12. fo okùn	14. fọn fèrè
11. fọ aṣọ	13. jó	15. ná ọjà

Why Questions: *Kí l'ó dé?*

1. If you want to find out why something happened, the question is as follows:

Kí l'ó dé tí o kò sùn?	*Why didn't you sleep?*
Kí l'ó dé tí ẹ dìde?	*Why did you get up?*

2. Notice that the relative clause marker **tí** occurs before the event you are questioning.

Kí l'ó dé *tí* ẹ sùn?	*Why did you sleep?*
Kí l'ó dé *tí* o kò wá sí kíláàsì?	*Why didn't you come to class?*

3. If the event you are questioning is implied, the relative clause marker **tí** will not be needed.

Kí l'ó dé?	*Why?*

4. **Kí l'ó dé** is literally, *What is it that happened?*

5. If *why* occurs in an indirect question or a statement, **kí l'ó dé** changes to **ohun tí ó dé**.

N kò mọ ohun tí ó dé tí n kò sùn.	*I don't know why I did not sleep.*
Mo mọ ohun tí ó dé tí Adé dìde.	*I know why Ade got up.*
Ṣé o mọ ohun tí ó dé tí Olú kò wá sí kíláàsì?	*Do you know why Olú did not come to class?*
N kò mọ ohun tí ó dé.	*I don't know why.*

IṢẸ́ ṢÍṢE 10

Nítorí pé.... Bèèrè ìdí tí nǹkan wọnyí ṣẹlẹ̀.

ÀPẸẸRẸ: Adé kò ní ìwe Yorùbá.
- Kí l'ó dé tí Adé kò ní ìwé Yorùbá?
- Nítorí pé kò ní owó.

1. Mo gbagbé ìwé Yorùbá mi sí ilé.
2. Olú kò ní péènì.
3. Bàbá Títí kò fẹ́ràn Títí.
4. Kúnlé kò lè sọ Yorùbá.
5. Ṣèyí lu Kẹ́mi.

176

6. Bùnmi ta ilé rẹ̀.
7. Tóyìn ra ọkọ̀ tuntun.
8. Tópẹ́ lọ sí ìlú Nàìjíríyà.
9. Ayọ̀ ra bàtà mẹ́wàá.
10. Rẹ̀mí lọ sí New York.

IṢẸ́ ṢÍṢE 11

Ó kàn ẹ́. Sọ nǹkan tí o fẹ́ràn láti ṣe àti ìdí tí o fẹ́ràn láti ṣe nǹkan yìí.

Eélòó and Oye

1. If you want to ask how much something costs, the question marker for *how much* is **eélòó**.

    Eélòó ni kaba yẹn?   *How much is that dress?*

2. When *how much* is used in an indirect question or in a statement, **eélòó** changes to **oye tí**.

    Ṣé o mọ *oye tí* Olú ra aṣọ yìí?   *Do you know **how much** Olu bought this dress for?*

    N kò mọ *oye tí* ó rà á.   *I don't know **how much** he bought it for.*

IṢẸ́ ṢÍṢE 12

N kò mọ̀. Dúpẹ́ lọ sí ọjà láti ra nǹkan púpọ̀. Màmá rẹ̀ fẹ́ mọ oye tí ó ra ọjà kọ̀ọ̀kan. Ó bi Rẹ̀mí, àbúrò Dúpẹ́, léèrè. Ṣe apá Rẹ̀mí.

ÀPẸẸRE: Eélòó ni Dúpẹ́ ra rédíò yìí?
    - N kò mọ oye tí ó rà á.

1. telifísọ̀nnù
2. kèkẹ́
3. àpò
4. bàtà mẹ́rin
5. yẹrí
6. kaba mẹta
7. kóòtù méfà
8. pọtimáńtò
9. ìwé mẹ́wàá
10. wólẹ́ẹ̀tì
11. rẹ́kọ́ọ̀dù
12. síkáàfù márùnún

IṢẸ́ ṢÍṢE 13

Ó kàn ẹ. O ṣẹ̀ṣẹ̀ ra nǹkan wọnyí. Bi ọ̀rẹ́ rẹ lèèrè bí ó bá mọ oye tí o rà á. Sọ oye nàá fún un, bí kò bá mọ̀ ọ́.

ÀPẸẸRẸ: súwẹ́tà
- Ṣé o mọ oye tí mo ra súwẹ́tà yìí?
- Ó tì, eélòó ni.
- Náírà mọ́kàndínlọ́gọ́rùnún ni.

1. ìwé
2. péènì
3. péńsùlù
4. àpò
5. síkéètì
6. ṣòkòtò
7. yẹrí
8. fìlà
9. kóòtù
10. kèkẹ́

DIALOGUE

Túnjí fẹ́ ra rédíò ní ọjà.

	Túnjí:	Ẹ dáàsán o, màmá ọlọ́jà.
	Màmá onírédíò:	Ọ̀ó, ọmọ mi, káàsán o.
	Túnjí:	Eélòó ni rédíò yìí?
	Màmá onírédíò:	Irinwó náírà ni.
It's too expensive	Túnjí:	Áà! **Ó ti wọ́n ju.**
to pay	Màmá onírédíò:	Eélòó ni o fẹ́ **san?**
	Túnjí:	Igba náírà ńkọ́?
I don't accept	Màmá onírédíò:	Ó tì, **kò gbà.** Ṣé o lè san ọ̀ọ́dúnrún náírà.
	Túnjí:	Ó tì, ọ̀ọ́dúnrún náírà ti wọ́n jù. Ṣé mo lè san náírà méwàálénígba?
not less than	Màmá onírédíò:	Rédíò yìí **kò dín** ní àádọ́talénígba náírà.
	Túnjí:	N kò lè san àádọ́talénígba náírà, ṣùgbọ́n mo lè san ogúnlénígba náírà.
	Màmá onírédíò:	O lè lọ sí ṣọ́ọ̀bù mìíràn. N kò lè ta rédíò yìí dín ní àádọ́talénígba náírà.
It's okay	Túnjí:	**Kò burú.** Mo máa lọ sí ṣọ́ọ̀bù mìíràn.

IṢẸ́ ṢÍṢE 14

ÌBÉÈRÈ

1. Kí ni Túnjí fẹ́ rà?
2. Níbo ni o lọ láti ra nǹkan yìí?

178

3. Eélòó ni màmá olójà fẹ́ ta rédíò?
4. Eélòó ni Túnjí fẹ́ san?
5. Ṣé Túnjí ra rédíò yìí?
6. Bí Túnjí kò bá ra rédíò, kí l'ó dé tí kò rà á.
7. Nígbà tí Túnjí fẹ́ kúrò lọ́dọ̀ màmá oníródíò, níbo ni Túnjí sọ pé òun máa lọ?

IṢẸ́ ṢÍṢE 15

Ó kàn ẹ́. O wà ní Ọjà Dùgbẹ̀ ní Ìbàdàn. O fẹ́ ra tẹlifísọ̀nnù. Ná ọjà pẹ̀lú oníṣòwò. Ọ̀rẹ́ rẹ ni oníṣòwò.

PRONUNCIATION AND TONES

Elision: Kí ni ó dé? versus Kí l'ó dé?

Kí l'ó dé is the same as **kí ni ó dé**. The vowel of **ni** is deleted and **n** changes to **l** before the vowel **o** or any other vowel apart from **i**.

It is more common to hear **kí l'ó dé** as opposed to **kí ni ó dé**. Similarly, it is common to hear **n kò mọ ohun t'ó dé** instead of **n kò mọ ohun tí ó dé**. In this case, the vowel in **tí** is deleted and the consonant **t** remains.

The Consonant y

The consonant y in Yoruba is pronounced like the y in *you, yes, yacht*, etc., in English.

Here are some Yoruba words with the consonant y.

aya	*wife*	yá	*to borrow*
Ọ̀yọ́	*(name of a town)*	eyín	*teeth*
oyún	*mucus*	yí	*to turn*
èyí	*this*	yó	*to be full (from eating)*
ìyẹn	*that*	yún	*to be pregnant*
ayọ̀	*joy*	yọ	*to ridicule*

IṢẸ́ ṢÍṢE 16

TONE EXERCISES

Fi àmì sí orí àwọn ọ̀rọ̀ wọnyí.

1. oorun   *smell*
2. oorun   *sun*
3. oorun   *sleep*
4. aṣa   *custom*
5. aṣa   *rascal*
6. aṣa   *hawk*
7. aṣaro   *porridge*
8. aṣaro   *deliberations*
9. ase   *party*
10. ase   *useless talk*

VOCABULARY

NOUNS

dùrù   *piano/organ*
ẹran   *meat*
fèrè   *woodwind instrument*
ìdáhùn   *response/answer*
irun   *hair*
ìṣirò   *arithmetic*
kẹ̀kẹ́   *bicycle*
kóòtù   *coats*
okùn   *rope*
oníṣòwò   *business person*
ọjà   *market/products*
ọlọ́jà   *owner of goods*
pọtimáńtò   *suitcase*
rẹ́kọ́ọ̀dù   *records*
títì   *street*
wọ́lẹ́ẹ̀tì   *wallets*

VERBS

dé   *to get to/arrive*
di irun   *to corn roll hair*
dín   *less*
fo okùn   *to jump rope*
fọ aṣọ   *to wash clothes*
fọn fèrè   *to blow a woodwind instrument*
gé ẹran   *to cut meat*
gun kẹ̀kẹ́   *to ride a bicycle*

gbà   *to take/receive*
jó   *to dance*
kó irun   *to plait one's hair*
kọ́   *to teach/learn*
kọ ìwé   *to write*
kọ orin   *to sing*
ná ọjà   *to haggle*
ro oko   *to mow the lawn*
se oúnjẹ   *to cook food*
sọnù   *to be lost*
wa ọkọ̀   *to drive*
wádìí   *to be late*
wẹ̀   *to swim*
wọ́n jù   *too expensive*
ya àwòrán   *to draw a picture*
yọ   *to subtract*

OTHERS

ìdí tí   *reason that/why*
kò burú   *it's okay*
kọ́kọ́   *at first/initially*
kòòkan   *each*
sábà   *usually*
síbẹ̀   *there*
ṣẹṣẹ   *just*

Cocoa House

OBJECTIVES

Topic: Time
Function: How to tell time
Grammar: Use of **tán** and **parí**, difference between **Léhìn**, **Léhìn tí**,
and **Léhìn tí** ____ **bá**, difference between **tí** and **pé**,
the verb *to give,* **fún** ____ **ní**
Cultural Information: Division of the day into morning, afternoon, evening, etc.

MONOLOGUE

Yòmí ń so nípa bí ó se ń lo ojó Móndè rè.

On Mondays   **Ní ojoojó Móndè,** mo máa ń jí ní nñkan bí agogo márùnún ààbò

bathing   ààrò. Léhìn tí mo bá jí, mo máa wè. Léhìn **ìwè**, mo máa ń jeun ààrò
ní nñkan bí agogo méfà ààrò. Mo gbódò dé ibi isé mi ní agogo
méje. Mo máa sisé títí di agogo méjìlá òsán. Nígbà tí agogo méjìlá

to eat lunch   òsán bá lù, mo máa lo **jeun òsán.** Mo gbódò padà sí ibi isé ni nñkan bí
agogo kan. Léhìn agogo kan, mo máa tún sisé di agogo mérin òsán.

to arrive home   Léhìn isé, mo máa ń **délé** ní nñkan bí agogo márùnún ìròlé.
Ojó Móndè ni mo máa ń sisé jù. Nígbà ti mo bá máa fi dé ilé, **ó**

I would have been tired   **máa ti rè mi** gan an ni. N kò mò bóyá mo féràn ojó Móndè tàbí
n kò féràn rè. N kò lè so.

ISÉ SISÉ 1

Béè ni tàbí Béè kó?

1. Yòmí kò féràn ojó Móndè rárá.
2. Yòmí máa ń jí ní agogo méfà ààbò ní ojó Móndè.
3. Yòmí kì í se isé rárá.
4. Yòmí máa ń je oúnje ààrò ní agogo méfà ààrò.
5. Yòmí kì í je oúnje òsán rárá ní ojó Móndè.

ISÉ SÍSE 2

ÌBÉÈRÈ

1. Agogo mélòó ni Yòmí máa ń jí?
2. Agogo mélòó ni Yòmí máa ń je oúnje òsán ní ojó Móndè?

182

3. Ṣé Yòmí máa ń jẹ oúnjẹ alẹ́ ní ibi-iṣẹ́?
4. Agogo mélòó ni Yòmí máa ń dé ibi-iṣẹ́ ní ọjọ́ Móńdè?
5. Nígbà wo ni Yòmí máa ń kúrò ní ibi iṣẹ́?

IṢẸ́ ṢÍṢE 3

Ó kàn ẹ.   Ní méjìméjì: Sọ fún ẹnìkejì rẹ nípa bí o ṣe ń lo ọjọọjọ́ Sátidé rẹ.

Kí ni agogo wí?

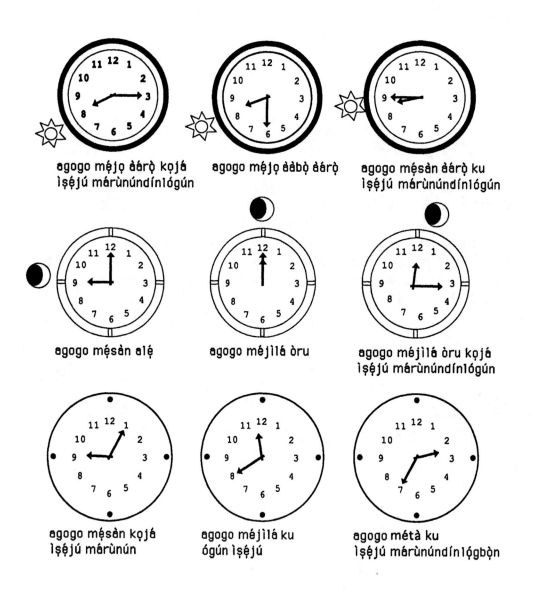

agogo méjọ àárọ̀ kọjá
ìṣẹ́jú márùnúndínlógún

agogo méjọ àdbọ̀ àárọ̀

agogo mẹ́sàn àárọ̀ ku
ìṣẹ́jú márùnúndínlógún

agogo mẹ́sàn alẹ́

agogo méjìlá òru

agogo méjìlá òru kọjá
ìṣẹ́jú márùnúndínlógún

agogo mẹ́sàn kọjá
ìṣẹ́jú márùnún

agogo méjìlá ku
ógún ìṣẹ́jú

agogo métà ku
ìṣẹ́jú márùnúndínlógbọ̀n

ÀṢÀ: Pínpín Ọjọ́

when the cock crows	Àárọ̀ àwọn Yorùbá máa ń bẹ̀rẹ̀ ní nǹkan bí agogo márùnún **nígbà tí àkùkọ bá kọ**. Àárọ̀ máa ń parí ní nǹkan bí i agogo méjìlá. Ní àárọ̀
farmers	kùtùkùtù (nígbà tí àkùkọ́ bá kọ) **àwọn àgbẹ̀** máa ń fẹ́ lọ sí oko láti lọ ṣe
sun/to shine	iṣẹ́ wọn kí **òòrùn** tó bẹ̀rẹ̀ sí **ràn**.

Ọsan àwọn Yorùbá ń bẹ̀rẹ̀ ní nǹkan bí agogo méjìlá sí agogo mẹ́rin ìrọ̀lẹ̀. Ìrọ̀lẹ́ ni agogo mẹ́rin sí nǹkan bí agogo méje alẹ́. Alẹ́ bẹ̀rẹ̀ nígbà

anymore	tí òòrùn kò ràn **mọ́** títí di nǹkan bí agogo méjìlá òru nígbà tí gbogbo ènìyàn
hunters/middle of the night	máa ń sùn àfi **àwọn ọdẹ** tí wọ́n máa ń lọ sí oko ọdẹ **ní àárín òru**. Òru ni nǹkan bí i agogo méjìlá sí agogo márùnún kí àkùkọ tó kọ.

IṢẸ́ ṢÍṢE 4

ÌBÉÈRÈ

1. Nígbà wo ni àárọ̀, ọ̀sán, ìrọ̀lẹ́ àti alẹ́ tàbí òru nínú àṣà rẹ?
2. Nínú àṣà rẹ, nígbà wo tàbí àkókò wo ni a lè kí ènìyàn pé:

        a. ẹ káàsán?
        b. ẹ káàárọ̀?
        c. ẹ kúùrọ̀lẹ́?
        d. ẹ káalẹ́?

GÍRÁMÀ

Time Telling

1. There are two ways to ask the time of day:

Kí ni agogo wí?
Agogo mélòó ni ó lù? } *What time is it?*

2. You only need numbers 1-29 to talk about time in Yoruba.

3. After the hour, you add the minutes for twenty-nine minutes.

12:00 pm	-	agogo méjìlá ọ̀sán
12:29 pm	-	agogo méjìlá ọ̀sán kọjá ìsẹ́jú mọ́kàndínlọ́gbọ̀n.
12:30 pm	-	agogo méjìlá à*àbọ̀.

184

Àbọ̀ means *half*.

4. After **àbọ̀**, you subtract 1-29 minutes from the next hour.

12:31 pm	Agogo kan ku ìsẹ́jú mókàndínlógbọ̀n
12:45 pm	Agogo kan ku ìsẹ́jú márùndínlógún

kù means, *to remain*

☞ **Kù** becomes **ku** before an object noun.

5. Remember that when you are talking about twenty minutes, the word *twenty*, **ogun** moves before the word for *minutes*.

12:20 pm	Agogo méjìlá kojá ogún ìsẹ́jú.
12:40 pm	Agogo kan ku ogun ìsẹ́jú.

6. In Yoruba, a day is divided as follows:

5:00 am	-	11:59 am	àárọ̀, *morning*
12:00 noon	-	4:00 pm	ọ̀sán, *afternoon*
4:00 pm	-	7:00 pm	ìrọ̀lẹ́, *evening*
7:00 pm	-	11:59 pm	alẹ́, *night*
12:00 am	-	5:00 am	òru, *middle of the night*

7. To ask for the time when someone did something, you can say:

   Nígbà wo ni Olú jí?
   Àkókò wo ni Olú jí? ⎫
   Agogo mẹlòó ni Olú jí? ⎭   *What time did Olú wake up?*

ISẸ́ ṢÍṢE 5

Lónìí nígbà wo? Sọ nǹkan tí o máa ṣe lónìí?

kàwé	lọ sí ___	seré
pe___	fọ ___	jẹun àárọ̀
jẹun ọ̀sán	jo	wo telifísọ̀nnù
wo sinimá	sùn	lọ jẹun pẹ̀lú
jẹun alẹ́	sòrò pẹ̀lú ___	gbé ___ lọ sí___

ÀPEERE: Ní àárọ̀ yìí, ní nǹkan bí agogo méfà kojá ìsẹ́jú mẹ́wàá, mo máa gbé Dúpẹ́ lọ sí ilé ọkọ̀ òfurufú.

IṢẸ́ ṢÍṢE 6

Ní ilé ọkọ̀ òfurufú. O ń ṣiṣẹ́ ní ilé ọkọ̀ òfurufú ní Èkó, sọ àkókò tí ọkọ̀ òfurufú máa dé fún màmá Dúpẹ́ tí kò gbọ́ èdè òyìnbó.

ÀPẸẸRẸ: PARIS/12:00 am
- ọ̀kọ̀ òfurufú láti ìlú Pàrîìsì máa dé ni nǹkan bí agogo méjìlá òru.

1. N.Y./6:30 pm	6. Tòrón̄tò/8:40 pm
2. Kánò/9:45 am	7. Los Angeles/3:15 pm
3. Lódọ́ọ̀nù/11:29 pm	8. Ṣìkágò/4:05 am
4. Frankfurt/2:00 pm	9. Port Harcourt/10:30 am
5. Brazil/7:20 am	10. Maiduguri/1:00 am

IṢẸ́ ṢÍṢE 7

Nígbà wo? Sọ ìgbà tí o ní ìpàdé pẹ́lú àwọn ènìyàn yìí.

ÀPẸẸRẸ: Dúpẹ́/4:00 pm
- Mo ní ìpàdé pèlú Dúpẹ́ ni agogo mérin ìrọ̀lẹ́.

1. Ògbẹ́ni Àjàyí/5:05 pm	6. Túnjí/8:30 pm
2. Délé àti Òjó/1:30 pm	7. Kúnlé/10:35 am
3. Omidan Òní/3:15 pm	8. Títí/2:45 pm
4. Ògbẹ́ni Yáì/6:30 pm	9. Tóyìn/10:05 pm
5. Ọ̀jọ̀gbọ́n Òṣúndáre/7:30 am	10. Dúpẹ́/4:50 pm

The word to give: fún ___ ní

1. The word **fún** can be translated in different ways depending on how it is used.

2. It has the meaning of *to give* when it occurs in the following structure.

Olú *fún* Òjó *ní* ìwé.   { *Olu gave Ojo a book.*
                                 Olu gave a book to Ojo.

3. To express the act of giving something to somebody in Yoruba, the word **fún** must occur before the person you are giving something to while the word **ní** must occur before what is given.

Mo *fún* ọmọ mi *ní* owó.   { *I gave my child money.*
                                   I gave money to my child.

186

4. If you are not sure about who something was given to and you want to find out, your question will be as follows.

> **Ta ni Olú** *fún ní* **owó?**   *Whom did Olu give money to?*
> **N kò mọ ẹni tí Olú** *fún ní* **owó.**   *I don't know whom Olu gave money to.*

5. Notice that there is no word that separates **fún** and **ní** in the above sentences. This is because the person to whom money was given is not known to the questioner.

6. If what is given is the object of the question, **ní** will not appear in the sentence since what is given is not known.

> **Kí ni o fún Adé?**   *What did you give Adé?*

7. In summary, the rules for using the Yoruba word for *to give* are as follows:

a. If you know the receiver and the object received, put **fún** before the receiver and **ní** before the object given.

> **Mo fùn Adé ní aṣọ.**

b. If the receiver is not known, then **fún** and **ní** occur side by side.

> **Ta ni o fún ní aṣọ.**

c. If the receiver is known, but the object given is not known, use only **fún** without **ní**.

> **Kí ni o fún Àdùkẹ́?** *What did you give to Àdùkẹ́?*

8. When **fún** is used after **sọ**, it means *to tell*.

> **Olú** *sọ fún* **mí pé Àìná ń sùn.**   *Olu told me that Aina is sleeping.*

IṢẸ́ ṢÍṢE 8

Fún un ní.... O ń sọ nǹkan tí olùtójú ọmọ gbọ́dọ̀ fún ọmọ rẹ àti ìgbà tí ó ní láti fún ọmọ rẹ ní nǹkan wọ̀nyí.

ÀPẸẸRẸ: 8:00 am/oúnjẹ àárọ̀
     - Ní agogo méjọ àárọ̀, fún un ní oúnjẹ àárọ̀.

1. 12:30 pm/oúnjẹ ọsán   4. 10:30 am/egbògi
2. 10:15 am/ọsàn   5. 1:30 pm/máńgòrò
3. 6:00 pm/oúnjẹ alẹ́   6. 8:00 pm/omi

7. 4:30 pm/búrẹ́dì   9. 7:30 am/ọsàn
8. 7:15 pm/omi   10. 5:00 pm/egbòogi

IṢẸ́ ṢÍṢE 9

Ta ni? Òrẹ́ rẹ ń sọ eni tí ó fún ní nǹkan wọnyí, ṣùgbọ́n o kò gbọ́ nǹkantí ó sọ. Bèèrè ẹni tí ó fún ní nǹkan yìí.

ÀPẸẸRẸ: rédíò
- Ta ni o fún ní rédíò rẹ?
- Olú ni mo fún ní rédíò mi.

1. yerí   6. rẹ́kọ́ọ̀dù
2. àpótí   7. ìwé atúmọ̀ èdè
3. kókóró   8. kèkẹ́
4. ìwé   9. mọ́tò
5. fìlà   10. tẹlifísọ̀nnù

IṢẸ́ ṢÍṢE 10

Kí ni? O kò ránti nǹkan tí Dúpẹ́ fún àwọn ènìyàn wọnyí. Wádìí lọ́wọ́ rẹ̀. Ránti láti lo "object pronoun". Ẹnìkejì rẹ ni Dúpẹ́.

ÀPẸẸRẸ: Délé
- Kí ni o fún un?
- Mo fún un ní rédíò.

1. Omidan Òní   6. Màmá Dúpẹ́
2. Kúnlé   7. Òjọ̀gbọ́n Fọlárìn
3. Tópẹ́ àti Kúnlé   8. Dèjì àti Tóyìn
4. Dàpò   9. Sẹ̀yí
5. Ògbéni Òjó   10. Kẹ́mi

Difference between tí and pé

1. Both **tí** and **pé** are translated as *that* in English, but they are used in different ways in Yoruba.

2. **Tí** is a relative clause marker.

    Mo fẹ́ ọkọ tí kò sanra.   *I want a husband that is not fat.*

    Olú fẹ́ ìyàwó tí o lẹ́wà gan an ni. *Olu wants a wife that is very beautiful.*

3. **Tí** usually occurs after the noun that it modifies.

4. On the other hand, **pé** marks indirect statements. Here are some examples of how it is used.

Mo gbọ́ pé o ń lọ sí Èkó.	*I heard that you are going to Lagos.*
Àìná sọ fún mi pé Olú ń bọ̀.	*Aina told me that Olu is coming.*
Òjó sọ pé Rèmí ń jẹun.	*Ojo said that Remi is eating.*

IṢẸ́ ṢÍṢE 11

Irú wo? Ṣe àpèjúwe nǹkan tàbí ènìyàn tí o fẹ́. Rántí láti lo **tí**.

ÀPẸẸRẸ: ọkọ̀
- Mo fẹ́ ọkọ̀ tí wọ́n ṣe ní ìlú Faransé.

1. ọmọ	6. àbúrò	11. rédíò
2. ọkọ	7. ẹ̀gbọ́n ọkùnrin	12. aago
3. ilé	8. àbúrò obìnrin	13. aṣọ
4. ìyàwó	9. ọ̀rẹ́	14. bàtà
5. ẹ̀gbọ́n	10. ọkọ̀	15. olùfẹ́

IṢẸ́ ṢÍṢE 12

Kí l'ó sọ? Àdùkẹ́ sọ nǹkan wọ̀nyí. Kí ni Àdùkẹ́ sọ?

ÀPẸẸRẸ: Ajá bú Òjó jẹ.
- Àdùkẹ́ sọ pé ajá bú Òjó jẹ.

1. Àìná kò sí ní ilé.
2. Rèmí kò ní í wá sí kíláàsì lónìí.
3. Olú gbàgbé ìwé Yorùbá rẹ̀.
4. Òjó ra ológbò méjì lánàá.
5. Títí lu Rèmí lánàá.
6. Olú kò fẹ́ràn láti jẹ búrẹ́dì.
7. Ògbéni Òní máa kọ́ kíláàsì Faransé.
8. Àjàyí fún Òjó ní owó.
9. Kúnlé ní ọmọbìnrin méta.
10. Tóyìn ń lọ sí Ṣíkágò lọ́tùnúnla.

IṢẸ́ ṢÍṢE 13

Ó kàn ẹ. Sọ nǹkan tí o gbọ́ ní ọgbà lonìí fún àwọn ọmọ kíláàsì rẹ.

IṢẸ́ ṢÍṢE 14

Kí l'o rò? Sọ nǹkan tí o rò nípa nǹkan tí ọ̀rẹ́ rẹ ǹ sọ.

ÀPẸẸRẸ: Mo fẹ́ sùn.
- Mo rò pé o gbọ́dọ̀ jẹun kí o tó sùn.

1. Mo ń lọ sí ilé ìkàwé.
2. Mo fẹ́ gbá bọ́ọ̀lù.
3. Mo máa lọ sí Ṣìkágò lóla.
4. Mo fẹ́ jẹ búrẹ́dì.
5. Mo fẹ́ lọ ṣeré.
6. Mo máa roko lónìí.
7. Mo fẹ́ jẹ "ice cream".
8. Mo fẹ́ràn ajá gan an ni.
9. Mo fẹ́ ra ologbo márùnún.
10. Mo fẹ́ mu sìgá.
11. Mo fẹ́ lọ sí ibi àsè.
12. Mo fẹ́ ka ìwé Faransé.

Lẹ́hìn, Lẹ́hìn tí, and Lẹ́hìn tí ___ bá

1. **Lẹ́hìn, Lẹ́hìn tí,** and **Lẹ́hìn tí ___ bá** are all translated as *after* in English, but they are used in different structures in Yoruba.

2. Here are some examples of how **lẹ̀hìn** is used.

Lẹ́hìn kíláàsì, mo máa sùn.	*After class I will sleep.*
Olú lọ sí ilé rẹ̀ lẹ́hìn kíláàsì.	*Olu went to his home after class.*
N kò fẹ́ràn láti ṣe nǹkankan lẹ́hìn kíláàsì.	*I don't like to do anything after class.*

Notice that **lẹ́hìn** is always used after a noun.

3. **Lẹ́hìn tí** functions in a similar fashion to **nígbà tí** in that it is used to report past actions. For example:

Lẹ́hìn tí Olú jẹun tán, ó sùn.	*After Olu finished eating, he slept.*
Olú lọ sí ilé rẹ̀ lẹ́hìn tí ó jẹun tán.	*Olu went to his house after he finished eating.*

4. **Lẹ́hìn tí ___ bá** also behaves like **nígbà tí ___ bá** in that it marks conditional clauses. The performance of one of the actions must depend on the action that is contained in the clause that has **lẹ́hìn tí ___ bá**.

Léhìn tí mo bá jẹun tan, mo máa sùn.　　　*I will sleep after I finish eating.*
N kò mọ ohun tí mo máa ṣe lẹ́hìn tí mo bá　　*I don't know what I am going*
　　　ṣe ìdánwò mi tan.　　　　　　　　　　*to do after I finish my exams.*

5. Notice that the future marker is always used in the subordinate clause that precedes or follows the clause with **lẹ́hìn tí ___ bá**.

Mo máa sùn lẹ́hìn tí mo bá kàwé.　　*I will sleep after I study.*
Lẹ́hìn tí mo bá jẹun, mo máa fòwo　　*After I eat, I will do the dishes.*

Tan and parí

1. Both **tán** and **parí** mean *to finish* in English, but they occur in different structures in Yoruba.

2. If the verb is intransitive, **tán** occurs after the verb.

Olú ti wẹ̀ tán.　　　*Olu has finished swimming.*
Mo ti jó tán.　　　　*I have finished dancing.*

3. If the verb is transitive, **tán** occurs after the object of the verb.

Olú sè oúnjẹ tán ní agogo méjì ọ̀sán.　　*Olu finished cooking at 2:00 p.m.*
Mo ro oko tán lánàá.　　　　　　　　　*I finished mowing the lawn yesterday.*

4. If the verb that denotes the action is implied, the word **ṣe**, *to do*, is used to replace the main verb of the sentence.

Ṣé o ti ṣe tán?　　　　　　　　　　　　　*Have you finished?*
Mo máa lọ sí ilé nígbà tí mo bá ṣe tán.　　*I will go home when I finish.*

5. **Parí** on the other hand is used as the main verb to denote *finish*.

Nígbà wo ni o máa pári ẹ̀kọ́ rẹ?　　*When will you finish your studies?*
Mo parí ìwé tí mo ń kà lanàá.　　　*I finished the book I was reading yesterday.*
Nígbà wo ni ìdànwó yín máa parí?　*When will your exam finish?*

6. Here are some examples of how to use either **parí** or **tán** in similar sentences.

Mo ti parí oúnjẹ mi.　　*I have finished my food.*
Mo ti jẹun tán.　　　　　*I have finished eating.*

If you do not want to specify what you finish, you say:

Mo ti ṣe tán.　　　*I have finished.*

7. When **parí** is used, it serves as the main verb. But when **tán** is used, it is used with another verb which denotes the main action that one is finishing.

IṢẸ́ ṢÍṢE 15

Níbo ni? Sọ ibi tí àwọn ènìyàn yìí máa gbé lẹ́hìn tí wọ́n bá parí ẹ̀kọ́ wọn.

ÀPẸẸRẸ: Èmi/Lòmè
    - Mo máa gbé ní ìlú Lòmè lẹ́hìn tí mo bá parí ẹ̀kọ́ mi.

1. Àwa/Ìbàdàn
2. Dúpẹ́/Ifẹ̀
3. Tópẹ́ àti Tóyìn/Èkó
4. Kúnlé/Ilésà
5. Ìwọ/Ìkòyí

6. Èmi/Ṣàgámù
7. Èmi àti ìwọ/Ìpéru
8. Túnjí/Oǹdó
9. Èmi àti Tópẹ́/Abéòkúta
10. Ìwọ àti Tóyìn/Òṣogbo

IṢẸ́ ṢÍṢE 16

Lẹ́hìn kí ni? - Sọ ibi tí o ń lọ lẹ́hìn àwọn nǹkan wọ̀nyí.

ÀPẸẸRẸ: ijó/kíláàsì
    - Lẹ́hìn ijó, mo máa lọ sí kíláàsì.

1. oúnje/ibi iṣẹ́
2. eré/ilé sinimá
3. kíláàsì/òdọ̀ Dúpẹ́
4. ìpàdé/ilé olùfẹ́
5. sinimá/ilé oúnjẹ

6. kíláàsì/ilé ìwòsàn
7. eré/Ṣìkágò
8. iṣẹ́/gbá bọ́ọ̀lù
9. oúnje/ilé ẹranko
10. ìpàdé/ilé-ìkàwé

IṢẸ́ ṢÍṢE 17

Kí ni ẹ tún ṣe? Dúpẹ́ ń sọ orísirísi nǹkan tí òun àti àwọn ẹbi rẹ ṣe nígbà tí wọn lọ lo ọludé wọn ní ìlú Tógò. Sọ nǹkan tí Dúpẹ́ sọ.

ÀPẸẸRẸ: Wo sinimá/jó
    - Lẹ́hìn tí a wo sinimá tán, a tún jó.

1. gbá bọ́ọ̀lù/sùn
2. jẹun/ṣeré
3. ro oko/fọn fèrè
4. fọ aṣọ/kọ orin
5. wo telifísọ̀nnù/ka ìwé

6. kọ orin/lọ sí ọjà
7. ka ìwé/kọ lẹ́ta
8. jẹun/wẹ̀
9. se oúnje/jẹun
10. jẹun/fọ àwo

192

Ilé ọkọ̀ oju-irin

DIALOGUE

Dèjì ń pe ófíìsì ilé ọkọ ojú irin ní Ìbàdàn.

Òṣìṣẹ́ (telifóònù ń dún): Báwo ni?

Dèjì: E káàsán. Mo fẹ́ mọ ìgbà tí ọkọ̀ ojú irín tí ó ń lọ sí Makurdi máa dé.

Òṣìṣẹ́: Ó máa dé ní nǹkan bí agogo méjì ọ̀sán.

and it will take Dèjì: Agogo kan ti lù nísisìyí. **Ó sì máa gbà mi ní ìṣéjú**
25 minutes **márùndínláàádọ́ta** kí ń tó dé ilé ọkọ̀ ojú irin.

Òṣìṣẹ́: Sé o ti ra tíkẹ́ẹ̀tì re?

Dèjì: Ó tì. Mo máa rà á lẹ́hìn tí mo bá dé ófíìsì yín.

to meet Òṣìṣẹ́: N kò rò pé o lè **bá** ọkọ̀ ojú-irin aláago méjì ọ̀sán. Ọkọ̀ ojú irin mìírán máa
from here lọ sí Makurdi **láti ibí** ní agogo mérin. Bí o bá dé ibi ní agogo méjì ku ìṣéjú
márùndínlógún, kí o tó ra tíkẹ́ẹ̀tì agogo méjì máa ti kojá. Mo rò pé ó máa
dára bí o bá lè wọ ọkọ̀ aláago mérin.

Dèjì: E ṣe. Ó dàbọ̀. Mo máa wá wọ ọkọ̀ aláago mérin.

IṢẸ́ ṢÍṢE 18

ÌBÉÈRÈ

1. Níbo ni Dèjì ń lọ?
2. Kí l'ó dé tí Dèjì kò lè wọ ọkọ̀ aláago méjì?
3. Irú ọkọ̀ wo ni Dèjì fẹ́ wò?
4. Agogo mélòó ni Dèjì pé ọ́físì ilé ọkọ̀ ojú-irin?
5. Ṣé Dèjì ti ra tíkẹ́ẹ̀tì rẹ̀ kí ó tó pe ọ́físì tíkẹ́ẹ̀tì?

IṢẸ́ ṢÍṢE 19

You are in Lagos and you missed your plane to New York. Call the airline office, explain what happened and find out when the next plane will leave.

PRONUNCIATION AND TONES

Consonants t and d

Yoruba consonants **t** and **d** are similar to English t and d as in "tap," "toe," "date," and "dog." This pronunciation is irrespective of whether they occur initially or in between vowels. For example:

Dàda	*(name of a person)*	ata	*pepper*
adé	*crown*	**Tópẹ́**	*name of a person*
dúró	*to stand up*	títì	*street*
àdá	*machete*	ètè	*lips*
dúdú	*black (adj.)*	ẹ̀tẹ̀	*leprosy*

IṢẸ́ ṢÍṢE 20

TONE EXERCISES

Fi àmì ohùn tí ó yẹ sí orí àwọn ọ̀rọ̀ wọ̀nyí.

1. **itọ**	*saliva*	6. **ifa**	*ifa divinity*
2. **itọ**	*urine*	7. **ifa**	*luck/profit*
3. **aya**	*wife*	8. **ẹko**	*food/congealed corn meal*
4. **aya**	*chest*	9. **ẹko**	*lessons*
5. **aaya**	*red colobus monkey*	10. **ẹrọ**	*propitiations*
		11. **ẹrọ**	*machine*

VOCABULARY

NOUNS

àárò   *morning*
agogo/aago   *clock*
agogo méjìlá òsán   *twelve noon*
ajá   *dog*
alé   *night*
egbògi   *medication*
ibi iṣé   *a place of work*
ìdánwò   *exam*
ilé okò òfurufú   *airport*
ìròlé   *evening*
ìṣéjú   *minutes*
ìwé atumo èdè   *dictionary*
kèké   *bicycle*
méfà ààbò   *six and a half*
ológbò   *cat*
olùtojú omo   *a baby sitter/nanny*
òru   *middle of the night*
oúnje àárò   *breakfast*
oúnje alé   *supper*
oúnje òsán   *lunch*
ófìsì tíkéètì   *ticket office*
ojoojó Móndè   *every Monday*
okò aláago mérin   *a four o'clock train*
okò ojú irin   *train*
osàn   *orange*
òsán   *afternoon*

VERBS

bu ___ je   *to bite s.o.*
dé   *to arrive*
délé   *to arrive home*
fún ___ ní ___   *to give s.o. s.t.*
gbá bóòlù   *to play football (soccer)*
jeun àárò   *to eat breakfast*
jí   *to wake up*
ko létà   *to write a letter*
kojá   *to pass*
kúrò   *to leave*
lè   *can/to be able*

lè so   *can say*
léwà   *to be beautiful*
mu sìgá   *to smoke cigarettes*
ń bò   *to be coming*
ní láti   *have to*
parí   *to finish*
pe ófìsì   *to call the office*
so   *to say*
so fún   *to tell*
sòrò pèlú   *to talk with s.o.*
seré   *to play*
siṣé   *to work*
siṣé jù   *to work too much*
wádìí lówó ___   *to find out from ___*
wo oko ojú-irin   *to take a train*

OTHERS

bí ___ bá   *if*
bóyá   *if/maybe*
kí ___ tó   *before s.o. (does s.t.)*
láti ibí   *from here*

OBJECTIVES

Topic: Foods
Function: Talking about food, expressing hunger or thirst
Grammar: Prepositional phrases, e.g., **níwájú, lẹ́hìn**, etc., gerunds
Cultural Information: How meals are structured: cooking and eating

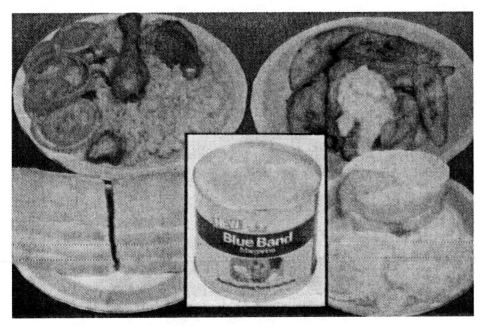

ìrẹsì jọ̀lọ́ọ̀fù, búrẹ́dì, àti dòdò

MONOLOGUE

Bọ́sẹ̀ ń sọ nípa oúnjẹ tí ó fẹ́ràn jù.

fried plantain/fried food

Oúnjẹ tí mo fẹ́ràn ju ni **dòdò. Oúnjẹ díndín** ni dòdò. Dòdò kò ṣòro láti dín rárá. Bí o bá fẹ́ dín dòdò, ó gbọ́dọ̀ ní **ọ̀gẹ̀dẹ̀ àgbagbà**, òróró, iyọ̀, ìkòkò fún nǹkan díndín.

plantain

remove the skin

Láti dín dòdò, kọ́kọ́ **bó èèpo** ọ̀gẹ̀dẹ̀ àgbagbà. Lẹ́hìn náà, gé ọ̀gẹ̀dẹ̀ yìí sí wẹ́wẹ́. **Wọ́n iyọ̀** díẹ̀ sórí ọ̀gẹ̀dẹ̀ tí o gé sí wẹ́wẹ́. Gbé ìkòkò sí orí iná. Bu òróró sínú ìkòkò yìí. Lẹ́hìn tí òróró bá gbóná díẹ̀, fi ọ̀gẹ̀dẹ̀

sprinkle salt

197

<table>
<tr><td>be brown,to burn</td><td>díẹ̀ sínú òróró gbígbóná yìí. Dín ògèdẹ̀ títí di ìgbà
tí wọ́n bá **pupa**. Má jẹ́ kí ògèdẹ̀ jó. Lẹ́hìn tí o bá</td></tr>
<tr><td>remove them/
food is ready</td><td>pupa tó, **kó wọ́n** kúrò nínú òróró. **Oúnjẹ dé!**
O lè jẹ dòdò pẹ̀lú ẹ̀wà tàbí ìrẹsì pẹ̀lú ọbẹ̀ ẹran.</td></tr>
</table>

IṢẸ́ ṢÍṢE 1

ÌBÉÈRÈ

1. Kí ni a fi ń ṣe dòdò?
2. Báwo ni a ṣe ń dín dòdò?
3. Kí ni a lè jẹ dòdò pẹ̀lú?
4. Nígbà wo ni a gbọ́dọ̀ kó dòdò kúrò nínú òróró?
5. Irú ògèdẹ̀ wo ni a fi ń dín dòdò?
6. Irú ìkòkò wo ni a fi ń dín dòdò?

IṢẸ́ ṢÍṢE 2

Ó kàn ẹ. Sọ fún wa nípa oúnjẹ tí o fẹ́ràn jù. Báwo ni a ṣe ń sè oúnjẹ yìí? Kí ni àwọn **nǹkan èèlò** *(ingredients)* tí a gbọ́dọ̀ ní láti sè oúnjẹ yìí?

ÀṢÀ: Síṣe Oúnjẹ Ní Ilẹ̀ Yorùbá

measure	Àwọn Yorùbá kì í **wọn** nǹkan èèlo nígbà tí wọ́n bá ń ṣe oúnjẹ. Yálà wọ́n ń ṣe oúnjẹ díẹ̀ fún ẹbí tàbí
big occasion	oúnjẹ púpọ̀ fún **àṣè ńlá**. Àwọn tí ó ń ṣe oúnjẹ máa ń
experience	sábà lo **ìrírí** wọn láti mo oye àta, iyọ̀ àti àwọn
ingredients	**nǹkan èlò** mìíràn tí wọ́n gbọ́dọ̀ lò fún oúnjẹ wọn.

Àwọn obìnrin ní wọ́n ń sábà ṣe oúnjẹ ní ilẹ̀ Yorùbá ní ayé àtijọ́.

by watching	Àwọn ọmọbìnrin máa ń kọ́ oúnjẹ síṣè **nípa wíwo** màmá wọn nígbà tí màmá
male and female	bá ń ṣe oúnjẹ. Ní ayé òde òní tí **tobìnrin tọkùnrin** ti ń ṣiṣẹ́
government	**ìjọba**, tobìnrin tọkùnrin ni ó lè ṣe oúnjẹ ní ìlú Nàìjíríyà nísisìyí.

	Bí o tilẹ̀ jẹ́ pé ọ̀pọ̀lọpọ̀ àwọn obìnrin Yorùbá ni wọ́n ń ko
nevertheless	àṣà Òyìnbó nítorí pé wọ́n lọ sí ilé-ìwé Òyìnbó, **síbẹ̀síbẹ̀**, ọ̀pọ̀lọpọ̀ wọn kò fẹ́ràn láti wọn nǹkan èlò nígbà tí wọ́n bá ń ṣe oúnjẹ Yorùbá. Wọ́n lè wọn nǹkan èlò nígbà tí wọ́n bá ń ṣe oúnjẹ Òyìnbó.

IṢẸ́ ṢÍṢE 3

ÌBÉÈRÈ

1. Ṣé àwọn tí ó ń se oúnjẹ máa ń wọn nǹkan èlò ní ìlú rẹ?
2. Ṣé tobìnrin tọkùnrin ni o ń se oúnjẹ ní ìlú rẹ?
3. Báwo ni àwọn ọmọ ṣe ń kọ́ oúnjẹ sísé ní ìlú rẹ?
4. Irú oúnjẹ wo ni àwọn ará ìlú rẹ fẹ́ràn láti jẹ?
5. Sọ oúnjẹ ìlú rẹ kan fún wa?

Oúnjẹ Yorùbá

àmàlà	*food made from yam flour*
èbà	*food made from cassava flour*
èwà	*beans*
ìkókorẹ́	*food made from water yam*
túwó	*food made from corn flour*
dòdò	*fried plantain*
ìrẹsì	*rice*
iṣu	*yams*
iyán	*pounded yam*
bòòli	*barbecued plantain*
dùndú	*fried yam*
èbe	*yam porridge*
fùfú	*food made from cassava*
gàrí	*cassava flour*
èlùbọ́	*yam flour*
èkọ	*food made from corn*
ọbẹ̀ adìe	*chicken stew*
ọbẹ̀ ẹlẹ́dẹ̀	*pork stew*
ọbẹ̀ tòlótòló	*turkey stew*
ọbẹ̀ ẹran	*meat stew*
ọbẹ̀ èfó	*green vegetable stew*
ọbẹ̀ ilá	*okra stew*
ọbẹ̀ ewédú	*ewedu vegetable stew*
ọbẹ̀ eja	*fish stew*
ìrẹsì jòlóòfù	*jollof rice*
mọ́ínmọ́ín	*beans pudding*

Ohun mímu (Drinks)

fáńtà	*fanta (orange drink)*
omi	*water*
(omi) ọsàn	*orange juice*

(omi) gíréèpù	grape juice
ẹmu	palm wine
ògógóró	alcoholic palm wine
bùrùkùtù	a drink made from millet
ọtí	any alcoholic beverage, e.g., beer
kóòkì	Coke
pẹpusí	Pepsi

IṢÉ ṢÍṢE 4

Lo ìwọ̀n (scale) tí ó wà ní ìsàlẹ̀ yìí láti sọ bí o ṣe fẹ́ràn àwọn oúnjẹ tí ó wà lókè tó.

| pupọ̀ | gan an ni | díẹ̀ | rárá |

ÀPẸẸRẸ: Mo fẹ́ràn ìrẹsì jọlọ́òfù díẹ̀.

IṢÉ ṢÍṢE 5

Iyán àti ọbẹ̀ ẹfọ́. Ìwọ àti àwọn ọrẹ rẹ tí kò gbọ́ Yorùbá wà ní búkà ìlé-oúnjẹ. Sọ nǹkan tí àwọn ọ̀rẹ́ rẹ fẹ́ fún màmá olóúnjẹ.

ÀPẸẸRẸ: Lilian: èbà àti ọbẹ̀ ẹja
            Lilian fẹ́ èbà àti ọbẹ̀ ẹja

1. Charles: ìrẹsì àti ọbẹ̀ tòlótòló.
2. Antonia: ìyán àti ọbẹ̀ ẹran pẹ̀lú ègúsí
3. Alice: àmàlà pẹ̀lú ọbẹ̀ ewédú
4. Shannon: túwó pẹ̀lú ọbẹ̀ gbẹ̀gìrì
5. Kerby: ìkokoré
6. Ernie: ìrẹsì jọlọ́òfù pẹ̀lú adìẹ
7. Jerry: ìrẹsì pẹ̀lú adìẹ àti dòdò
8. Paul: èwà àti dòdò
9. Michael: ìrẹsì jọlọ́òfù pẹ̀lú mọ́ínmọ́ín
10. Helen: èbà pẹ̀lú ọbẹ̀ ilá pẹ̀lú ẹlẹ́dẹ̀

IṢẸ́ ṢÍṢE 6

Kafitéríà. O wà ní **búkà** (*Yoruba resturant*) ní ọgbà Yunifásítì Ọbáfẹ́mi Awólọ́wọ̀. **Yan** *(choose)* oúnjẹ tí ó fẹ́ láti inú **mẹ́nù** *(menu)* ìsàlẹ̀ yìí.

Ohun jíjẹ

* àwo ẹ̀bà pẹ̀lú ọbẹ̀ ẹran (₦20)
* àwo ìrẹsì pẹ̀lú ọbẹ̀ adìẹ (₦30)
* àwo àmàlà pẹ̀lú ọbẹ̀ ẹ̀fọ́ àti tòlótòló (₦35)
* àwo ìrẹsì jòlóòfù àti móínmóín àti adìẹ (₦40)
* àwo ẹwà pẹ̀lú dòdò (₦15)
* àwo iyán pẹ̀lú ọbẹ̀ ẹ̀gúsí àti ẹran (₦40)

Ohun mímu

* ìgò ọtí bíà (₦10)
* ìgò emu (₦6)
* Fáńtà (₦2)
* Pẹpusí (₦2)
* Kóòkì (₦2)
* ìgò ọtí stáòtù (₦10)

ÀPEERE: - Mo fẹ́ ìgò Fáńtà méjì àti àwo ìrẹsì pẹ̀lú ọbẹ̀ adìẹ. Gbogbo rẹ̀ jẹ́ náírà mẹ́rìnlélọ́gbọ̀n.

IṢẸ́ ṢÍṢE 7

Kò dùn rárá. Ìwọ àti àwọn òrẹ́ rẹ sẹ̀sẹ̀ jẹun tán ní ilé oúnjẹ. Sọ fún wa bí oúnjẹ tí o jẹ dùn tàbí kò dùn. Ló ìwọ̀n ìsàlẹ̀ yìí (Use the scale below).

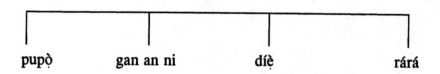

| pupọ̀ | gan an ni | díẹ̀ | rárá |

ÀPẸẸRẸ: ẹ̀bà/gan an ni
- Húùn! ẹ̀bà tí mo jẹ dùn gan an ni.

1. ìrẹsì/rárá
2. túwó pẹ̀lú ọbẹ̀ ewédú/gan an ni
3. àmàlà pẹ̀lú ọbẹ̀ ilá/díẹ̀
4. ìkókorẹ́/gan an ni
5. fùfú pẹ̀lú ọbẹ̀ ẹ̀fọ́/rárá

6. móínmóín/díẹ̀
7. ẹ̀wà àti dòdò/díẹ̀
8. iyán àti ọbẹ̀ ẹ̀fọ́/rárá
9. ẹ̀bà pẹ̀lú ọbẹ̀ ẹja/púpọ̀
10. iṣu pẹ̀lú ẹyin díndín/díẹ̀

IṢẸ́ ṢÍṢE 8

Kí ni ẹ mu? - O sẹ̀sẹ̀ dé láti ibi-àsè. Sọ nǹkan tí ẹ jẹ àti nǹkan tí ẹ mu fún òrẹ́ rẹ.

ÀPẸẸRẸ: A jẹ ìrẹsì jọlọ́ọ̀fù àti tòlótòló, a sì mu ẹmu.

GÍRÁMÀ_____

Prepositional Phrases

1. In most cases, parts of the body are used as prepositions in Yoruba.

2. Here are some common prepositions in Yoruba.

légbẹ̀ẹ́ (ní + ẹ̀gbẹ́)	*beside, on the side*
níwájú (ní + iwájú)	*in front of*
léhìn (ní + ẹ̀hìn)	*behind, at the back of*
lábẹ́ (ní + abẹ́)	*under*
láàárín (ní + àárín)	*in between*
lórí (ní + orí)	*on top of*

nítòsí (ní + itòsí)   *near*
lápá òtún (ní + apá òtún)   *on the right hand side*
lápà òsì (ní + apá òsì)   *on the left hand side*

IȘÉ ȘÍȘE 9

Níbo ni ìwé wà?

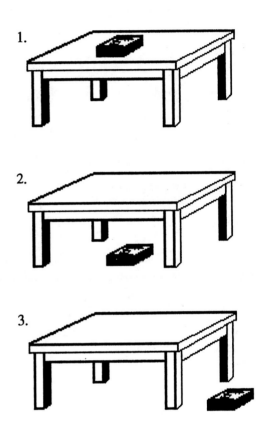

1.

2.

3.

IȘÉ ȘÍȘE 10

Sọ **ipò** *(position)* tí àwọn ọmọ-kíláàsì rẹ wà sí ẹ.

ÀPẸẸRẸ: Kúnlé wà níwájú mi.
          Bọ́sè wà lẹ́hìn mi.
          Òjó wà lápá òtún mi.
          àti bẹ́ẹ̀ bẹ́ẹ̀ lọ

Gerunds

1. Gerunds are formed from verbs by repeating the initial consonant of the verb and inserting a high toned /í/ in between the identical consonants.

2. Here are some examples.

jẹ́	*to eat*	**jíjẹ**	*eating or act of eating*
sùn	*to sleep*	**sísùn**	*sleeping or the act of sleeping*
jókòó	*to sit down*	**jíjókòó**	*the act of sitting down*

3. Gerunds can be used in different ways. If, for example, you have the phrase **mu ọtí**, you can use gerunds from this phrase as follows.

Mímu ọtí kò dára rárá.   *Drinking alcoholic beverages is not good at all.*

4. The above sentence can also be expressed as:

Ọtí mímu kò dára rárá.

5. Other examples of the use of gerunds are:

gún iyan   *to pound yams*
Mo fẹ́ràn iyán gígún.   *I love to pound yams.*

fọ aṣọ   *to wash clothes*
Mo kórìíra aṣọ fífọ̀   *I hate to wash clothes.*

Gígún iyán le gan an ni.   *Pounding yams is difficult.*

IṢẸ́ ṢÍṢE 11

Kí ni èrò rẹ? (*what's your opinion?*) Sọ ohun tí o rò nípa àwọn nnkan wọnyí.

ÀPẸẸRẸ: ro oko
                   - oko ríro le gan an ni.

1. fọ aṣọ	6. dín dòdò	11. kọ létà
2. lọ aṣọ (to iron clothes)	7. ro àmàlà	12. gbá ilẹ̀
3. sẹ oúnjẹ	8. ro èbà	13. gun kèké
4. sọ Yorùbá	9. gé eran	14. wa ọkọ̀
5. gun iyán	10. ka ìwé	15. sọ ìtàn ní èdè Yorùbá

IṢẸ́ ṢÍṢE 12

Ṣé o ti jẹ ẹ̀bà rí? Jeri ń sọ nípa oúnjẹ Yorùbá tí kò ì tí í jẹ rí. Kí ni ó ń sọ?

ÀPẸẸRẸ: ẹ̀bà

- N kò ì tí í jẹ ẹ̀bà rí.

1. ìkókóré	6. àṣáró
2. àmàlà	7. móínmóín
3. ọbẹ̀ ilá	8. dòdò
4. ọbẹ̀ ewédú	9. ìrẹsì jòlóòfù
5. fùfú	10. túwó

IṢẸ́ ṢÍṢE 13

Bẹ́ẹ̀ ni tàbí ó tì. Dúpẹ́ ń bi Tóyìn léèrè bóyá ó mọ oúnjẹ Yorùbá sè. Sọ nǹkan tí wọ́n ń sọ.

ÀPẸẸRẸ: ro àmàlà
- Ṣé o mọ àmàlà rò?
- Ó tì, n kò mọ àmàlà rò.

tàbí
- Bẹ́ẹ̀ ni, mo mọ àmàlà rò.

1. sè ìrẹsì jòlóòfù	6. dín dùǹdú
2. ro túwó	7. yan bọ̀ọ̀lì
3. sè móínmóín	8. ro fùfú
4. dín dòdò	9. sè iṣu
5. sè ìkókọrẹ́	10. dín àkàrà

Expressing Hunger or Thirst

1. If you want to say that you are hungry or thirsty, object pronouns are used instead of regular subject pronouns.

ẹ̀bi ń pa *mí*.   *I am hungry.*

2. **Èbi ń pa mí** literally means, *hunger is killing me.* It is a fixed expression that has to be memorized.

3. Expressing thirst is also a fixed expression.

Òrùngbẹ ń gbẹ mí. *I am thirsty.*

206

4. If you want to say that other people are hungry or thirsty, you only need to change the object pronoun accordingly.

Èbi ń pa ẹ́.   *You are hungry.*
Èbi ń pa á.   *He/she is hungry.*
Èbi ń pa wá.   *We are hungry.*
Èbi ń pa yín.   *You (pl. or honorific) are hungry.*
Èbi ń pa wọ́n.   *They (or honorific) are hungry.*

5. The same rule applies when others are thirsty. Only the object pronouns need to be modified.

Òrùngbẹ ń gbẹ ẹ́.   *You are thirsty.*

6. Since the last vowel of **gbẹ** is /e/, the third person singular object pronoun for this verb will be **ẹ́**. This means that **Òrùngbẹ ń gbẹ ẹ́** can be interpreted as

You are thirsty   or
He/she is thirsty

depending on the context. In other words, it is ambiguous.

7. The negative counterpart is formed by replacing **ń** with **kò**.

Òrùngbẹ ń gbẹ mí.   *I am thirsty.*
Òrùngbẹ kò gbẹ mí.   *I am not thirsty.*

IṢẸ́ ṢÍṢE 14

Kí l'ó ń ṣe é? (*What's wrong with him?*) O mọ pé ebi ń pa àwọn ènìyàn yìí ṣùgbọ́n Dúpẹ́ kòọm ohun tí o ń ṣe wọ́n. Sọ nǹkan tí ó ń ṣe wọ́n fún Dúpẹ́.

ÀPẸẸRẸ: Rèmí
            - Ebi ń pa á.

1. Kúnlé àti Túnjí   6. Ìwọ
2. Ògbéni Àtàndá   7. Ìwọ àti Tinúkẹ́
3. Omidan Pèlú   8. Délé àti Tóyìn
4. Ìwọ àti èmi   9. Túnjí
5. Arábìnrin Àlùkò   10. Kẹ́mi

IṢẸ́ ṢÍṢE 15

Ṣé òrùngbẹ ń gbẹ ẹ́? *(Is she thirsty?)*. Bí Túnjí léèrè bóyá òrùngbẹ ń gbẹ àwọn ènìyàn yìí.

ÀPẸẸRẸ: Dúpẹ́
- Ṣé òrùngbẹ ń gbẹ ẹ́?
- Ó tì, òrùngbẹ kò gbẹ ẹ́.

1. Èmi àti Dúpẹ́
2. Èmi àti ìwọ
3. Ìwọ
4. Kúnlé
5. Ògbẹ́ní Sàndà

6. Tópẹ́ àti Tóyìn
7. Ìwọ àti Kúnlé
8. Títí
9. Délé àti Kẹ́mi
10. Omidan Pèlú

ÀṢÀ: Àkókò Oúnjẹ

Àwọn Yorùbá **máa ń sábà jẹun** àárọ̀ ní nǹkan bí agogo mẹ́fà àárọ̀ sí agogo mẹ́wàá àárọ̀. Irú iṣẹ tí ènìyàn ba ń ṣe àti àkókò tí wọ́n gbọ́dọ̀ fi ilé sílẹ̀ ní ó máa sọ ìgbà tí ènìyàn yìí máa jẹ oúnjẹ àárọ̀. Àwọn ọmọdé tí wọn gbọ́dọ̀ dé ilé-ẹ̀kọ wọn ní nǹkan bí agogo mẹ́jọ̀ àárọ̀ máa fẹ́ jẹun kí wọ́n tó kúrò ní ilé.

Oúnjẹ ọ̀sán lè bẹ̀rẹ̀ ní nǹkan bí agogo mẹ́jìlá sí agogo mẹ́ta ọsan. Oúnjẹ alẹ́ máa ń sábà bẹ̀rẹ̀ ní nǹkan bí agogo mẹ́je sí agogo mẹ́sànán alẹ́.

even if they didn't know
any visitor/to meet/while eating

Bí o bá lọ sí ilé àwọn Yorùbá láti lọ kí àkókò tí wọ́n ń jẹun, **bí wọn kò tilẹ̀ mọ̀** pé ó ń bọ̀, wọ́n máa wá oúnjẹ fún **àlejòkálejò** tí ó bá bá wọn **ní ìdí oúnjẹ**.

without a spoon
etc.

Àwọn Yorùbá fẹ́ràn láti lo ọwọ́ wọn **láì sí ṣíbí** tàbí fóòkì nígbà tí wọ́n ba ń jẹ oúnjẹ bí àmàlà, iyán, ẹ̀bà, ẹ̀kọ, àti **bẹ́ẹ̀ bẹ́ẹ̀ lọ**. Ṣùgbọ́n wọ́n máa ń lo ṣíbí láti mu ògì.

same plate

main food

on the mat/a wooden sent

Àwọn ọmọdé bí i mẹ́ta tàbí mẹ́rin lè jẹun nínú **àwo kan náà.** Bàbá àti màmá sì máa ń jẹun nínú àwo kan náà. Bí àwọn ọmọdé bá ń jẹun, wọ́n gbọ́dọ̀ jẹ **gbogbo oúnjẹ** tán kí wọ́n tó jẹ ẹran. Bí ọmọdé bá ń jẹun pẹ̀lú àgbàlagbà, ko gbọ́dọ̀ **síwájú** àgbàlagbà **mú** ẹran nínú àwo.

Àsà àwọn Yorùbá ni láti jẹ oúnjẹ púpọ̀ ṣùgbọ́n ẹran kékeré. Fún àpẹẹrẹ, bí àwọn Yorùbá bá fẹ́ jẹ ìrẹsì pẹ̀lú ọbẹ̀ ẹja, ìrẹsì gbọ́dọ̀ pọ̀ púpọ̀ ju ẹja lọ. Ẹja, ẹran, ẹlẹ́dẹ̀ àti bẹ́ẹ̀ bẹ́ẹ̀ lọ gbọ́dọ̀ kéré ju ìrẹsì, ẹ̀ba tàbí àmàlà.

Kí Òyìnbó to kó àṣà lílo tábìlì fún oúnjẹ wá sí ilẹ̀ Yorùbá, àwọn Yorùbá máa ń sábà jẹun **ní orí ẹní,** tàbí lórí àpótí.

IṢẸ́ ṢÍṢE 16

ÌBÉÈRÈ

1. Nígbà wo ni oúnjẹ àárọ̀, ọ̀sán àti alẹ́ ni ìlú rẹ?
2. Báwo ni àwọn ènìyàn ṣe ń jẹun ní ìlú rẹ? Ṣé wọn máa ń lo síbí, fọ́ọ̀kì, àti bẹ́ẹ̀ bẹ́ẹ̀ lọ?
3. Ṣé ènìyàn púpọ̀ lè jẹun nínú àwo kan náà ní ìlú rẹ?
4. Níbo ni àwọn ènìyàn gbé ń jẹun. Lórí tábìlì tàbí lórí ẹní tàbí lórí ilẹ̀?

that comes in 5. Kí ni àwọn ènìyàn ní ìlú rẹ máa ń ṣe fún àlejò **tí ó wọlé** nígbà tí wọ́n ń jẹun?

IṢẸ́ ṢÍṢE 17

Oúnjẹ àárọ̀. Sọ nǹkan tí àwọn ènìyàn yìí fẹ́ràn láti jẹ fún oúnjẹ àárọ̀.

ÀPẸẸRẸ: Èmi/iṣu àti ẹyin
- Fún oúnjẹ àárọ̀, mo fẹ́ràn láti jẹ iṣu àti ẹyin.

1. Dúpé/mu ògì pẹ̀lú àkàrà
2. Tóyìn/búrẹ́dì pẹ̀lú ẹyin
3. Túnjí/búrẹ́dì pẹ̀lú ẹ̀wà
4. Délé/ẹ̀kọ pẹ̀lú àkàrà

5. Ìwọ àti Dúpẹ́/iṣu pẹ̀lú kọnbíìfù
6. Dúpẹ́ àti Túnjí/pankéèkì àti ẹyin díndín

ISẸ́ ṢÍṢE 18

Ó kàn ẹ́. Sọ nǹkan tí o fẹ́ràn láti jẹ fún oúnjẹ àárọ̀, ọ̀sán, àti alẹ́. Nígbà wo ni o máa ń jẹ àwọn oúnjẹ wọ̀nyí?

DIALOGUE

Túnjí wà ni ilé Kúnlé

Túnjí: Èbi ń pa mí, Kúnlé.
Kúnlé: Kí ni o fẹ́ jẹ?
Túnjí: N kò mọ. Kí ni o ní?
Kúnlé: N kò ní oúnjẹ kankan nílé. Ṣé o gbàgbé pé n kò mọ oúnjẹ sè.

to eat out Ṣé a lè lọ **jeun ní búkà**, nítorí pé èbi ń pa èmi náà.
want us to go Túnjí: Kò burú. Níbo ni o **fẹ́ kí a lọ**?
Kúnlé: Ṣé o fẹ́ràn oúnjẹ àwọn Ṣainíìsì? Ilé oúnjẹ àwọn Ṣainíìsì kan wà ní títí
Ìkòròdú ní Igbóbì.
let's Túnjí: Ó tì, N kò fẹ́ràn oúnjẹ àwọn Ṣainíìsì rárá. **Jẹ́ kí a** lọ sí ilé oúnjẹ **àwọn**
the Lebanese **Kòráà** tí ó wà ní Yábàá.
Kúnlé: Kò burú. Ebi ń pa mí gan an ni nísisìyí.
Let's go! Túnjí: Ó yá!

ISẸ́ ṢÍṢE 19

ÌBÉÈRÈ:

1. Ṣé Kúnlé mọ oúnjẹ sè?
2. Ilé oúnjẹ wo ni Túnjí fẹ́ lọ?
3. Irú oúnjẹ wo ni Túnjí sọ pé oún kò fẹ́?
4. Níbo ni ilé oúnjẹ àwọn Ṣainíìsì wà?
5. Níbo ni ilé oúnjẹ àwọn Kòráà wà?
6. Nígbà tí èbi ń pa Túnjí, ṣé Túnjí mọ nǹkan tí ó fẹ́ jẹ?

ISẸ́ ṢÍṢE 20

Role play. Call and ask your friend to go to the movies with you. Ask what movie your friend wants to see. Decide where to meet and what time, and discuss where to go for a snack after the movie.

PRONUNCIATION AND TONES_____

The Consonant h

The consonant **h** in Yoruba is pronounced similar to the English consonant **h** as in *hoe, high, he*, etc. It occurs between vowels and at the beginning of a word. Here are some words with **h**.

há	*to be tight (as with clothes or shoes)*	**ihò**	*a hole*
hó	*to boil (e.g., water)*	**ahón/àwọn**	*tongue*
han	*to scream*	**ehín/eyín**	*teeth*
hún	*to feel itchy*	**èhìn/èyìn**	*back*
		ohùn	*voice*
		ohun	*thing*

IṢÉ ṢÍṢE 21

TONE EXERCISES

Fi àmì ohùn tí ó yẹ sí orí àwọn ọ̀rọ̀ wọ̀nyí.

1. **ohun**	*voice*		6. **yan**	*to yawn*	
2. **ohun**	*thing*		7. **yan**	*to march/to roast*	
3. **ẹtu**	*gunpowder*		8. **yan**	*to choose*	
4. **ẹtu**	*an animal*		9. **oogun**	*sweat*	
5. **ẹtu**	*guinea fowl*		10. **oogun**	*medicine*	

ORIN

a baby Orin yìi ni orin tí àwọn Yorùbá máa ń kọ́ fún **ọmọdé** nígbà tí ó bá ń sunkun. Ẹnikẹ́ni tí ó bá mọ orin yìi ni ó lè kọ ọ́. Ẹni tí ó ń kọ orin yìí gbọ́dọ̀ lo orúkọ ọmọ tí ó ń sọkún. Fún àpẹẹrẹ, orin yìi ni orin fún ọmọ kérèré tí ó ń jẹ́ Kẹ́mi:

	Kẹ́mi ńkọ́ o?
ńlé = ní lé	Ó wà ńlé o.
	Kẹ́mi ńkọ́ o?
	Ó wà ńlé o.
to cry anymore	K'ó má **sunkún mọ́** o.
to be sick	K'ó má **ṣàìsàn** mọ́ o.
to be very hot	K'ó má **gbóná janjan** bí èkọ òní o.
to be very cold	K'ó má **tutù nini** bí èbà àná o .

VOCABULARY

NOUNS

àmàlà   *food made from yam flour*
àsáró   *yam*
awo   *a plate*
bòòlì   *barbecued plantains*
bùrùkùtù   *a drink made from millet*
dòdò   *fried plantain*
dùndú   *fried yam*
èlùbọ́   *yam flour*
epo pupa   *red (palm) oil*
èrò   *thought*
èbà   *food made from cassava flour*
èbẹ   *yam porridge*
èko   *food made from corn*
ẹlẹ́dẹ̀   *pork/pig*
ẹmu   *palm wine*
èwà   *beans*
ẹyin   *eggs*
ẹyin díndín   *fried eggs*
fáńtà   *fanta (orange drink)*
fùfú   *food made from cassava*
gàrí   *cassava flour*
ibi-àsè   *a place of festivities*
ìgò   *a bottle*
ìkókorẹ́   *food made from water yam*
ìkòkò   *pots*
ipò   *position*
iṣu   *yams*
iyán   *pounded yam*
kafitéríà   *cafeteria*
kóòkì   *Coke*
kọnbífù   *corned beef*
nǹkan èèlò   *ingredients*
ohun mímu   *drinks*
(omi) ọsàn   *orange juice*
(omi) gíréèpù   *grape juice*
òróró   *vegetable oil*
òróró gbígbóná   *hot oil*
oúnjẹ alẹ́   *supper*
oúnjẹ àwọn Kòráà   *Lebanese food*
oúnjẹ àwọn Ṣaiǹsì   *Chinese food*
oúnjẹ díndín   *fried food*

oúnjẹ ọ̀sán   *lunch*
ògèdè   *bananas*
ògèdè àgbagbà   *plantains*
ọtí   *any alcoholic beverage, e.g., beer*

VERBS

bó èèpò   *to remove the skin/to peel*
dín   *to fry*
dùn   *to be tasty*
fi sínú   *to put s.t. inside s.t.*
gé___sí wẹ́wẹ́   *to cut s.t. in small pieces*
gún iyán   *to pound yams*
kó ___ kúrò   *to remove s.t.*
mu   *to drink*
ro àmàlà   *to prepare amala*
ro èbà   *to prepare ẹba*
sòro   *to be difficult*
wọ́n ìyọ̀   *to sprinkle salt*
yan   *to barbecue*

OTHERS

kókó   *first of all*
lábẹ́ (ní + abẹ́)   *under*
lápà òsì (ní + apá òsì)   *on the left hand side*
lápá òtún (ní + apá òtún)   *on the right hand side*
lati dín dòdò   *in order to fry plantains*
sórí   *on top of/on*
sẹ̀sẹ̀   *recently*

ÀYÈWÒ

IṢÉ ṢÍṢE 1

Lo ọgbọ́n orí láti mọ nọ́ńbà tí ó yẹ.

1. igba, àádọ́talénígba, ọ̀ọ́dúnrún....
2. eẹ́wàálénígba, ogúnlénígba, ọgbọ̀nlénígba....
3. igba, irinwó, ẹgbèta....
4. aárùndínlógbònlénígba, àádọ́talénígba, aárùndínláàdọ́rínlénígba....
5. aárùndínnígba, aárùndínlọ́ọ̀dúnrún, aárùndínnírinwó....

IṢÉ ṢÍṢE 2

Méjìméjì *(in pairs)*. O wà ní ọjà Òyìnbò ní Èkó. **Pinnu** *(decide on)* nǹkan tí o fẹ́ rà. Ná ọja pẹ̀lú oníṣòwò. Ẹnìkejì rẹ ni oníṣòwò.

IṢÉ ṢÍṢE 3

Olùtójú ọmọ *(babysitter)*. Arábìnrin Pẹ̀lú fẹ́ kí o bá òun tójú ọmọ òun. Bí wọ́n léèrè nípa gbogbo nǹkan tí o yẹ kí o mọ̀ nípa ọmọ wọn tí o máa tójú.

IṢÉ ṢÍṢE 4

O fẹ́ rẹ̀ntì *(to rent)* àpátíméǹtì. Pé bàbà onílé kí o sì bèèrè ìbéèrè tí o fẹ́ nípa àpátíméǹtì yìí.

IṢÉ ṢÍṢE 5

Ní Kafetéríà. Ìwọ àti àwọn ọ̀ré rẹ mẹta tí kò gbọ́ Yorùbá lọ sí búkà oúnjẹ ni Òṣogbo. Sọ nǹkan tí **olúkúlùkù** *(everybody)* fẹ́ fún màmá olóúnjẹ.

IṢÉ ṢÍṢE 6

Sọ nǹkan tí o máa fẹ́ ṣe lẹ́hìn tí o bá parí èkọ́ rẹ.

IṢẸ́ ṢÍṢE 7

Kí ni agogo wí?

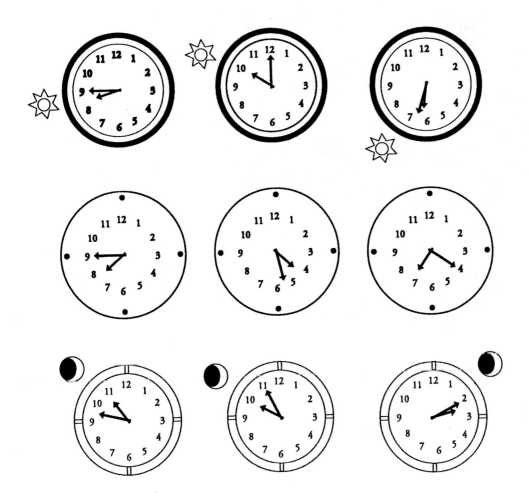

Gbẹ́nàgbẹ́nà

OBJECTIVES

Topic: Professions
Function: Talking about different professions
Grammar: More on **Níbo?**, comparative and superlative form **ju ___ lọ**,
    Ta ni and **Ẹni tí**, difference between **sọ, sọ̀rọ̀,** and **sọ fún**
Cultural Information: Traditional Professions

Nọ́ọ̀sì

MONOLOGUE

Yòmí jẹ́ ọmọ ìlú Naijíríyà tí ó jẹ́ òṣìṣẹ́ ní ìlú Amẹ́ríkà

I'm not an American

Orúkọ mi ni Yòmí. Mo ń gbé ní ìlú Amẹ́ríkà nísisìyí, ṣùgbọ́n N kì í ṣe ọmọ ìlú Amẹ́ríkà. Ọmọ ìlú Nàìjíríyà ni mi, ṣùgbọ́n ìyàwó mi jẹ́ ọmọ ìlú Amẹ́ríkà. Èmi àti ìyàwó mi ní ọmọkùnrin kan tí orúkọ rẹ̀ ń jẹ́ Michael. N kì í ṣe akẹ́kọ̀ọ́. Ènjíníà ni mi, nọ́ọ̀sì sì ni

215

ìyàwó mi. Ìyàwó mi ń ṣiṣẹ́ ní ilé ìwòsàn ti Ford ní Michigan, èmi sì ń ṣíṣẹ́ pẹ̀lú General Motors. Mo máa ń ṣiṣẹ́ gan an ni. Mo fẹ́ràn láti gbá bọ́ọ̀lù nígbà tí n kò bá ṣiṣẹ́. Mo fẹ́ràn láti gbé ní ìlú Amẹ́ríkà ju láti gbé ní ìlúkìlùú lọ.

IṢẸ́ ṢÍṢE 1

ÌBÉÈRÈ:

1. Ọmọ ìlú ibo ni Yòmí?
2. Níbo ni Yòmí ń gbé nísisìyí?
3. Ṣé Yòmí ń ṣiṣẹ́ pẹ̀lú Ford Motors?
4. Kí ni orúkọ ìyàwó Yòmí?
5. Kí ni orúkọ ọmọ Yòmí?
6. Irú iṣẹ́ wo ni Yòmí ń ṣe?
7. Irú iṣẹ́ wo ni ìyàwó Yòmí ń ṣe?
8. Nígbà tí Yòmí kò bá ṣiṣẹ́, kí ni ó fẹ́ràn láti ṣe?
9. Ìlú wo ni Yòmí fẹ́ràn láti gbé jù?
10. Irú ọmọ wo ni Yòmí ní? Ọkùnrin ni tàbí obìnrin?

IṢẸ́ ṢÍṢE 2

Ó kàn ẹ. Sọ fún wá nípa ara rẹ.

IṢẸ́ ṢÍṢE 3

Irú iṣẹ́ wo ni àwọn ènìyàn yìí ń ṣe?

ÀSÀ: Iṣẹ́ Ìbílẹ̀ Fún Àwọn Yorùbá

all over the world

    Iṣẹ́ àgbẹ̀ jẹ ọkan nínú iṣẹ́ àwọn Yorùbá bí o ṣe pàtàkì jùlọ. Gbogbo ènìyàn ní **orílẹ̀-èdè àgbáyé** ní o gbágbọ̀ pé kò sí oúnjẹ láì sí àgbẹ̀. Àwọn àgbẹ̀ ni wọ́n máa ń gbin ọ̀pọ̀lopọ̀ oúnjẹ bí i ìṣu, ọ̀gbẹ̀dẹ̀, ẹ̀gé, ẹ̀wà, ìrẹsì àti bẹ́ẹ̀ bẹ́ẹ̀ lọ.

    Léhìn tí ẹ̀kọ́ Òyìnbó dé ilẹ̀ Yorùbá àwọn olùkọ́ máa ń kọ́ àwọn ọmọ ilé-ìwé ni orin yìí kí wọn lè mọ bí iṣẹ́ àgbẹ̀ ṣe ṣe pàtàkì tó.

    Ìwé kíkò, láì sí ọkọ́ àti àdá
Kò ì pé o
Kò ì pé o
Iṣẹ́ àgbẹ̀, niṣẹ́ ilẹ̀ wa

he will steal

Ẹni kò ṣiṣẹ́, **a mà jalè**

smithing
masons/carpenter

    Àwọn iṣẹ́ tí ó tún wọ́pọ̀ láàárín àwọn Yorùbá ni **iṣẹ́ àgbẹ̀dẹ**, **bíríkìlà**, **káfíńtà**, iṣẹ́ ọdẹ, iṣẹ́ eja pípa. Àwọn ọkùnrin ni wọ́n sábà máa ń ṣe irú àwọn iṣẹ́ báyìí.

tie dye

    Iṣẹ́ tí ó wọ́pọ̀ láàárín àwọn obìnrin ní iṣẹ́ **aró dídì**, gaàrí ṣíṣe, irun kíkó tàbí irun dídì.

    Àwọn iṣẹ́ bí i aṣọ híhun tàbí ọjà títa jẹ́ iṣẹ́ tí tobìnrin tọkùnrin lè ṣe ni ilẹ̀ Yorùbá.

    Bí ó tilẹ̀ jẹ́ pé kò ṣòrò láti rí àwọn obìnrin Yorùbá ayé òde òní tí wọ́n jẹ́ dọ́kítà, ẹnjiníà, gómìnà, adájọ́ tàbí lóyà, síbẹ̀síbẹ̀, ó ṣòro láti rí obìnrin Yorùbá tí ó jẹ ọdẹ, àgbẹ̀dẹ, bíríkìlà tàbí káfíńtà. Iṣẹ́

to count as

ọkùnrin ni àwọn Yorùbá **ka** iṣẹ́ wọ̀nyí **sí**.

IṢẸ́ ṢÍṢE 4

ÌBÉÈRÈ

1. Irú iṣẹ́ wo ni ó wọ́pọ̀ ní ìlú rẹ?
2. Irú iṣẹ́ wo ni ọkùnrin ń ṣe tí obìnrin kì í sábà ṣe ní ìlú rẹ?
3. Irú iṣẹ́ wo ni obìnrin ń ṣe tí ọkùnrin kì í sábà ṣe?
4. Irú iṣẹ́ wo ni o fẹ́ràn láti ṣe? Kí l'ó dé?

IṢẸ́ ILẸ̀ YORÙBÁ

Amòkòkò

GÍRÁMÀ

Asking about People's Professions

1. Since gender is not marked in Yoruba, the same professional term refers to either a man or a woman.

2. There are different ways of finding out about people's jobs. One way is to ask for the type of job someone is doing.

>   **Irú iṣẹ́ wo ni Dúpẹ́ ń ṣe?**   *What type of job is Dupẹ doing?*

3. Response to the above question could be as follows.

>   **N kò mọ irú iṣẹ́ tí ó ń ṣe.**   *I don't know the type of job she is doing.*
>   tàbí   or
>   **Dọ́kítà ni Dúpẹ́.**   *Dupẹ is a doctor.*

4. If you simply want to use a pronoun without repeating Dupẹ's name in your answer, you say:

>   **Dọ́kítà ni.**   *She is a doctor.*

5. On the other hand, if you want to confirm the type of job someone is doing, your question will be:

>   **Ṣé dọ́kítà ni Dúpẹ́?**   *Is Dupẹ a doctor?*

6. Your response could be:

>   **Bẹ́ẹ̀ ni, dọ́kítà ni.**   *Yes, she is a doctor.*
>   or
>   **Ó tì, kì í ṣe dọ́kítà.** ⎫
>   tàbí   ⎬   *No, she is not a doctor.*
>   **Ó tì, dọ́kítà kọ́ ni.** ⎭

7. If you choose to use a pronoun in the type of question in 5, you must always use the object pronoun. Here is the paradigm.

Ṣé dọ́kítà ni mí?	*Am I a doctor?*
Ṣé dọ́kítà ni ẹ́?	*Are you a doctor?*
Ṣé dọ́kítà ni?	*Is he/she a doctor?*
Ṣé dọ́kítà ni wá?	*Are we doctors?*
Ṣé dọ́kítà ni yín?	*Are you doctors?*
Ṣé dọ́kítà ni wọ́n?	*Are they doctors?*

☞ 8. You do not need any object pronoun for the third person singular pronoun.

IṢẸ́ ṢÍṢE 5

Irú iṣẹ́ wo?

Tolú ń sọ nípa iṣẹ́ tí àwọn ọ̀rẹ́ rẹ̀ ń ṣe àti ìlú tí wọ́n ń gbé. Sọ nnkan tí Tolú sọ.

ÀPẸẸRẸ: Sínà? (akẹ́kòọ́/Ìbàdàn)
              - Akẹ́kòọ́ ni Sínà ní ìlú Ìbàdàn.

1. Délé? (nọ́ọ̀sì/Èkó)
2. Túnjí? (olùkọ́/Ọ̀yọ́)
3. Kúnlé? (oníṣòwò)
4. Tóyìn? (ẹnjiníà/Ifẹ̀)
5. Túndé? (yoyínyoyín/Oǹdó)
6. Táyọ̀? (télọ̀/Ọ̀wọ̀)
7. Sèyí? (aṣógbó/Èkìtì)
8. Kẹ́mi? (àlúfà/Ìbàdàn)
9. Dúpẹ́? (aláwàdà/Èkó)
10. Dèjì (káfíńtà/Ṣàgámù)

IṢẸ́ ṢÍṢE 6

Kì í ṣe dọ́kítà. - Délé kò mọ iṣẹ́ tí àwọn ènìyàn yìí ń ṣe. Ó ń bi Tópẹ́.

ÀPẸẸRẸ: Túnjí/dọ́kítà/olùkọ́
              - Ṣé dọ́kítà ni Túnjí?
              - Ó tì, kì í ṣe dọ́kítà, olùkọ́ ni.

1. Ìwọ/akẹ́kòọ́/olùkọ́
2. Ìwọ àti Dúpẹ́/nọ́ọ̀sì/àlúfà
3. Sèyí/olùkọ́/ẹnjiníà
4. Tópẹ́ àti Dèjì/káfíńtà/yoyínyoyín
5. Èmi àti Kúnlé/oníṣòwò/télọ̀
6. Ọ̀jọ̀gbọ́n Pèlú/yoyínyoyín/àlúfà
7. Omidan Àtàndá/aláwàdà
8. Tóyìn/nọ́ọ̀sì/akẹ́kòọ́
9. Èbùn/akẹ́kòọ́/lóyà
10. Èmi/akọ̀wé/akọ́lé

IṢẸ́ ṢÍṢE 7

Àwọn wo ni? *(which people?)* Tóyìn fẹ́ mọ bóyá Kẹ́mi mọ àwọn ènìyàn tí wọ́n ń ṣe iṣẹ́ yìí.

ÀPẸẸRẸ: Àwọn wo ni wọ́n ń kọ́ àwọn akẹ́kòọ́?
              - Àwọn olùkọ́.

1. Àwọn wo ni wọ́n ń tójú aboyún ní ilé ìwòsàn?
2. Àwọn wo ni wọ́n ń tún mọ́tò ṣe?
3. Àwọn wo ni wọ́n ń kọ́ ilé?
4. Àwọn wo ni wọ́n ń wàásù ní ṣọ́ọ̀sì?
5. Àwọn wo ni wọ́n ń wa ọkọ̀?
6. Àwọn wo ni wọ́n ń yọ eyín ènìyàn?
7. Àwọn wo ni wọ́n ń ta nǹkan?
8. Àwọn wo ni wọ́n ń rán aṣọ fún ènìyàn?
to defend 9. Àwọn wo ni wọ́n ń **gba ẹjọ́ rò**?
10. Àwọn wo ni wọ́n ń da ẹjọ́.

More on Níbo?

1. You have learned how to use **níbo** to ask the following questions:

Níbo ni Olú ń gbé?	*Where does Olu live?*
Níbo ni o wà?	*Where are you?*

2. **Níbo** is also used when you want to know where something takes place.
For example:

Níbo ni Rèmí gbé ń ṣiṣẹ́?	*Where does Rèmí work?*
Níbo ni o gbé jẹun lánàá?	*Where did you eat yesterday?*

3. If you omit the word **gbé** in the above sentences, they will be ungrammatical.

4. However, **gbé** may not be used in response to the questions in (2). Here are some likely answers to the first question in (2).

a. **Rèmí ń ṣiṣẹ́ ní Ìbàdàn.**	*Remi works at Ibadan.*
b. **Ìbàdàn ní Rèmí gbé ń ṣiṣẹ́.**	*Ibadan is where Remi works.*
c. **N kò mọ ibi tí Rèmí gbé ń ṣiṣẹ́.**	*I don't know where Remi works.*

5. Never use **gbé** in a sentence such as (4a).

IṢẸ́ ṢÍṢE 8

Níbo ni? Olú ń bi Rèmí nípa ibi tí àwọn ènìyàn yìí gbé ń ṣiṣẹ́. Sọ ìdáhùn Rèmí.

ÀPẸẸRẸ: Olùkọ́/ilé-ẹ̀kọ́
            - Níbo ni àwọn olùkọ́ gbé ń ṣiṣẹ́?
            - Àwọn olùkọ́ ń ṣiṣẹ́ ní ilé-ẹ̀kọ́.

1. dókítà/ilé ìwòsàn
2. adájó/kóòtù
3. oníṣòwò/ọjà tàbí ilé wọn
4. nóòsì/ilé ìwòsàn
5. aṣógbó/inú igbó
6. mekáníìkì/ṣóòbù wọn
7. yoyínyoyín/óffìsì wọn
8. télò/ṣóòbù wọn tàbí ilé wọn
9. lóyà/kóòtù
10. akòwé/óffìsì wọn
11. àlúfà/ṣóòsì

Yoyínyoyín

IṢÉ ṢÍṢE 9

Irú dókítà wo ni? Túnjí fẹ́ yan dókítà ṣùgbón kò mọ èyí tí ó dára nínu àwọn dókítà yìí. Túnjí bí òré rè. Tèlé àpeere tí ó wà ní ìsàlè yìí.

ÀPEERE: Kúnlé/burúkú
  - Irú dókítà wo ni Kúnlé?
  - Dókítà burúkú ni!

1. Kẹ́mi/aláàánú
2. Sèyí/onísùúrù
3. Tópẹ́/tí kò láàánú rárá
4. Èbùn/tí kò ní sùúrù
5. Adé/òdájú
6. Ìdòwú/olókànjúwà
7. Dúpẹ́/tí o mọ tí ara rè nìkan
8. Délé/ jéjé
9. Bùnmi/onínúrere
10. Ìdòwú/apànìyàn

Comparative and Superlative form ju___lọ

1. Comparative sentences are expressed by using the word **ju ___ lọ** in the sentence.

> **Mo ga ju Olú lọ.**   *I am taller than Olu.*
> **Adé lè jẹun ju Olú lọ.**   *Ade can eat more than Olu.*

2. The same form **ju ___ lọ** is used for superlative forms.

> **Nínú Olú, Adé àti Rèmí,**   *Of Olu, Ade, and Rẹmi,*
> **Rèmí ni ó ga ju gbogbo wọn lọ.**   *Rẹmi is the tallest.*

3. It is possible to omit **lọ** and the above sentences will still be grammatical.

> **Mo ga ju Olú.**
> **Adé lè jẹun ju Olú.**
> **Nínú Olú, Adé, àti Rèmí, Rèmí ni ó ga jù.**

4. Whenever **lọ** is used, it comes after whatever you are comparing the subject with. If what you are comparing the subject with is not mentioned, **lọ** occurs right after **jù**.

> **Rèmí ga ju Adé àti Olú lọ.**   *Rẹmi is taller than Ade and Olu.*
> **Rẹmí ga jù lọ.**   *Rẹmi is the tallest.*

☞ 5. Notice that **jù** functions here as a low tone verb, but it becomes a mid-tone verb before an object noun.

IṢẸ́ ṢÍṢE 10

Èwo ni o fẹ́ràn ju. Rèmí àti Délé ń sọ̀rọ̀ nípa iṣẹ́ tí wọ́n fẹ́ràn jù. Kí ni wọ́n ń sọ?

ÀPẸẸRẸ: dókítà/woléwolé
> - Mo fẹ́ràn iṣẹ́ woléwolé ju iṣẹ́ dókítà lọ.
> - Ó tì, èmi fẹ́ràn iṣẹ́ dókítà jù iṣẹ́ woléwolé lọ.

1. adájọ́/nọ́ọ̀sì
2. olùkọ/lóyà
3. àgbẹ̀/akòwé
4. aláwàdà/oníṣòwò
5. òṣèré/akọ́lé

6. télò/káfíńtà
7. yọyínyọyín/aṣọ́gbó
8. àlúfà/akọrin
9. ẹnjiníà/awakò̀
10. mẹkáníìkì/agbábọ́ọ̀lù

IṢẸ́ ṢÍṢE 11

Kí l'o rò? Kúnlé fẹ́ mọ nípa ìwà àwọn ènìyàn wọ́nyì. Sọ nǹkan tí ó rò fún Kúnlé.

ÀPẸẸRẸ: Rèmí àti Tópẹ́/ènìyàn rere
            - Ta ni o jẹ́ ènìyàn rere jù nínú Rèmí àti Tópẹ́?
            - Rèmí ni.

1. Olú àti Adé/òṣónú
2. Kẹ́mi àti Ayò/aláàánú
3. Bùnmi àti Múyìíwá/alágídí
4. Délé àti Dúpẹ́/èkẹ́
5. Bóṣè àti Èbùn/ènìyàn jẹ́jẹ́
6. Títí àti Rèmí/onísùúrù
7. Túnjí àti Tolú/onírẹ̀lẹ̀
8. Yòmí àti Ọlá/onínú rere
9. Tóyìn àti Ìgè/òdájú
10. Tópẹ́ àti Bíọ́dún/oníkanra

IṢẸ́ ṢÍṢE 12

Yan èyí tí o fẹ́.

ÀPẸẸRẸ: owó àti ọmọ
            - Nínú owó àti ọmọ, mo fẹ́ ọmọ ju owó lọ.

1. ilé àti okò   6. ìwé àti àpò
2. owó àti ọkọ   7. aya àti ọmọ
3. bàtà àti aṣọ   8. owó àti òrẹ́
4. owó àti èkọ́   9. ọlá àti ọlà
5. ifẹ́ àti owó   10. iyì àti èyẹ

Ta ni and Ẹni tí

1. **Ta ni** can be used to ask the "who" or "whom" question.

   Ta ni o rí?   *Whom did you see?*
   Ta ni ó mú ìwé mi? *Who took my book.* or
                          Who is the one who took my book?

2. It can also be used for the "whose" question.

   Ìwé ta ni o mu?   *Whose book did you take?*
   Owó ta ni o jí?   *Whose money did you steal?*

3. When **ta ni** occurs in an indirect question, it changes to **ẹni tí**, which is literally *person who*.

Mo mọ ẹni tí o rí.	*I know the person whom you saw.*
N kò mọ ẹni tí ó jí ìwé mi.	*I don't know who stole my book.*

IṢẸ́ ṢÍṢE 13

Ìtumọ *(meaning)*. *Dèjì fẹ́ mọ ẹni tí àwọn ènìyàn yìí jẹ́. Sọ fún Dèjì.*

ÀPẸẸRẸ: Dókítà
         - Ta ni dókítà?
         - Dókítà ni ẹni tí ó ń ṣiṣẹ́ abẹ fún ènìyàn.

1. nóòsì	8. yọyínyọyín
2. télò	9. olùkọ́
3. adájọ́	10. awakò
4. mẹkánîìkì	11. káfíńtà
5. àlúfà	12. aṣọgbó
6. akékòọ́	13. onísòwò
7. ẹnjiníà	14. akòwé

IṢẸ́ ṢÍṢE 14

Ìwé ta ni yìí? Túnjí fẹ́ mọ ẹni tí o ni àwọn nǹkan wònyí.

ÀPẸẸRẸ: ìwé/Dúpẹ́
         - Ìwé ta ni yìí?
         - Ìwé Dúpẹ́ ní.

1. bàtà/Kúnlé	6. adé/ọba
2. yerí/Bọse	7. owó/Tolú
3. péènì/Yòmí	8. àpò/Olá
4. ìwé atúmò èdè/Èbùn	9. aṣọ/Dúpẹ́
5. mótò/Bùnmi	10. fèrè/Sèyí

The words sọ, sòrò, and sọ fún

1. When **sọ** is used by itself, it means *to say* in English. But in Yoruba, you have to say something. Therefore, **sọ** must always have a direct object or a clause following it. For example,

Mo sọ nǹkankan   *I said something*

2. When **sọ** is used with the object **ọ̀rọ̀**, *words*, the whole meaning changes to *to speak*.

> **Mo sọ̀rọ̀ (sọ + ọ̀rọ̀) pẹ̀lú Ṣèyí.**   *I spoke with Ṣeyi.*
> **Olú sọ̀rọ̀ lánàá ni ibi ìpàdé.**   *Olu spoke at the meeting yesterday.*

3. A clause beginning with **pé** can occur after **sọ**.

> **Mo sọ pé n kò ní ọkọ̀.**   *I said that I don't have a vehicle.*
> **Olú sọ pé Délé ń bọ̀.**   *Olu said that Dele is coming.*

4. If what is said is being questioned, then **sọ** can end a sentence without an object or a subordinate clause.

> **Kí ni o sọ?**   *What did you say?*
> **N kò mọ ohun tí Olú sọ.**   *I don't know what Olu said.*

5. When **sọ** occurs along with **fún** it means *to say something to someone/to tell*.

> **Mo sọ fún Olú pé mo ń bọ̀.**   *I told Olu that I am coming.*
> **N kò mọ ohun tí mo máa sọ fún Olú.**   *I don't know what I'm going to tell Olu.*

6. There are cases when what is said can occur between **sọ** and **fún**.

> **Mo sọ nǹkan púpọ̀ fún Olú.**   *I said many things to Olu.* or
> *I told Olu many things.*

IṢẸ́ ṢÍṢE 15

Kí l'ó sọ? *Dàyọ̀ fẹ́ràn láti sọ̀rọ̀ nípa àwọn ẹlòmíràn. Sọ nǹkan tí Dàyọ̀ sọ nípa àwọn ènìyàn yìí.*

ÀPẸẸRẸ: Dúpé/ọ̀yàyà
            - Dàyọ̀ sọ pé Dúpé kò ní ọ̀yàyà rárá.

1. Rèmí/sùúrù
2. Dàpọ̀/ìyàwó
3. Ayọ̀/ìwà pẹ̀lẹ́
4. Olú/ìrẹ̀lẹ̀
5. Délé/ọkọ

6. Adé/ẹ̀kọ́ ilé *(home training)*
7. Tópé/agídí
8. Títí/ogbọ́n
9. Èbùn/ìgbéraga
10. Bósè/ìgbàgbọ́

IṢẸ́ ṢÍṢE 16

Má purọ́! *Ẹ̀gbọ́n rẹ fẹ́ mọ nǹkan tí o sọ fún àwọn ènìyàn yìí. Kí l'ó sọ fún wọn?*

ÀPẸẸRẸ: Dúpẹ́
- Mo sọ fún un pé n kò ní í lọ sí kíláàsì Yorùbá lọ́la.

1. Ọ̀jọ̀gbọ́n Òní
2. Bósẹ̀
3. Rẹ̀mí

4. Délé àti Tóyìn
5. Omidan Ìsọ̀lá
6. Kúnlé

Nọ́ọ̀sì

DIALOGUE

Kúnlé ń sọ fún Túnjí nípa ọmọbìnrin kan tí o pàdé ní ibi ijó lánàá.

a Miss	Kúnlé: Mo rí **ọmọge** kan lánàá.
	Túnjí: Níbo ni o gbé rí i?
	Kúnlé: Níbi ijó lánàá.
	Túnjí: Sọ fún mi nípa rẹ̀. Kí ni orúkọ́ rẹ̀, irú iṣẹ́ wo
	ni ó ń ṣe, àti bẹ́ẹ̀ bẹ́ẹ̀ lọ.
Calm down!	Kúnlé: **Farabalẹ̀!** Rẹ̀mí ni orúkọ rẹ̀. Ọmọ ìlú Togo
	ni sùgbọ́n ó ń gbé Ìbàdàn nísisìyí. Ó pupa,
	ó tínínrín, ó ga díẹ̀. Nọ́ọ̀sì ni ní ilé-ìwòsàn
	ti Yunifásítì ti Ìbàdàn. Ènìyàn jẹ́jẹ́ ni. **O**
She usually smiles	**máa ń rẹ́rìnín múṣẹ́.**
	Túnjí: Ọmọ ọdún mélòó ni?

She's just 22 yrs old	Kúnlé: **Ọmọ ọdún méjìlélógún péré ni.**
	Túnjí: Ṣé ó ti ní ọkọ?
I don't think so	Kúnlé: Ó tì. **N kò rò bẹ́ẹ̀.**
her address	Túnjí: Jọ̀wọ́, fún mi ní **àdírẹ́sì rẹ̀.** Ṣé o mọ àdírẹ́sì rẹ̀?
	Kúnlé: Ó mà ṣe o, n kò gba àdírẹ́sì rẹ.
Please go away!	Túnjí: Húù! **Jọ̀ọ́ kúrò níbí!** Kí l'ó dé tí o kò gba àdírẹ́sì rẹ̀?
I will	Kúnlé: Má bínú ọ̀rẹ́ mi. Bí mo bá rí i ní ọjọ́ mìíràn, **màá** gba àdírẹ́sì rẹ̀.

IṢẸ́ ṢÍṢE 17

ÌBÉÈRÈ

1. Kí l'ó dé tí Túnjí fẹ́ mọ àdírẹ́sì Rẹ̀mí?
2. Níbo ni Kúnlé gbé pàdé Rẹ̀mí?
3. Ọmọ ìlú ibo ni Rẹ̀mí, níbo ni o sì ń gbé nígbà tí Kúnlé pàdé rẹ̀?
4. **Ṣe àpèjúwe** (*describe*) Rẹ̀mí.
5. Ṣé dọ́kítà ni Rẹ̀mí?
6. Níbo ni Rẹ̀mí gbé ń ṣiṣẹ́.

IṢẸ́ ṢÍṢE 18

O kán ẹ. Ṣe àpèjúwe ẹnìkan tí o mọ̀.

PRONUNCIATION AND TONES_____

Difference between mo máa and màá

1. In careful speech, a sentence expressing a future action usually has the future marker **máa** preceded by a subject noun or pronoun.

> **Olú máa lọ sí Èkó lọ́la.**
> **Mo máa sùn lálẹ́ yìí.**

2. There are, however, other future tense markers. For example, **á** or **yóò/óò**.

3. The future tense marker **á** can be used after a subject noun or an emphatic pronoun subject. For example:

Olú á fọ aṣọ (fọṣọ) lọ́la.
Èmi á lọ lọ́la.

4. However, the following changes obligatorily occur when the future marker **á** is used with regular pronouns.

Màá lọ.	*I will go.*
Ẁàá lọ.	*You will go.*
Áá lọ.	*He will go.*
Àá lọ.	*We will go.*
Ẹ̀ẹ́ lọ.	*You (pl.) will go.*
Wán án lọ.	*They will go.*

5. Never use the regular pronoun with the future marker **á**.

IṢẸ́ ṢÍṢE 19

TONE EXERCISE

Fi àmì sí orí àwọn ọ̀rọ̀ wọ̀nyí.

1. **iwọ**	*you*		7. **ikoko**	*a newborn*
2. **ìwọ**	*a hook for catching fish*		8. **Ṣokoto**	*(place name)*
3. **iwọ**	*umbilical cord*		9. **sokoto**	*pants*
4. **iṣẹ**	*work*		10. **iyan**	*pounded yam*
5. **iṣẹ**	*poverty*		11. **iyan**	*famine*
6. **ikoko**	*a pot*		12. **iyan**	*argument/debate*

VOCABULARY

NOUNS

adájọ́ *judge*
agbábọ́ọ̀lù *a football player*
àgbẹ̀ *farmer*
akọ́lé *a builder*
akọrin *a singer*
akọ̀wé *an officer*
aláwàdà *a comedian*
àlúfà *a church minister or Reverend*
apànìyàn *a murderer*
aṣọ́gbó *a forester*
awakọ̀ *driver*

bọ́ọ̀lù *ball*
dọ́kítà *doctor*
èké *a liar*
ẹnjiníà *engineer*
inú igbó *in the forest*
ìrẹ̀lẹ̀ *humility*
káfíntà *carpenter*
kọ́ọ̀tù *court*
lóyà *lawyer*
nọ́ọ̀sì *nurse*
oníṣòwò *trader/business person*
òpùrọ́ *liar*
òṣìṣẹ́ *worker*

230

ọdẹ   *hunter*
ọ́fîìsì   *office*
ọlá   *honor*
ọlà   *riches*
ọmọ ìlú Amẹ́ríkà   *an American/a native of*
                    America
woléwolé   *sanitary inspector*
yọyínyọyín   *dentist*

VERBS

gbà (gba àdírẹ̀sì)   *to take/to agree*
gbá bọ́ọ̀lù   *to play football (soccar)*
purọ́/parọ́   *to lie*
rẹ́rìín   *to laugh*
rẹ́rìín músẹ́   *to smile*
rò bẹ́ẹ̀   *to think so*
sọ   *to say*
sọ fún   *to tell s.t. to s.o.*
sọ pé   *to say that*
sòrò   *to speak*
ṣiṣẹ́   *to work*

OTHERS

kúrò níbí!   *go away!*
má bínú   *don't be upset*
màá   *I will*
péré   *mere/just*

OBJECTIVES

Topic: Ceremonies
Function: Talking about different ceremonies or important occasions
Grammar: Use of **kí**, reported speech, some additional greetings
and useful expressions
Cultural Information: What the Yoruba celebrate

Ọkọ àti ìyàwó (ìgbéyàwó ìbílẹ̀)

MONOLOGUE

Dàpọ̀ ń sọ nípa ibi àsè ìgbéyàwó tí ó lọ ní Ìbàdàn. Ẹ̀kó ni Dàpọ̀ ń gbé.

last weekend **Ní ìparí ọsẹ̀ tí ó kọjá,** mo lọ sí Ìbàdàn fún ìgbéyàwó
ọ̀rẹ́ mi, Túnjí. Túnjí ṣe ìgbéyàwó pẹ̀lú ọmọbìnrin kan
tí orúkọ rẹ̀ ń jẹ Táyọ̀. Táyọ̀ wá láti ìlú Brazil, sùgbọ́n
ó ń gbé ní Ìbàdàn nísisìyí. Òun àti Túnjí ń lọ sí ilé-

233

234

last month   èkó gíga, Yunífasítì ti Ìbàdàn. **Ní osù tí ó kojá**, Túnjí
dowery ceremony   àti àwọn ẹbí rẹ̀ lọ sí ìlú Brazil láti ṣe **ìdána**. E gbọ́dọ̀
if not so   mọ pé milọníà ni bàbá Túnjí. **Bí kò bá jẹ́ bẹ́ẹ̀**, N kò
rò pé wọ́n máa lè lọ sí ìlú Brazil láti ìlú Nàìjíríyà fún
ìdána.   Onígbàgbọ́ ni Túnjí àti àwọn ẹbi rẹ̀.
Onígbàgbọ́ náà ni Táyọ̀ àti àwọn ẹbi rẹ̀. Nítorí èyí,
sọ́ọ̀sì ni wọ́n gbé ṣe ìgbéyàwó wọn. Léhìn tí wọ́n kúrò
ní sọ́ọ̀sì, wọ́n ṣe àsè ńlá fún àwọn tí ó wa sí ibi
ìgbéyàwó. Sunny Adé ni eléré tí wọ́n pè. A jó títí di
àárò ojó kejì. N kò ì tí ì lọ sí ibi ìgbéyàwó tí ó dùn
tó yẹn rí.

ISẸ́ SÍSE 1

ÌBÉÈRÈ

1. Ta ni ó ń ṣe ìgbéyàwó?
2. Níbo ni wọ́n gbé ṣe ìgbéyàwó?
3. Níbo ni ẹbi Túnjí lọ láti ṣe ìdána?
4. Irú ènìyàn wo ni bàbá Túnjí?
5. Ta ni o ṣe eré ní ibi ìgbéyàwó yìí?
6. Irú ìgbéyàwó wo ni Túnjí àti Táyọ̀ ṣe?
7. Irú iṣẹ̀ wo ni Túnjí àti Táyọ̀ ń ṣe?
8. Níbo ni Táyọ̀ ń gbé?
9. Ọmọ ìlú ibo ni Táyọ̀?
10. Ta ni Túnjí?

Ìgbéyàwó sọ́ọ̀sì

ÀṢÀ: Àsè Ṣíṣe Ní Ilẹ̀ Yorùbá

to choose/
bachelor

Àsè ìgbéyàwó jẹ́ ọ̀kan nínú àwọn àsè tí àwọn Yorùbá fẹ́ràn láti ṣe. Kì í ṣe àṣà Yorùbá pé kí ọkùnrin tí o tí dàgbà tó làti ṣe ìgbéyàwó sọ pé òun fẹ́ yàn láti jẹ́ àpọ́n. Bákan náà ní obìnrin kò lè sọ pé òun fẹ́ yàn láti má ní ọkọ rárá.

yours will come

Nǹkan ayọ̀ ńlá ni ìgbéyàwó jẹ́ láàárín àwọn Yorùbá. Nígbà tí àwọn Yorùbá bá pàdé àpọ́n tàbí obìnrin tí kò ì tí ì ní ọkọ ní ibi ìgbéyàwó, wọ́n máa gbàdúrà fún irú ènìyàn báyìí pé, "tìrẹ á dé o". Kò sí nínú èrò àwọn Yorùbá pé obìnrin tàbí ọkùnrin kò ní í ṣe ìgbéyàwó.

trouble

Ọkùnrin lè fẹ́ oye ìyàwó tí ó bá ní agbára láti fẹ́ bí ó tilẹ̀ jẹ́ pé àwọn Yorùbá máa ń sọ pé, "Obìnrin kan, ìjàngbọ̀n kan, obìnrin mejì ìjàngbọ̀n méjì" àti bẹ́ẹ̀ bẹ́ẹ̀ lọ.

Kí èsìn mùsùlùmí tàbí èsìn ìgbàgbọ́ tó de ilẹ̀ Yorùbá, àsè ìdána ni àsè ìgbéyàwó. Ṣùgbọ́n nísisìyí, àwọn onígbàgbọ́ tún máa ń ṣe àyẹyẹ ìgbéyàwó ní ṣọ́ọ̀ṣì léhìn àsè ìdána. Bákan náà ni àwọn ẹlẹ́sìn mùsùlùmí máa ń ṣe ayẹyẹ tíwọn ní Mọ́ṣáláásí.

house warming
funeral

Àwọn àsè mìíràn tí àwọn Yorùbá fẹ́ràn láti ṣe ni àsè ìṣílé, àsè ìsomọlórúko, àsè ìsìnkú àti ìjáde òkú. Nígbà àsè báyìí, àwọn ènìyàn lè jó títí di àárò ọjọ́ kejì.

IṢẸ́ ṢÍṢE 2

ÌBÉÈRÈ

1. Irú àsè wo ni àwọn ará ìlú rẹ fẹ́ràn láti ṣe?
2. Irú àsè wo ni àwọn Yorùbá fẹ́ràn láti ṣe?
3. Ṣe àpèjúwe àsè kan ní ìlú rè fún wa?

GÍRÁMÀ

Asking about Ceremonies

1. There are different ways of asking questions in regard to ceremonies.

2. If you want to ask about who is giving a particular party, your questions could be either of the following.

> **Ta ni ó ń ṣe ìgbéyàwó?**
> **Ta ni ó ń gbéyàwó?** }   *Who is getting married?*

3. **Ìgbéyàwó** is a noun while **gbéyàwó** is a verb. **Ìgbéyàwó** means *marriage* while **gbéyàwó** is *to be married*.

4. If you want to use the verb ṣe in your question, the form of the ceremony in question must be in a noun form.

> **Ta ni ó ń ṣe (àṣè) ìsìnkú.**

5. **Àṣè** is optional in the above sentence. It is, however, not optional if you are talking about the send off party in regard to going to Mecca or to any European country.

> **Ta ni ó ń ṣe àṣè lílọ sí Mẹ́kà.**
> **Ta ni ó ń ṣe àṣè lílọ sí ìlú Óyìnbó.**

6. It is optional with almost all the other ceremonies that do not involve a gerund, e.g., **lílọ**, *going (N)*.

> **Ta ni ó ń ṣe (àṣè) ìgbéyàwó?**
> **Ta ni ó ń ṣe (àṣè) ìṣílé?**

7. If you decide not to use the verb ṣe in your sentence, you will need to use the verb form of the ceremony that you are talking about.

> **Ta ni ó ń gbéyàwó?**
> **Ta ni ó ń sìnkú?**
> **Ta ni ó ń joyè?**
> **Ta ni ó ń ṣílé?**

8. In English you can, for example, go to work, or go to a party, but you can only go to "a place" in Yoruba. If you are going to work, you have to specify in Yoruba that you are going to a place of work.

> **Mo ń lọ sí *ibi* iṣẹ́.**
> **Adé ń lọ sí ibi àṣè ìgbéyàwó.**
> **Olú kò fẹ́ràn láti lọ sí ibi àṣè kankan.**

IṢẸ́ ṢÍṢE 3

Níbo ni o ń lọ? - Túnjí ń sọ ibi tí àwọn ènìyàn yìí ń lọ ní ọjọ Sátide tí ó ń bọ̀. Kí ni Túnjí ń sọ?

ÀPẸẸRẸ: Délé/ibi àsè ìgbéyàwó
           - Délé ń lọ sí ibi àsè ìgbéyàwó ní ọ́jọ́ Sátidé tí ó ń bọ̀.

1. Àdùkẹ́/àsè ìkómọjáde
2. Sẹ̀yí/àsè ìsílé
3. Bósẹ̀/àsè ìjáde òkú
4. Bùnmi/àsè lílọ sí Mékà
5. Tóyìn/àsè ìyéyìn òkú padà

6. Dèjí/àsè ìjoyè
7. Olú/àsè ìgbéyàwó
8. Títí/àsè ìdána
9. Yòmí/àsè lílọ ìlú Òyìnbo
10. Kúnlé/àsè ọjó ibi

IṢẸ́ ṢÍṢE 4

Ta ni o ń ṣe ọjọ́ ìbí? - Délé gbọ́ pé ẹnìkan ń ṣe àsè. Ó fẹ́ mọ ẹni tí ó ń ṣe àsè. Sọ fún un.

ÀPẸẸRẸ: ọjọ́ ìbí/Dúpẹ́
           - Ta ni ó ń ṣe ọjọ́ ìbí?
           - Dúpẹ́ ni ó ń ṣe ọjọ́ ìbí.

1. ìsìnkú/èmi
2. ìsílé/èmi àti Táyò̀
3. ìdána/Tólá
4. ìgbéyàwó/Túnjí
5. Ìjáde òkú/Àdùkẹ́

6. ọjọ́ ìbí/Yòmí
7. ìkómọjáde/Ọlá
8. fírídọ́òmù/Kọ́lá
9. ìsọmọlórúkọ/Yòmí àti Ọlá
10. ìsílé/Ọ̀gbẹ́ni Àtàndá

IṢẸ́ ṢÍṢE 5

Olú kó ni. - Tóyìn sábà máa ń si orúkọ ẹni tí ó ń ṣe nǹkan. Tópẹ́ sọ orúkọ ẹni tí ó ń ṣe nǹkan fún Tóyìn. Sọ nǹkan tí Tópẹ́ ń sọ.

ÀPẸẸRẸ: Túnjí ń gbéyàwó.
           - Ó tì, Túnjí kọ́ ni ó ń gbéyàwó. Kúnlé ni.

1. Délé ń kómọjáde.
2. Ọ̀gbẹ́ni Òni ń joyè.
3. Títí ń sìnkú.
4. Arábìnrin Afọláyan ń sílé.
5. Yòmí àti Ọlá ń sọmọlórúkọ.
6. Kúnlé ń ṣe ìdána.
7. Òjó ń yéyìn òkú màmá rẹ̀ padà.
8. Tolú ń jáde òkú bàbá rẹ̀.

How to Express Reported Speech

1. When you are reporting what somebody said about other people, the regular subject pronoun is usually used to refer to the people that were talked about.

Olú sọ pé *mo* ní ọkọ̀.	*Olu said that I have a vehicle.*
Olú sọ pé *o* ní ọkọ̀.	*Olu said that you have a vehicle.*
Olú sọ pé *ó* ní ọkọ̀.	*Olu₁ said that he₂/she₂ has a vehicle. (he/she refers to someone else)*
Olú sọ pé *a* ní ọkọ̀.	*Olu said that we have a vehicle.*
Olú sọ pé *ẹ* ní ọkọ̀.	*Olu said that you (plural or honorific) have a vehicle.*
Olú sọ pé *wọ́n* ní ọkọ̀.	*Olu said that they (or singular honorific) have a vehicle.*

2. On the other hand, if you are reporting what Olú said about himself/herself, you have to use the third person singular emphatic pronoun **òun**.

Olú sọ pé *òun* ní ọkọ̀.	*Olu said that he (Olu) has a vehicle.*

3. In English, the sentence

> *He said he is going home*

is ambiguous because the second *he* could be referring to the speaker himself or to a different person. **Òun** is used in Yoruba to resolve this ambiguity.

Ó sọ pé *ó* lọ sí Èkó.	*He₁ said that he₂ (another person) went to Lagos.*
Ó sọ pé *òun* lọ sí Èkó.	*He₁ said that he₁ (same as the first "he")went to Lagos.*

4. The same is true of the third person plural pronoun. If you are quoting what several people said about other people, you use the regular pronoun.

Wọ́n sọ pé wọ́n ní ilé.	*They₁ said that they₂ (other people) have a house.*

5. Use the emphatic pronoun **àwọn** if you are quoting what two or more people say about themselves.

Wọ́n sọ pé àwọn ní ilé.	*They₁ said that they₁ have a house.*

6. The same third person plural emphatic pronoun is used when quoting what an older person says about himself.

Ọ̀gbẹ́ni Àjàyí sọ pé àwọn ní ilé.	*Mr. Ajayi said that he (Mr. Ajayi) has a house.*

7. The same rule applies with possessive pronouns.

Olú sọ pé ìwé rẹ̀ ni.   *Olú₁ said it was his₂ (another person's) book.*
Olú sọ pé ìwé òun ni.   *Olú₁ said it was his₁ book.*

Wọ́n sọ pé ìwé wọn ni.   *They₁ said it was their₂ (other people's) book.*
Wọ́n sọ pé ìwé àwọn ni.   *They₁ said it was their₁ book.*

Ọ̀gbẹ́ni Àjàyí sọ pé ìwé àwọn ni.   *Mr. Ajayi₁ said it was his₁ book.*

IṢẸ́ ṢÍṢE 6

Kí ni wọ́n sọ? - Olu ń sọ ibi tí àwọn ọmọ kíláàsì rẹ̀ sọ pé àwọn ń lọ ní ọ̀sẹ̀ tí ó ń bọ̀.

ÀPEERE: Èmi/ilé ìfowópamọ́sí
                - Mo sọ pé mo máa lọ sí ilé ìfowopamọ́sí.

1. Tópé/ilé ẹranko
2. Òjó/Sìkágò
3. Sèyí àti Oní/ọjà
4. Èmi àti Ìwọ/Èkó
5. Èmi àti Tóyìn/ilé sinimá

6. Ọ̀gbẹ́ni Àjàyí/etí òkun
7. Omidan Pèlú/orí òkè
8. Àìná/ilé oúnjẹ
9. Kúnlé/ilé ọkò̀ òfurufú
10. Ìwọ àti Kúnlé/ilé ijó

IṢẸ́ ṢÍṢE 7

Kóòtù ta ni? - Ẹnìkan sọ fún olùkọ́ pé òun gbàgbé kóòtù òun sí kíláàsì ṣùgbọ́n olùkọ́ kò rántí ẹni náà. **Rán** olùkọ́ rẹ **létí.** (ran ___ létí = *to remind s.o. of s.t.*)

ÀPEERE: Èmi
                - Èmi ni mo sọ pé kóòtù mi ni.

1. Títí
2. Ìwọ
3. Ìwọ àti Adé
4. Délé àti Kúnlé
5. Èmi àti ìwọ

6. Èmi àti Délé
7. Ọ̀gbẹ́ni Àtàndá
8. Omidan Pearse
9. Màmá mi
10. Kúnlé

Use of Kí

1. **Kí** is a subjunctive clause marker used after verbs expressing obligation, wish, or permission.

2. It has no direct translation in English, but you can learn to use it by following the examples that will be used in this section.

3. It is commonly used after the verb **fẹ́**, whenever someone wants another person to do something.

> **Mo fẹ́ *kí* o wá sí ilé mi.**   *I want you to come to my house.*

4. If you translate the above sentence from English to Yoruba, the tendency will be to omit **kí** after the verb **fẹ́**. The sentence will be ungrammatical or colloquial without the use of **kí**. Other examples are:

> **Délé fẹ́ kí wọ́n jẹun.**   *Dele wants them to eat.*

5. After **kí**, the first person singular subject pronoun **mo** changes to **n**.

> **Olú fẹ́ kí N jẹun.**   *Olu wants me to eat.*

6. Just as you cannot use **mo** before the negative markers **ko** and **kì í**, you cannot use **mo** after **kí**.

> *Mo* **fẹ́ jẹ iyán.**   *I want to eat pounded yam.*
> *N* **kò fẹ́ jẹ iyán.**   *I don't want to eat pounded yam.*
> **Kò fẹ́ kí *N* jẹ iyán.**   *He doesn't want **me** to eat pounded yam.*

7. **Kí** is also used when reporting what someone says or tells another person to do. This is similar to reported commands or prohibitions.

> **Ayọ̀ sọ pé kí N jókòó.**   *Ayọ̀ said that I should sit down.*
> **Òjó sọ fún Olú pé kí ó máa lọ.**   { *Ojo told Olu that he should go away.*
> { *Ojo told Olu to go away.*

8. Reported prohibitions are marked by the use of **má** (negative imperative marker) in the **kí** clause.

> **Olú sọ pé kí N *má* jókòó.**   *Olu said that I should not sit down.*
> **Òjó sọ fún Olú pé kí ó *má* lọ.**   { *Ojo told Olu **not** to go.*
> { *Ojo told Olu that he should not go.*

9. **Kí** is also used after adjectival verbs such as **yẹ**, *to be proper*, **ṣe pàtàkì**, *to be important*, **dára**, *to be good*, etc.

> **Ó yẹ kí a lọ sùn.**   *It is proper/necessary that we go and sleep.*
> **Ó dára kí o jẹun.**   *It is good that you eat.*
> **Ó ṣe pàtàkì kí N sùn.**   *It is important that I sleep.*

IṢẸ́ ṢÍṢE 8

Kò yẹ́ kí --- Ọkọ àti ìyàwó ni Dúpẹ́ àti Túnjí, ṣùgbọ́n Dúpẹ́ fẹ́ràn láti **lòdì** *(to be against)* sí nǹkankínǹkan tí Túnjí bá sọ nípa ọmọ wọn Rẹ̀mí. Ṣe ìpa Dúpẹ́.

ÀPẸẸRẸ: lọ sí Yunifásítì tí Ìbàdàn
              O yẹ́ kí Rẹ̀mí lọ sí Yunifásítì tí Ìbàdàn.
              - Ó tì, kò yẹ́ kí ó lọ sí Yunifásítì tí Ìbàdàn.

to marry
1. **fẹ́** ọmọ ìlú wa
2. sùn ní yàrá rẹ̀
3. lọ kí màmá màmá mi.
4. wo telifísọ̀nnù
5. gun kẹ̀kẹ́
6. wa ọkọ̀
7. ní olùfẹ́
8. ní ọ̀rẹ́ púpọ̀
9. lọ sí ibi àsè.
10. ka ìwé ìròhìn

IṢẸ́ ṢÍṢE 9

Mo fẹ́ kí o--- O ṣẹ̀ṣẹ̀ gba ọmọ-ọ̀dọ̀ *(you just hired a maid)* o sì ń sọ gbogbo nǹkan tí o fẹ́ kí ó ẹ fún ẹ.

ÀPẸẸRẸ: gba ilẹ̀
              - Mo fẹ́ kí o gbá ilẹ̀.

1. fọ aṣọ mi
2. se oúnjẹ
3. fọ aṣọ ọkọ mi
4. fọ àwo inú **síǹkì** *(sink)*
5. **tẹ́ bẹ̀ẹ̀dì mi** *(to make my bed)*
6. ro oko
7. fún ọmọ mi ní oúnjẹ
8. lọ sí ọjà láti ra nǹkan
9. ka ìwé fún ọmọ mi
10. lọ gbogbo aṣọ tí o fọ̀

IṢẸ́ ṢÍṢE 10

Ó tì: O jẹ́ olùtójú fún ọmọ-ọdún mẹ́fà tí ó fẹ́ràn lṣti ṣe gbogbo nǹkan tí màmá rẹ̀ sọ pé kò gbọdọ̀ ṣe. **Rán an léti** *(remind him)* gbogbo nǹkan tí màmá rẹ̀ sọ.

ÀPẸẸRẸ: Ṣé kí N jẹ **kúkì** *(cookies)*?
              - Ó tì, màmá rẹ sọ pé kí o má jẹ kúkì.

1. Ṣé kí N lọ sí ilé òrẹ́ mi?
2. Ṣé kí N gùn kẹ̀kẹ́ mi **lójú títì** *(on the street)*?
3. Ṣé kí N fo okùn?
4. Ṣé kí N lọ sí ìta?
5. Ṣé kí N wo telifísọ̀nnù?

6. Ṣé kí N jẹ **ápùùlù** *(apples)* mẹ́rin?
7. Ṣé kí N fetísí rédíò mi?
8. Ṣé kí N jẹ súwíìtì?
9. Ṣé kí N jẹ "ice cream"?
10. Ṣé kí N lọ sùn kí màmá mi tó dé?

DIALOGUE

Ayọ ń lọ sí ibi àsè ìkómọjáde

Ayọ̀: Rèmí, jọ̀wọ́ kí ni agogo wi?
Rèmí: Agogo méwàá kojá ìṣéjú márùnúndínlógún.
Ayọ̀: Áà! O yé kí n wà ní ibi àsè nísisìyí.
Rèmí: Àsè kí ni?
Ayọ̀: Ìkómọjáde.
Rèmí: Ta ni ó ń kómọjádé?
Ayọ̀: Yọ̀mí àti Ọlá ni. Wọ́n bí ọmọkùnrin kan ní ìjẹsán.

Congratulations to them!   Rèmí: Áà! **Mo yọ̀ fún wọn.** Jọ̀wọ́ bá mi kí wọn pé

á=máa (future marker)
Yours too will arrive.
please go away!
I am late

wọ́n kú oríire. Ọlọ́run á wo ọmọ náà. **Tìre náà á dé òo.**

Ayọ̀: **Jọ̀wọ́ kúrò!** N kò ì tí ì l'ọ́kọ, o ń gbàdúrà ọmọ fún mi. Ó dàbọ̀. **Mo ti pẹ́.** Mo máa rí ẹ nígbà tí mo bá padà dé láti ilé Yọ̀mí àti Ọlá.

IṢẸ́ ṢÍṢE 11

ÌBÉÈRÈ:

1. Níbo ni Ayọ̀ ń lọ?
2. Ta ni o ń kómọjáde?
3. Kí l'ó dé tí Ayọ̀ sọ fún Rèmí pé jọ̀wọ́ kúrò?
4. Báwo ni a ṣe ń kí ẹni tí ó ṣẹ̀ṣẹ̀ bímọ?
5. Irú ọmọ wo ni Yọ̀mí àti Ọlá bí? Akọ tàbí abo?

Some additional greetings and useful expressions

Pẹ̀lẹ́ o/ Ẹ pẹ̀lẹ́ o.

1. **Pẹ̀lẹ́ o** or **Ẹ pẹ̀lẹ́ o** is a very common and useful expression among the Yoruba.

2. **Pẹ̀lẹ́ o** is used for someone who is of the same age as you or younger, while **Ẹ pẹ̀lẹ́ o** is used for several people or for an elderly person.

3. There is no direct translation in English, but it can be used in the following situations.

    a. To greet a friend or a younger person at any time of the day.
    b. To greet someone who has hurt himself or who is going through a hard time.
    c. To apologize to or appease someone you have offended.

4. The response is **Òo**.

Má bínú or Ẹ má bínú

1. **Má bínú** is used for a friend or a younger person, while **Ẹ má bínú** is used for an older person or several people.

2. It literally means, "Don't be upset or annoyed," but it can be used to apologize when one offends another person. Some people use it to mean, "I'm sorry." It is, however, common to hear **Mo sọ́rì** among young educated people.

3. The response could be **Má ṣèyọnu**, *Don't worry*, or **N kò bínú**, *I'm not upset*, or **Kò burú**, *It's okay*.

Kú ilé o/Ẹ kú ilé o

1. **Kú ilé o** - used for an age mate or a younger person.
   Ẹ kú ilé o - used for several people or for an elderly person.

2. **Kú ilé o --> kúulé o**
It is used to greet the people at one's house after returning from a trip or anywhere outside the home.

3. The response is **káàbọ̀/Ẹ káàbọ̀**. **Káàbọ̀** is equivalent to *welcome back home*.

A Yoruba proverb says, **Ẹni tí kò kí ni "kúulé," ó pàdánù "káàbọ̀,"** that is, if you fail to greet us "kúulé" you will lose "káàbọ̀." This shows how important it is to greet the people at home anytime one returns home from somewhere. This greeting applies even if you just step out to buy something at the market, or when you come back from school or work.

Kú oríire/ Ẹ kú oríire

1. **Kú oríire** is used to congratulate people who have succeded in any exam or test, someone who has escaped a terrible accident, or someone who has just had a baby, gotten married, or had something good happen to them.

2. It is almost equivalent to *congratulations*, but it literally means *greetings for having good luck*.

3. The response is usually **O ṣé/Ẹ ṣé** which means *Thank you (sg. or pl.)*.

Other useful expressions are: **Rọra o/Ẹ rọra o** *Be careful*
   Response: **Òo, O/Ẹ ṣé**

   Kí ni nǹkan? = Báwo ni nǹkan?
   (Ẹ) kúuṣẹ́! This is used to greet someone doing any type of work. The response is **Òo**.

IṢẸ́ ṢÍṢE 12

Yan ìdáhùn tí ó yẹ

	A	**B**	**C**
1. Báwo ni?	A dúpẹ́.	Òo.	Dáadáa ni.
2. Pèlé o!	Òo.	A dúpẹ́.	Má ṣèyonu.

	A	B	C
3. Kúulé!	Káàsán.	Káàbò.	Káàárò.
4. Ẹ má bínú!	Òo.	Má ṣèyọnu.	Dáadáa ni.
5. Kú oríire.	Káàbò.	Òo, Ẹ ṣé	Kò burú.
6. Rọra o.	Òo.	Kò tópẹ́.	Kò burú.
7. Ẹ ṣé.	Kò tópẹ́	A dúpẹ́.	Káàsán.
8. O ṣé	Kò burú.	Kò tópẹ́.	Òo.
9. Kí ni nnkan?	Òo.	Dáadáa ni.	Ẹ ṣé.
10. Ilé ńkó?	Kò tópẹ́.	Ó wà.	Kò burú.
11. Ẹ kúuṣẹ́ o!	má ṣèyọnu	Òo.	Kò tópẹ́.

IṢẸ́ ṢÍṢE 13

Kí ni o máa sọ bí o bá wà ní ipò *(situation)* yìí?

1. Ẹnìkan fún ẹ ní nnkan.
2. Ẹnìkan ṣẹ̀ṣẹ̀ **yege** *(to pass)* nínú ìdánwò.
3. O kọlu ènìyàn.
4. O ṣe nnkan tí kò tó.
5. O ṣẹ̀ṣẹ̀ dè láti ilé-ìwé.
6. Ẹnìkan sọ fún ẹ pé "o ṣé".
7. Ẹnìkan fẹ́ ṣubú *(to fall down)*
8. O da ọbẹ̀ sí kóòtù ọkùnrin kan.
9. Ẹnìkan **kọlu** *(to hit)* òkúta.
10. Ẹnìkan ṣẹ̀ṣẹ̀ bí ọmọ.
11. O kọjá lára ẹni tí ó ń ṣiṣẹ́ níwájú ilé rẹ̀.

PRONUNCIATION AND TONE————————————————

IṢẸ́ ṢÍṢE 14

TONE EXERCISES

Fi àmì tí ó yẹ sí orí àwọn òrò wọnyí.

1. **itan**	*thigh*		6. **ẹbẹ**	*pleadings*
2. **itan**	*stories*		7. **ẹgbẹ**	*mates*
3. **ẹko**	*lessons/studies*		8. **ẹgbẹ**	*side*
4. **ẹko**	*Yoruba dish made from milled corn*		9. **apo**	*bag*
5. **ẹbẹ**	*yam porridge*		10. **apo**	*a type of bag*

VOCABULARY

NOUNS

ápùùlù *apples*

àsè *party*

àsè ńlá *big party*

àwò *plates*

eléré *musician*

etí òkun *beach*

ìdána *the ceremony that accompanies the payment of the bride-price (dowry)*

ìgbéyàwó *wedding*

ìjáde òkú *funeral ceremony*

ìjejọ *seven days ago*

ìjẹsán *eight days ago*

ìjoyè *coronation*

ilé-èkó gíga *college/university*

ìparí òsè tí ó kojá *last weekend*

ìsìnkú *funeral ceremony*

ìsọmọlórúkọ *naming ceremony*

ìsílé *house warming*

ìwé ìròhìn *newspaper*

kóòtù *coat*

kúkì *cookie*

Mékà *Mecca*

milọnía *millionaire*

onígbàgbọ *Christian*

orí òkè *on the mountain*

ọmọ ìlú wa *our countryman*

ọmọ-òdò *maid/houseboy*

Sunny Ade *(name of a Nigerian juju musician)*

súwîtì *sweets*

VERBS

fo okùn *to jump rope*

gbéyàwó *to marry*

joyè *to be coronated*

kọlù *to hit*

lọ aṣọ *to iron clothes*

lọ sí ìta *to go outside*

padà dé *to return*

pẹ́ *to be late*

rán ___ létí *to remind*

sìnkú *to perform a funeral ceremony*

ṣílé *to have a house warming*

ṣubú *to fall down*

OTHERS

jòwó kúrò! *please go away*

kú oríire! *congratulations!*

má bínú *don't be upset*

má ṣèyọnu *don't worry*

rọra/Ẹ rọra *be careful*

OBJECTIVES

Topic: Daily routine
Function: Describing a typical day or week
Grammar: Reflexives - **fúnraara mi**, etc.; the verb **tún ___ ṣe**,
numerals **èèmelòó?**, **èèkan**, **èèmejì**, etc.
Cultural Information: A Game **Bojúbojú**

MONOLOGUE

Yẹmí ń sòrò nípa àwọn nǹkan tí ó máa ń ṣe lójoojúmọ́.

high school   Akékòó ni mi ní **ilé-èkọ́ oníwèméwàá** tí a ń pè ní
Ìbàdàn City Academy. Màmá mi kó mi pé mo gbọ́dọ̀
jí ní nǹkan bí agogo méfà ní àràárò nítorí pé mo ní
nǹkan púpọ̀ láti ṣe kí ń tó lọ sí ilé-ìwé. Nígbà tí mo
bá jí, mo gbọ́dọ̀ tẹ́ béèdì mi. Èmi àti àwọn ebí mi
máa ka Bíbélì, a sì máa gbàdúrà ní nǹkan bí agogo
méfà kọjá ìséjú márùndínlógún. Lẹ́hìn adúrà mo máa

249

250

to chew a chewing stick
to comb my hair

fo àwo, mo sì máa gbá ilẹ̀. Mo tún máa **run orín**, mo sì máa wẹ̀. Nígbà tí mo bá wẹ̀ tán, mo máa **fí kóòmù ya irun mi**, mo sí máa wọ aṣọ àti bàtà ilé ìwé mi. Ní nǹkan bí agogo méje àárọ̀, èmi àti àwọn ẹbí mi máa jẹ oúnjẹ àárọ̀. Ní nǹkan bí agogo méje ààbọ̀ àárọ̀, mo máa sáré lọ wọ bọ́ọ̀sì ilé-ìwé mi níwájú ilé wa. Àwọn nǹkan tí mo máa ń ṣe ní àràárọ̀ ojó Móńdè sí ojó Jímọ̀ nì yí.

IṢẸ́ ṢÍṢE 1

Ṣé lóòótọ́ ni tàbí lóòótọ́ kọ́?

1. Yẹmí ń lọ sí ilé-ẹ̀kọ́ oníwèméwàá.
2. Ó máa ń jí ní agogo méje láràárọ̀.
3. Kì í jẹ oúnjẹ àárọ̀ kí ó tó lọ sí ilé-ìwé.
4. Orúkọ ilé-ìwé Yẹmí mi Ìbàdàn Boys High School.
5. Yẹmí àti àwọn ẹbí rẹ̀ máa ń gbàdúrà láràárọ̀.
6. Ilé-ìwé Yẹmí kò ní bọ́ọ̀sì.
7. Yẹmí kì í run orín.

IṢẸ́ ṢÍṢE 2

ÌBÉÈRÈ

1. Kí ni orúkọ ilé-ìwé Yẹmí?
2. Dárúkọ àwọn nǹkan mẹ́ta tí Yẹmí máa ń ṣe láràárọ̀ kí ó tó lọ sí ilé-ìwé.
3. Agogo mélòó ni Yẹmí máa ń jẹun àárọ̀?
4. Ta ni ó kọ́ Yẹmí láti ṣe àwọn nǹkan tí o ń ṣe láràárọ̀?
5. Agogo mélòó ni Yẹmí máa ń jí?

ÒRÒ TUNTUN

kóòmù (láti ya irun) *comb*
orín (láti fọ eyin) *chewing stick*
búrọ́ọ̀sì eyín *toothbrush*
táwẹ́ẹ̀lì (láti nu ara) *towel*
kànǹkàn (láti wẹ ara) *sponge (for bathing)*
abẹ (láti fá irùngbọ̀n) *razor*
ibùsùn (láti sùn) *bed*
ìgbálẹ̀ *broom*

IṢẸ́ ṢÍṢE 3

Ṣé o mọ ọ̀rọ̀ yìí?

ÀPẸẸRẸ: Kí ni a máa ń fi fọ eyín?
  - Orín tàbí búrọ́ọ̀sì.

1. Kí ni a máa ń fi ya irun?
2. Kí ni a máa ń fi wẹ ara wa.
3. Kí ni a máa ń fi fọ ojú.
4. Kí ni a máa ń fi nu ara wa?
5. Kí ni a máa ń fi sùn?
6. Kí ni a máa ń fi gbá ilẹ̀?
7. Kí ni a máa ń fi fá irùngbọ́n?
8. Kí ni a máa ń fi fọ àwo?

IṢẸ́ ṢÍṢE 4

A máa ń fi sùn. - Sọ nǹkan tí a máa ń ṣe pẹ̀lú àwọn nǹkan wọ̀nyí.

ÀPẸẸRẸ: Bẹ́ẹ̀dì
  - A máa ń fi sùn.

1. orín	7. abẹ
2. táwẹ̀ẹ̀lì	8. ọṣẹ
3. búrọ́ọ̀sì	9. aṣọ
4. ìgbálẹ̀	10. bàtà
5. omi	11. àwo
6. kànǹkàn	12. ẹní

IṢẸ́ ṢÍṢE 5

Ó kàn ẹ. Bẹ̀ẹ̀rè lọ́wọ́ ọmọ kíláàsì rẹ bóyá ó máa ń ṣe àwọn nǹkan wọ̀nyí láràárọ̀.

ÀPẸẸRẸ: fá irùngbọn
  - Ṣé o máa ń fá irùngbọn rẹ láràáárọ̀?
  - Ó tì, N kì í fa irùngbọn mi láràáárọ̀.

1. wẹ̀	8. ka kòránì
2. gbá ilẹ̀	9. jẹun
3. run orín	10. fi táwẹ́ẹ̀lì nu ara
4. gbàdúrà	11. fi kànǹkàn wẹ̀
5. ka Bíbélì	12. ya irun
6. kó irun	13. di irun
7. ba irun	14. fọ àwo

IṢẸ́ ṢÍṢE 6

Kí ni o máa ń ṣe lálaalẹ́? - Túnjí ń bí àwọn ọrẹ rẹ nípa nǹkan tí wọn máa ń ṣe. Sọ ìbéèrè Túnjí fún wa.

ÀPẸẸRE: Olú/lálaalẹ́
            - Kí ni Olú máa ń ṣe lálaalẹ́?

1. Délé àti Tóyìn/lósòọ̀sàn
2. Ìwọ/lódoọdún
3. Ọ̀gbẹ́ni Àjàyí/láràáárọ̀
4. Kúnlé/lósòọ̀sẹ̀
5. Èmi àti Ìwọ/lójoọjó Mọ́ńdè

6. Ìwọ àti Tolú/lósooṣù
7. Dúpé/lósòọ̀sán Sátidé
8. Kémi/lálaalẹ́ Jímọ̀
9. Ojó/láràáárọ̀ Sọ́ńdè
10. Olú/lójoojúmọ́

IṢẸ́ ṢÍṢE 7

Ní méjìméjì: Sọ nǹkan tí o máa ń ṣe lósòọ̀sẹ̀ fún ẹnìkejì rẹ.

GÍRÁMÀ——————————————————————

Reflexives - fúnraara

1. Reflexives are formed in Yoruba by using the word **fúnraara** plus a possessive pronoun.

2. Here is the paradigm.

fúnraara mi	*by myself*
fúnraara rẹ	*by yourself*
fúnraara rè	*by himself*
fúnraara wa	*by ourselves*
fúnraara yín	*by yourselves*
fúnraara wọn	*by themselves*

3. If you are reporting what someone said he did by himself, the possessive pronouns will be the emphatic pronoun.

     Ó sọ pé òun ṣe é fúnraara òun.   *He[1] said that he[1] did it by himself[1].*
     Wón sọ pé àwọn ṣe é fúnraara àwọn.   *They[1] said that they[1] did it by themselves[1].*

IṢÉ ṢÍṢE 8

N kò lè wẹ fúnraara mi. - Délé ń sọ **nǹkan tí ojú awọn ènìyàn yìí rí** *(what they experienced)* nígbà tí wọn ṣàìsàn. Kí ni ó ń sọ.

ÀPẸẸRẸ: wẹ/Dúpẹ́
— Dúpẹ́ kò lè wẹ̀ fúnraara rẹ̀ nígbà tí ó ṣàìsàn.

1. fọ ẹnu/èmi
2. wọ èwù/ìwọ
3. run orín/èmi àti ìwọ
4. wọ ṣòkòtò/Kúnlé
5. fọ aṣọ/Kúnlé àti Túnjí

6. jẹun/ìwọ àti Dàpọ̀
7. rán aṣọ/Omidan Òní
8. wọ bàtà/Tópẹ́
9. fá irùgbòn/Túnjí
10. kó irun/Títí

IṢÉ ṢÍṢE 9

Ta ni ó bá ẹ rán aṣọ yìí? - Dúpẹ́ fẹ́ mọ ẹni tí o ṣe àwọn nǹkan wọnyí fún Délé. Kí ni Délé sọ?

ÀPẸẸRẸ: Kó irun
— Ta ni ó bá ẹ kó irun yìí?
— Èmi ni mo kó o fùnraara mi.

1. di irun (dì)
2. rán èwù
3. kó irun
4. ṣe kéèkì
5. ba irun

6. lo aṣọ (lò)
7. ṣe móínmóín
8. ra kẹ̀kẹ́ (rà)
9. kọ́ ilé
10. kọ ìwé

The verb *tún___ṣe*

1. When the word **tún** is used with another verb, it gives the interpretation of performing the action stated by the verb again.

2. Here are some examples of verbs with **tún**.

tún ___ **ṣe**	*to repair s.t.*
tún ___ **sọ**	*to repeat s.t.*
tún ___ **fọ̀**	*to rewash s.t.*
tún ___ **kọ́**	*to rebuild s.t.*
tún ___ **kọ**	*to rewrite s.t.*
tún ___ **sè**	*to recook s.t.*

3. The word for whatever is being repaired or rewashed (to give two examples) is put between **tún** and the verb.

> **Mo** *tún* **kèké mi ṣe.**   *I repaired my bicycle.*
> **Àìná** *tún* **aṣo rẹ fò.**   *Aina washed her clothes again.*
> **Olú kò fẹ́** *tún* **ilé rẹ kọ́.**   *Olu does not want to rebuild his house.*

4. If whatever is being redone is not known or is implied, **tún** and the verb occur side by side.

> **Kí ni o fẹ́ kí N tún ṣe?**   *What do you want me to repair?*
> **N kò gbọ́ ohun tí ó tún sọ.**   *I didn't hear what you repeated.*

IṢÉ ṢÍṢE 10

N kò mọ rédíò tún ṣe. O lọ sí sọ́ọ̀bù ẹni tí o máa ń tún nǹkan ṣe, ṣùgbọ́n kò lè tún nǹkan tí o ní ṣe. Kí ni **oníṣọ́ọ̀bù** (shopkeeper) yìí sọ?

ÀPEẸRE: aago
         - Ẹ jọ̀wọ́, mo fẹ́ kí ẹ bá mi tún aago mi ṣe.
         - N kò mọ aago tún ṣe. Má bínú.

1. tẹlifísọ̀nnù	6. àga	11. àpò
2. bàtà	7. aṣo	12. fìlà
3. kèkẹ́	8. ṣòkòtò	13. àpótí
4. ọkọ̀	9. kaba	14. tẹlifóònù
5. rédíò	10. yẹrí	15. alùpùpù

IṢÉ ṢÍṢE 11

Jọ̀wọ́, tún un sọ - Àwọn ènìyàn yìí sọ nǹkan ní kíláàsì ṣùgbọ́n, o kò gbọ́ nǹkan tí wọ́n sọ, sọ fún wọn pé kí wọn tún nǹkan tí wọ́n sọ sọ.

ÀPEẸRE: Olú
         - Olú N kò gbọ́ nǹkan tí o sọ. Jọ̀wọ́ tún un sọ.

1. Olùkọ́	6. Kẹ́mi
2. Ọ̀gbéni Àjàyí	7. màmá rẹ
3. Délé àti Dúpẹ́	8. bàbá rẹ
4. Túnjí	9. Ṣèyí
5. Omidan Fọlárìn	10. Àìná àti Tópẹ́

IṢẸ́ ṢÍṢE 12

Bẹ́ẹ̀ ni, tún un ṣe. - O ṣé àwọn nǹkan wọnyí, ṣùgbọ́n **ọ̀gá** *(boss)* rẹ kò féràn nǹkan tí o ṣe. Bi ọ̀gá rẹ léèrè bóyá wọ́n fẹ́ kí o tún un ṣe.

ÀPẸẸRẸ: kọ́ ilé
 - Ṣé ẹ fẹ́ kí n tún un kọ́?

1. se ọbẹ̀ (sè)[1]
2. rán aṣọ
3. di irun (dì)
4. lọ aṣọ (lò)
5. gbá ilẹ̀

6. ro oko
7. kọ ìtàn
8. fọ aṣọ (fò)
9. tẹ́ béèdì
10. ba irun

IṢẸ́ ṢÍṢE 13

O kàn ẹ́. Ní méjìméjì: Bí ọmọ kíláàsì rẹ léèrè bóyá ó lè tún nǹkankan ṣe.

More on Numerals - Ẹ̀ẹ̀melòó?: ẹ̀ẹ̀kan, ẹ̀ẹ̀meji, etc.

1. If you want to find out how many times someone does something, the question for this is **Ẹ̀ẹ̀melòó?**

2. It is formed by adding **ẹ̀ẹ̀-** or **ìgbà** to the form of the number.

Ẹ̀ẹ̀melòó ni o máa ń gba bọ́ọ̀lù lójoojúmọ́?
Ìgbà mélòó ni o máa ń gbá bọ́ọ̀lù lójoojúmọ́. } *How many times do you play ball everyday?*

3. To say the number of times, you add **ẹ̀ẹ̀-** or **ìgbà** to the cardinal numbers as you do for the question marker.

ẹ̀ẹ̀kan or **ìgbà kan**	*once*
ẹ̀ẹ̀mejì or **ìgbà méjì**	*twice*
ẹ̀ẹ̀mẹta or **ìgbà mẹ́ta**	*three times*
ẹ̀ẹ̀mẹwàá or **ìgbà méwàá**	*ten times*
ẹ̀ẹ̀márùnúndínlógún	
or **ìgbà márùndínlógún**	*fifteen times*

---

[1] Remember that low-toned verbs become mid-toned verbs before an object noun. The words in parentheses are to remind you of the original tone of the respective verb.

3. After *ten* use only **ìgbà**, *time* (and never **èè-**), for other multiples of ten.

      èèméwàá   *10 times*
      ìgbà ogún   *20 times*
      èèmokanlélógún   *21 times*
      ìgbà ogbòn   *30 times*
      ìgbà ogójì   *40 times*
                   etc.

4. **Èè-** is not used in the remaining tens after 10 because these tens do not have cardinal forms.

      ìwé méwàá   *10 books*

      but

      ogún ìwé   *20 books*
      ogbòn ìwé   *30 books*
      ogójì ìwé   *40 books*
      ìwé mókànlélógójì   *41 books*

5. **Èèmelòó** changes to **oye ìgbà tí** in indirect questions.

      Èèmelòó ní o máa ń jeun lójúmó?   *How many times a day do you eat?*
      - N kò mo oye ìgbà tí mo máa ń jeun.   *I don't know how many times I eat.*

ISÉ SÍSE 14

Èèmelòó? - Dúpé fé mo oye ìgbà tí àwon òré re ń se nìkan wònyí

ÀPEERE: lo sí kíláàsì l'ósè / 15
              - Èèmelòó ni o máa ń lo sí kíláàsì l'ósè?
              - Èèmárùndínlógún.

1. ka ìwé l'ósù / 10
2. wè lójó kan / 2
3. wo telifísònnù l'ósè / 19
4. lo sí Èkó l'ósè / 5
5. lo sí ìlú Nàìjíríyà l'ódún / 1
6. jeun l'ójó kan / 4
7. sùn l'ójó kan / 2
8. gba bóólù l'ósè / 3
9. se ìdánwò l'ódún / 20
10. fo awo l'ósù / 30

IŞĘ ŞÍŞE 15

N kò mò - Rèmí kò fẹ́ràn Tópẹ́ nítorí náà, kò fẹ́ dáhùn ìbéèrè Tópẹ́. Sọ nǹkan tí Tópẹ́ àti Rèmí sọ. Tèlé àpẹẹrẹ tí ó wà nísàlẹ̀ yìí.

ÀPẸẸRẸ: Tóyìn
- Ẹ̀ẹmelòó ni Tóyìn máa ń wá sí kíláàsì Yorùbá l'ọ́sẹ̀?
- N kò mọ oye ìgbà tí ó máa ń wá sí kíláàsì Yorùbá l'ọ́sẹ̀.

1. Túnjí àti Kúnlé
2. Kémi àti Sèyí
3. Omidan Sàndà
4. Èmi
5. Ìwọ

6. Ìwọ àti èmi
7. Ìwọ àti Ayò
8. Èmi àti Tóyìn
9. Ògbéni Òjó
10. Arábìnrin Àkàndé

DIALOGUE

Oníwèé ìròhìn kan fẹ́ mọ bí Arábìnrin Williams ṣe ń ṣiṣẹ́ ní yunifásítì pẹ̀lú ọmọ márùnún láti tójú.

Oníwèé Ìròhìn: Báwo ni ẹ ṣe lè ṣe gbogbo nǹkan tí ẹ ń ṣe yìí. Mo gbọ́ pé ẹ jẹ́ olùkọ́ ní Yunifásítì ti Ìbàdàn, e sì ní ọmọ márùnún pẹ̀lú ọkọ yín.

trying my best

Arábìnrin Williams: Kò rọrùn rárá sùgbọ́n mo ń sa **ipá mi**, nítorí pé mo fẹ́ràn láti kó àwọn akẹ́kọ̀ọ́ ní yunifásítì, mo sì tún fẹ́ràn láti jẹ́ òbí rere. **Ní kúkúrú**, mo fẹ́ràn gbogbo nǹkan tí mo ń ṣe.

In short

a maid

Oníwèé Ìròhìn: Ṣé ẹ ní **ọmọ ọ̀dọ̀** láti ràn yin lọ́wọ́?

nowadays

Arábìnrin Williams: Ó tì. Ṣé ẹ mọ pé o sòro **láyé òde òní** láti rí ọmọ ọ̀dọ̀ tí ó dára nítorí pé **ìjọba** tí sòfin pé kí gbogbo ọmọ lọ sí **ilé-ìwé alákọ̀bẹ́rẹ̀**.

the government/
primary school

Oníwèé Ìròhìn: Nígbà tí ẹ kò ní ọmọ ọ̀dọ̀, báwo ni ẹ ṣe ń ṣe gbogbo iṣẹ ilé yín.

Arábìnrin Williams: Èmi àti àwọn ọmọ mi ni a ń pín iṣẹ́-ilé ṣe. Àwọn ọmọ máa fọ àwo, wọ́n máa gbálè, wọ́n sí máa tún gbogbo yàrá ṣe. Mo máa ń ṣè oúnjẹ fún gbogbo ẹbí mi, sùgbọ́n ọkọ mi máa ń **ràn mí lọ́wọ́** nígbà míràn.

help me

258

I'm happy

Oníwèé Ìròhìn: **Inú mi dùn** pé ẹ ní ọkọ tí o lè ràn yín
                  lọ́wọ́ láti ṣe iṣẹ́ ilé.
Arábìnrin Williams: Inú èmi náà dùn gan an ni.

IṢẸ́ ṢÍṢE 16

ÌBÉÈRÈ

1. Irú iṣẹ́ wo ni Arábìnrin Williams ń ṣe?
2. Ọmọ mélòó ni wọ́n bí?
3. Ta ni ó ń ran Arábìnrin Williams lọ́wọ́ láti tójú ilé.
4. Kí l'ó dé tí ó sọ̀rọ̀ láti ní ọmọ ọ̀dọ̀ nísisìyí?
5. Níbo ní Arábìnrin Williams gbé ń siṣẹ́?

IṢẸ́ ṢÍṢE 17

Role play

As a reporter working for your school's daily newspaper, interview a celebrity that is visiting your school. Your partner will be the celebrity.

A GAME - BOJÚBOJÚ *(Hide and Seek)*

Bojúbojú jẹ́ ọkan nínú ere Yorùbá tí ó wọ́pọ̀ láàárín àwọn ọmọdé. Nígbà tí òsùpá bá ń ran ní eré yìí wọ́pọ̀. Ọmọdé méjọ tàbí méwàá lè ṣe eré yìí **nígbà kan náà.** Nígbà tí àwọn ọmọdé bá ṣetán láti bẹ̀rẹ̀ eré yìí, wọ́n máa
at the same time
to hide
yan ẹnìkán tí ó máa wá àwọn ọmọ tí ó máa **fi ara pamọ́.** Ẹnìkan máa bo
the first (mentioned)
ojú **ọmọ àkọ́kọ́.** Nígbà tí ọmọdé yìí bo ojú ọmọ àkọ́kọ́, àwọn ọmọ
child/remaining/will be
singing
yòókù máa lọ fi ara pamọ́. Ọmọ tí ó bo ojú ọmọ àkọ́kọ́ **máa máa kọrin**
báyìí pé:

	(B)	- Bojúbojú o
	Ègbé	- Éè
the masquerade	(B)	- **Olórò** ń bọ̀
	Ègbé	- Éè
hide	(B)	- Ẹ **para mọ́**
	Ègbé	- Èe
should I open it?	(B)	- **Ṣé kí N ṣí i?**
to open	Ègbé	- Ṣí i
	(B)	- Ṣé kí N ṣí i?
	Ègbé	- Ṣí i

to open	Léhìn tí ọmọ yìi bá kọrín tán, ó máa **sí** ojú ọmọ àkókọ́. Ọmọ àkókọ́ yìí
run around	máa **sáré kiri** láti wá àwọn ọmọ yòókù tí wọ́n fi ara pamọ́. Ẹni tí ó bá
to catch	**rí mú** ni ó máa dijú dipó rẹ̀.

IṢẸ́ ṢÍṢE 18

ÌBÉÈRÈ

1. Ṣé àwọn ọmọdé máa ń ṣe bojúbojú ní ìlú rẹ? Bí bẹ́ẹ̀ ni, báwo ni wọ́n ṣe ń ṣe bojúbojú yìí?

2. Irú eré wo ni àwọn ọmọdé tún fẹ́ràn láti ṣe ní ìlú rẹ?

PRONUNCIATION AND TONES

Fáwẹ̀ẹ̀lì i àti in

The difference between vowels **i** and **in** is that **i** is an oral vowel while **in** is a nasal vowel. This difference is very important in Yoruba because if **i** is pronounced instead of **in**, the meaning of the word will change.

Here are some words to help you practice the difference in pronunciation between **i** and **in**.

i		**in**	
rí	*to see*	**rín**	*to laugh*
sí (as in lọ sí)	*to*	**sín**	*to sneeze*
dí	*to block*	**dín**	*to fry s.t.*
ìrì	*dew*	**èrín**	*laughter*
ìdí	*buttocks*	**orin**	*songs*
etí	*ears*	**ọni**	*crocodile*
ìjì	*whirlwind*	**òpin**	*end*

☞ Notice that after a nasal consonant, a nasal vowel is written without a final **n**. For example:

orin	*song*		**ọni**	*crocodile*
irin	*iron*	but	**òní**	*today*
ìdin	*maggots*		**omi**	*water*
			ẹmu	*palm wine*
			ẹní	*mats*

After the consonants **n** and **m**, the nasal vowels **in** and **un** are written as **i** and **u**.

IṢẸ́ ṢÍṢE 19

TONE EXERCISES

Fi àmì sí orí àwọn ọ̀rọ̀ wọnyí.

1. ẹbi	family	6. ọya	wages/salary
2. ẹbi	fault	7. ọwọ	hand
3. ọṣẹ	soap	8. ọwọ	broom
4. ọṣẹ	injury	9. ọwọ	respect
5. ọya	a Yoruba goddess (wife of Ṣàngó)	10. ọwọ	flock (as of birds, cattle, etc.)

VOCABULARY

NOUNS

abẹ *razor*
àdúrà *prayer*
agogo mẹ́fà *six o'clock*
ara *body*
aṣọ ilé-ìwé *school uniform*
àwo *plates*
Bíbélì *Bible*
búróòsì *brush*
eyín *teeth*
ẹní *mat*
ẹnu *mouth*
ìgbálẹ̀ *broom*
ìjọba *government*
ilé-ẹ̀kọ́ oníwèé mẹ́wàá *high school*
ilé-ìwé alákọ̀bẹ́rẹ̀ *primary school*
iṣẹ́-ilé *house/home work*
keeki *cake*
kóòmù *comb*
Kòránì *Koran*
làràárò̀ (ní àràárò̀) *every morning*
làràárò̀ ọjọ́ Móńdè *every Monday morning*
ojú *face*
omi *water*
oníṣọ́ọ̀bù *shopkeeper*

orín *chewing stick*
ògá *master*
ọmọ-ọ̀dọ̀ *maid*
ọṣẹ *soap*
ṣọ́ọ̀bù *shop*
táwẹ́ẹ̀lì *towel*

VERBS

ba ìrun *to braid one's hair*
di irun *to corn roll one's hair*
fá irùngbọ̀n *to shave (beard)*
fi kànǹkàn wẹ̀ *to bathe with a sponge*
fi kóòmù ya irun *to comb one's hair with a comb*
fọ eyin *to brush one's teeth*
gbàdúrà *to pray*
kó irun *to plait one's hair with thread*
kọ́ ilé *to build a house*
kọ ìtàn *to write a story*
lọ aṣọ *to iron*
nu ara *to dry off one's body with a towel*
pín *to divide/share*
ran ___ lọ́wọ́ *to help s.o.*
rán aṣọ *to sew*
rí *to see/find*

rọrùn   *to be easy*
run orín   *to chew a chewing stick*
sáré lọ   *to run somewhere*
ṣe ìdánwó   *to take an exam*
ṣe kéèkì   *to bake a cake*
tẹ́ bẹ́ẹ̀dì   *to make a bed*
tọ́jú   *to take care*
wẹ ara   *to bathe*
wọ̀   *to wear s.t.*
wọ bọ́ọ̀sì   *to take the bus*
ya irun   *to comb hair*

OTHERS

èèkan   *once*
èèmejì   *twice*
èèmẹlòó?   *how many times?*
níwájú ilé   *in front of the house*
lálaalẹ́   *every night*
lójoojúmọ́   *every day*
lọ́dọọdún   *every year*
lọ́sọ̀ọ̀sán   *every afternoon*
lọ́sọ̀ọ̀sẹ̀   *every week*

ÀYÈWÒ

IṢẸ́ ṢÍṢE 1

Sọ nǹkan tí àwọn ènìyàn wọ̀nyí ń ṣe.

ÀPEERE: Dókítà
- Àwọn dókítà máa ń ṣe iṣẹ́ abẹ *(to perform surgery)* fún ènìyàn.

1. lóyà	6. káfíntà	11. olùkọ́
2. àlúfà	7. **alágbẹ̀dẹ́** *(blacksmith)*	12. gómìnà
3. ẹnjiníà	8. ọdẹ	13. ọlọ́páà
4. olórin	9. pẹjapẹja	14. nọ́ọ̀sì
5. àgbẹ̀	10. aláwàdà	15. oníṣòwò

IṢẸ́ ṢÍṢE 2

Méjìméjì: Sọ nǹkan tí o máa ń ṣe lójoojúmọ́ fún ẹnìkejì rẹ. Bí òun náà nípa nǹkan tí ó máa ń ṣe lójoojúmọ́.

IṢẸ́ ṢÍṢE 3

Méfàméfà: Yan iṣẹ́ tí o bá fẹ́ nínú àwọn iṣẹ́ méfà yìí. Ìwọ àti àwọn ọmọ kíláásì rẹ márùnún máa sọ fún wa ìdí tí iṣẹ́ **ẹnìkọ̀ọ̀kan** *(each of you)* yín ṣe jẹ́ iṣẹ́ tí ó ṣe pàtàkì jù lọ.

1. dókítà	4. olórin
2. lóyà	5. ọlọ́páà
3. àgbẹ̀	6. olùkọ̀ọ́

IṢẸ́ ṢÍṢE 4

Iṣẹ́ wo ni o máa fẹ́ láti ṣe? Nínú àwọn iṣẹ́ ìsàlẹ̀ yìí, yan èyí tí ó máa fẹ́ láti ṣe. Sì sọ èyí tí o kò ní í fẹ́ láti ṣe.

ÀPEERE: - Mo máa fẹ́ láti jẹ́ adájọ́, ṣùgbọ́n N kò ní í fẹ́ láti jẹ́ dókítà.

1. awakò	6. alágbẹ̀dẹ́	11. ẹnjiníà
2. oníṣòwò	7. àlúfà	12. nọ́ọ̀sì
3. ọlọ́páà	8. olùkọ̀ọ́	13. mẹkáníìkì
4. aláwàdà	9. ọdẹ	14. lóyà
5. àgbẹ̀	10. dókítà	15. òṣèlú

IṢẸ́ ṢÍṢE 5

Méjìméjì: Yan ènìyàn tí o fẹ́ kí o sì ṣe àpèjúwe ènìyàn yìí. Ránti láti sọ nípa ibi tí ó ń gbé, iṣẹ́ tí ó ń ṣe àti àwọn nǹkan tí ó fẹ́ràn.

IṢẸ́ ṢÍṢE 6

Àsè ṣíṣe. Yan àsè kan kí o sì ṣe àpèjúwe ohun tí ó ṣẹlẹ̀ níbi àsè yìí fún àwọn ọmọ kíláàsì rẹ.

IṢẸ́ ṢÍṢE 7

Kí ni Kẹ́mi sọ? Kẹ́mi sẹ̀sẹ̀ dé láti ìlú Nàìjíríyà, ó sì sọ nípa gbogbo nǹkan tí ó ṣe nígbà tí ó wà ní ìlú Nàìjíríyà fún ẹ. Kí ni Kẹ́mi sọ fún ẹ?

IṢẸ́ ṢÍṢE 8

Ewì ọmọdé *(children's poem)*

> Bọ́ ojú rẹ bí o bá jí
> Run orín pèlú
> Kí o sì jẹ́ ọmọ rere,
> Fún òbí rẹ.
> Bí àwo bá wà láti fò,
> Ilẹ̀ láti gbá,
> Jòwó ma ṣàì ṣe tìrẹ
> Gẹ́gẹ́ bí ọmọ rere

ÌBÉÈRÈ

1. Ewì yìí sọ nǹkan mẹ́rin tí ọmọdé gbọ́dọ̀ ṣe nígbà tí ó bá jí. Kí ni nǹkan mẹ́rin **wọnyí** *(these)*.

2. Bí wọ́n bá ṣe àwọn nǹkan tí ewì yìí sọ pé kí wọ́n ṣe, irú ọmọ wo ni wọ́n máa jẹ́?

OBJECTIVES

Topic: Languages and countries of Africa
Function: Talking about different languages and countries of Africa
Grammar: Prepositions **sí** and **ní**, expressing **Jẹ́ kí**
Cultural Information: Talking about one's home town in Nigeria

Nàìjíríyà

MONOLOGUE

real	*Kẹ́mi jẹ́ ọmọ ìlú Nàìjíríyà tòótọ́.*
Ogun State	Orúkọ mi ni Kẹ́mi. Ọmọ ìlú Sàgámú, ní **ìpínlẹ̀**
west	**Ògùn** ni bàbá mi. Ìpínlẹ̀ Ògùn wà ní **ìhà ìwọ̀**

oòrùn ní ìlú Nàìjíríyà. Màmá mi wá láti Ẹnúgù, ní

east ìpínlẹ̀ Anambra. **Ìhà ìlà-oòrùn** ni Ẹnúgù wà ní ìlú

I was born Nàìjíríyà. **A bí mi** ní ìlú Sàgámù, sùgbón mo lọ sí
ilé-ẹ̀kọ́ alákọ́bẹ́rẹ̀ ní Ìbàdàn ní ìlú Nàìjíríyà. Nítorí èyí,
mo lè sọ Yorùbá dáradára. Lẹ́hìn tí mo parí ilé-ẹ̀kọ́

high school alákọ̀bẹ́rẹ̀, mo lọ sí **ilé-ẹ̀kọ́ oníwèé- mẹ́wàá** ní Ẹnúgù,
níbi tí màmá màmá mi ń gbé. Mo gbé Ẹnúgù fún nǹkan
bí ọdún méjọ nítorí náà, mo tùn le sọ èdè Íbò dáradára.
Lẹ́hìn tí mo kúrò ni Ẹnúgù, mo lọ sí ilé-ẹ̀kọ́ gíga,
Yunifásítì ti Ahmadu Bello tí o wà ní Kánò. Kánò wà

north ní ìpínlẹ̀ Kánò ní **ìhà àríwá**. Nígbà tí mo wà ní Kánò,
mo kọ́ èdè Haúsá dáradára. Nísisìyí, inú mi dún pé mo

without speaking lè bá ènìyàn púpọ̀ sọrọ̀ ní ìlú Nàìjíríyà **láì sọ** èdè
Òyìnbó.

IṢẸ́ ṢÍṢE 1

ÌBÉÈRÈ:

1. Èdè mélòó ni o rò pé Kẹ́mi gbọ́?
2. Níbo ni ó gbé lọ sí ilé-ẹ̀kọ́ alákọ́bẹ́rẹ̀?
3. Níbo ni ó gbé lọ sí ilé-ẹ̀kọ́ oníwèé-mẹ́wàá?
4. Níbo ni ó gbé lọ sí ilé-ẹ̀kọ́ gíga Yunifásítì?
5. Níbo ni a bi Kẹ́mi sí?
6. Ṣé àpèjúwe ibi tí Sàgámù wà ní ìlú Nàìjíríyà.
7. Ṣé àpèjúwe ibi tí Kánò wà ní ìlú Nàìjíríyà.
8. Ṣé àpèjúwe ibi tí Ẹnúgù wà ní ìlú Nàìjíríyà.
9. Ọmọ ìlú ibo ni màmá Kẹ́mi?
10. Ọmọ ìlú ibo ni bàbá Kẹ́mi?

ÀṢÀ: Sísọ Nípa Ìlú Ènìyàn

usually   Ní ilẹ̀ Yorùbá, ìlú bàbá ènìyàn ní ó **sábà** máa ń jẹ́ ìlú ènìyàn bí a kò tilẹ̀ bí
ènìyàn sí ìlú yìí. Fún àpeere, bí a bá bí ẹníkan sí ìlú Ìbàdàn, sùgbón bí ìlú bàbá rẹ̀
bá jẹ́ Abẹ́òkúta, ènìyàn yìí máa sọ pé ọmọ ìlú Abẹ́òkúta ni òun. Irú ènìyàn báyìí lè
sọ pé, "ọmọ ìlú Abẹ́òkúta ni mi, sùgbón àwọn ẹbí mi ń gbé ní Ìbàdàn nísisìyí."

IṢẸ́ ṢÍṢE 2

ÌBÉÈRÈ:

1. Báwo ni àwọn ènìyàn ṣe ń sọ nípa ìlú wọn nínú àṣà rẹ?
2. Ní ilẹ̀ Yorùbá ṣé ibi tí a bí ènìyàn sí ni ìlú rẹ̀ tàbí ibi tí ó jẹ́ ìlú bàbá ènìyàn yìí?

1. Rabat	8. Niamey	15. Freetown	22. Libreville	29. Lusaka
2. Algiers	9. N'Djamena	16. Abidjan	23. Brazzaville	30. Harare
3. Tunis	10. Khartoum	17. Accra	24. Kinshasa	31. Maputo
4. Tripoli	11. Addis Ababa	18. Lomé	25. Kampala	32. Windhoek
5. Cairo	12. Mogadishu	19. Porto Novo	26. Nairobi	33. Gaborone
6. Nouakchott	13. Dakar	20. Abuja	27. Dar es Salaam	34. Pretoria
7. Bamako	14. Conakry	21. Yaoundé	28. Luanda	35. Antananarivo

Some useful terms for countries.

Olú-ìlú	*capital*
ìpínlẹ̀	*state*
ìlú	*town/country/nation*

ìhà àríwá	*north*
ìhà gúúsù	*south*
ìhà ìlà oòrùn	*east*
ìhà ìwọ̀-oòrùn	*west*
gómìnà	*governor*
olórí	*head/president*
ọba	*king*
ayaba	*wife of a king or queen*
ọbabìnrin	*queen*

IṢẸ́ ṢÍṢE 3

Wo máàpù orílẹ̀-èdè Áfríkà kí o sì ṣe iṣẹ́ yìí.

ÀPẸẸRẸ: Nàìjíríyà/Àbùjá
Àbùjá ni olú-ìlú Nàìjíríyà.

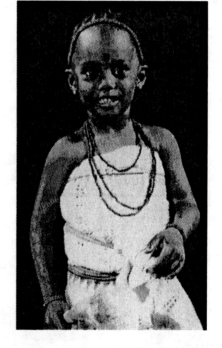

1. Kenya
2. Benin
3. Tógò
4. Sierra-Leone
5. Uganda
6. Zimbabwe
7. Senegal
8. Burkina Faso
9. Liberia
10. Ghana
11. Ivory Coast
12. Ethiopia

(a) Lomé
(b) Ouagadougou
(c) Abidjan
(d) Kampala
(e) Addis Ababa
(f) Nairobi
(g) Monrovia
(h) Harare
(i) Freetown
(j) Porto Novo
(k) Dakar
(l) Accra

IṢẸ́ ṢÍṢE 4

Ṣé o mọ ìpínlẹ̀ tí ó wa ní Nàìjíríyà?

ÀPẸẸRẸ: Abẹ́òkúta
- Abẹ́òkúta wà ní ìpínlẹ̀ Ògùn ní ìhà ìwọ̀-oòrùn Nàìjíríyà.

1. Owerri
2. Èkó
3. Zaria
4. Sókótó

5. Ifẹ̀
6. Ṣàgámù
7. Port-Harcourt
8. Dèkínà

9. Enúgù
10. Ìbàdàn
11. Àkúrẹ́
12. Calabar

IṢẸ́ ṢÍṢE 5

Jíọ́gíráfì: Wo máàpù orílẹ̀-èdè Afríkà!

ÀPẸẸRẸ: Benin/Nàìjíríyà
- Benin wà légbẹ̀ẹ́ Nàìjíríyà.
tàbí - Benin wà ní ìhà ìwọ̀-oòrùn sí Nàìjíríyà.

1. Cameroon/Nàìjíríyà
2. Niger/Nàìjíríyà
3. Congo/Zaire
4. Senegal/Mauritania
5. Níger/Chad

6. Guinea/Liberia
7. Gabon/Cameroon
8. Burkina Faso/Ghana
9. Nàìjíríyà/Ghana
10. Togo/Benin

IṢẸ́ ṢÍṢE 6

Lìngúísfìkì

ÀPẸẸRẸ: Yorùbá/ìhà ìwọ̀-oòrùn Nàìjíríyà
- A ń sọ èdè Yorùbá ní ìhà ìwọ̀-oòrùn Nàìjíríyà.

1. èdè Íbò/ìhà ìlà oòrùn Nàìjíríyà.
2. èdè Efik/ìhà ìlà oòrùn Nàìjíríyà
3. èdè Hausa/ìhà àríwá Nàìjíríyà
4. èdè Faransé/ìlú Faransé
5. èdè Jepanfìsì/ìlú Jèpáànì
6. èdè Potokí/Bràzíìlì
7. èdè Jámáànì/ìlú Jámáànì
8. èdè Árábíìkì/ìlú Mòrókò
9. èdè Yorùbá/ìhà ìlà-oòrùn Benin
10. èdè Yorùbá/Cuba
11. èdè Òyìnbó tàbí Gẹ̀ẹ́sì/ìlú Amẹ́ríkà
12. èdè Rọ́síà/ìlú Rọ́síà
13. èdè Kàlàbárì/ìhà Gúsù Nàìjíríyà
14. èdè Òyìnbó/ìlú Lọ́ńdònù
15. Sípánfìsì/Venezuela

GÍRÁMÀ_____

Prepositions *sí and ní*

1. The preposition **sí** is used in most cases to mean *to* or *towards*.

Olú *lọ sí* Èkó.   *Olu went to Lagos.*
Mo máa *wá sí* ilé rẹ.   *I will come to your house.*

2. **Ní** in most cases corresponds with *in* or *at*.

Ó *wà ní* yàrá rẹ̀.   *She is in her room.*
Olú *dìdé ní* ilẹ̀ (nílẹ̀). *Olu got up from the ground.*

3. It is important to note that **sí** is always used after the verb **lọ**, *to go* and **wá**, *to come,* while **ní** is always used after the locative **wà**, *to be (in or at a place).*

4. This rule applies even when **sí** and **ní** are used in prepositional phrases.

Mo lọ **síwájú** (sí + iwájú) ilé Olú.   *I went to the front of Olu's house.*

Mo wà **níwájú** (ní iwájú) ilé Olú.   *I was in front of Olu's house.*

Mo lọ **síbẹ̀** (sí +ibẹ̀).   *I went there (i.e., to the place).*

Mo wà **níbẹ̀** (ní + ibẹ̀).   *I was there.*

5. **Wá** like **lọ** is always used with **sí** except in the command

Wá níbí!   *Come (in) here!*

Ní seems to be appropriate in this phrase since *in* is implied.

6. Whenever *to* is implied, you must always use **sí**. For example,

Mo wá síbí lánàá.   *I came here (i.e., to this place) yesterday.*

IṢẸ́ ṢÍṢE 7

Ọgbọ́n Orí (logic or sense). Dúpẹ́ ń sọ nípa ara rẹ àti àwọn nǹkan tí o ṣe. **Parí** (*finish*) gbolohun Dúpẹ́ pẹ̀lú **ní** tàbí **sí**.

ÀPẸẸRẸ: Wọ́n bí mi ____ oṣù keje ọdún
            - Wọ́n bí mi **ní** oṣù keje ọdún.

1. N kò fẹ́ràn láti gbé ____ Èkó.
2. Mo wá ____ kíláàsì Yorùbá níjẹta.
3. N kò fẹ́ kí o wá ____ ilé mi.
4. Òrẹ́ mi fún mi ____ ajá.
5. Mo ń gbé ____ Ìbàdàn.

6. Àbúrò mi wà ____ ìlú Faransé.

7. N kò mọ ohun tí ẹ̀gbọ́n mi ń kọ́ ___ ìlú Kánádà.

8. Mo sọ fún Olú pé kí ó má lọ ____ Ọ̀yọ́.

9. Èdè Yorùbá ni wọ́n ń sọ ___ ìlú mi.

10. Mo mọ ohun tí o wà ___ iwájú ilé wa.

11. Mo lọ ___ ìwájú ilé ọba lánàá.

12. Olú wà ___ ibí lánàá.

13. Tọ́pẹ́ wá ___ ibí lánàá.

IṢẸ́ ṢÍṢE 8

Níbo ni? Ìlú wo ni àwọn ènìyàn gbé ń sọ èdè yìí.

ÀPẸẸRẸ: èdè Sípáníìsì
                - A ń sọ èdè Sípáníìsì ní Sípéènì.
     tàbí   - A ń sọ èdè Sípáníìsì ní ìlú Mexico.

1. èdè Sainíìsì	6. èdè Ṣónà	11. èdè Íbò
2. èdè Faransé	7. èdè Rọ́síá	12. èdè Japaníìsì
3. èdè Yorùbá	8. èdè Potokí	13. èdè Wolof
4. èdè Sùwàhílì	9. èdè Gẹ̀ẹ́sì	14. èdè Kiriyó
5. èdè Zúlú	10. èdè Hausa	15. èdè Árábíìkì

IṢẸ́ ṢÍṢE 9

Èdè wo?

ÀPẸẸRẸ: Màríà ń gbé Mexico.
                - Ó ń sọ èdè Sípáníìsì.

1. Jòhánù ń gbé Lọ́ńdọ́ọ̀nù.

2. Charles ń gbé ìlú Améríkà.

3. Anne Marie ń gbé Quebec.

4. Douglas ń gbé Toronto.

5. Jẹri ń gbé Tanzania.

6. Lìóbà ń gbé Kenya.

7. Mohammed ń gbé Morocco.

8. Yòmí ń gbé Senegal.

9. Bọ́sẹ̀ ń gbé Sierra-Leone.

10. Ẹbùn ń gbé Brazil.

Jẹ́ kí

1. To express *let...* you use **jẹ́ kí** and you put a regular subject pronoun after **kí**.

> **Jẹ́ kí ó jẹun.**   *Let him eat.*
> **Jẹ́ kí a sùn.**   *Let's sleep.*
> **Jẹ́ kí wọ́n kàwé.**   *Let them study.*

2. Remember that **mo** *I* changes to **N** after **kí**.

> **Jẹ́ kí N bá ẹ lọ.**   *Let me go with you.*
> **Jẹ́ kí N sùn.**   *Let me sleep.*

3. If you are reporting a speech indirectly, use **òun** after **kí** for the third person when the speech quoted is referring to the third person.

> **Ó sọ pé kí N jẹ́ *kí òun* sùn.**   *He said that I should let him sleep.*

This is when *he* and *him* are referring to the same person.

IṢẸ́ ṢÍṢE 10

Onírìnàjò (*a traveler*). Túndé fẹ́ kí àwọn ọ̀rẹ́ òun bá òun lọ sí àwọn ìlú wọnyí. Sọ nnkan tí Túndé ń sọ.

ÀPẸẸRẸ: Ùgáńdà
              - Ẹ jẹ́ kí a lọ sí Ùgáńdà.

1. Djibouti	4. Kẹ́ńyà	7. Liberia	10. Niger
2. Zimbabwe	5. Senegal	8. Benin	11. Ghana
3. Màláwì	6. Togo	9. Burkina Faso	12. Sierra Leone

IṢẸ́ ṢÍṢE 11

Má pariwo (*Don't make noise*). Àwọn ènìyàn yìí ń sùn ṣùgbọ́n Kẹ́mi kò jẹ́ kí wọn sùn. Sọ nnkan tí màmá Kẹ́mi ń sọ.

ÀPẸẸRẸ: Títí àti Dúpẹ́
              - Jẹ́ kí wọ́n sùn.

1. èmi	4. èmi àti Tóókẹ́	7. Dúpẹ́ àti Délé
2. Títí	5. Òjó	8. Àdúkẹ́
3. Omidan Olúsànyà	6. bàbá Kẹ́mi	9. Ọ̀gbẹ́ni Ìṣọ̀lá

☞ (Èmi is referring to màmá Kẹ́mi and you are repeating what màmá Kẹ́mi is saying.)

IṢẸ́ ṢÍṢE 12

Ọkọ̀ wo? Túnjí kò mọ bí òun àti Kúnlé ṣe lè dé ibi wọ̀nyí. Kí ni Kúnlé sọ fún un.

ÀPẸẸRẸ: Ìlú Faransé/ọkọ̀ ojú-omi
          - Jẹ́ kí a wọ ọkọ̀ ojú-omi lọ sí ìlú Faransé.

1. ilé-oúnjẹ/ìrìn
2. ilé-ẹranko/kẹ̀kẹ́
3. ilé-ijó/ọkọ̀
4. ṣọ́ọ̀sì/ọkọ̀ ojù-ìrìn
5. ilé sinimá/alùpùpù

6. ilú Jèpáànì/ọkọ̀ òfurufú
7. Kánádà/ọkọ ojú-ìrìn
8. Ṣìkágò/bọ́ọ̀sì
9. kíláàsì/takisí
10. ilé-ìkàwé/ìrìn

IṢẸ́ ṢÍṢE 13

Dárukọ àwọn nǹkan wọ̀nyí àti ìlú tí a ti ṣe wọ́n.

ÀPẸẸRẸ: Volkswagen
          - Ọkọ̀ ìlú Jámáànì ni Volkswagen.

1. Renault
2. Heineken
3. Guinness
4. Coca-Cola
5. Volvo

6. Sony
7. Toyota
8. Kodak
9. Mercedes
10. Peugeot

11. Ford
12. Nissan
13. Chevrolet
14. Buick
15. Seiko

IṢẸ́ ṢÍṢE 14

Àwọn èdè wo ní o gbọ́?

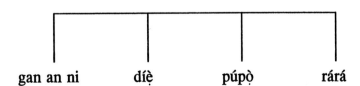

gan an ni   díẹ̀   púpọ̀   rárá

ÀPẸẸRẸ: Mo gbọ́ èdè Yorùbá gan an ni, mo sì tún gbọ́ èdè Faransé díẹ̀. Mo fẹ́ gbọ́ èdè Jámáànì nítorí pé mo ní ọ̀rẹ́ púpọ̀ tí wọ́n ń gbé ní Bonn.

DIALOGUE

Délé ń sọ nípa ibi tí ó gbé lo oludé Kérésìmesì rẹ̀.

	Kúnlé:	Níbo ni o gbé lọ oludé Kérésìmesì rẹ?
	Délé:	Ní Benin.
	Kúnlé:	Benin, ní ìpínlẹ̀ Bendel?
	Délé:	Ó tì, kì í ṣe Benin ní ìlú Nàìjíríyà. Mo ń sọ nípa Rìpóblfìkì tí a ń pé ní Benin.
I understand	Kúnlé:	Áà! **Ó yé mi** nísisìyí. Mo kọ́kọ́ ro pé o ń sòrò nípa ìlú Benin tí ó wà ní ìpínlẹ̀ Bendel. Kí ni o lọ ṣe?
	Délé:	Mo lọ lo oludé kérésìmesì pẹ̀lú ẹbi màmá mi. Ọmọ ìlú Benin ni màmá mi.

Ṣé o mọ pé wọ́n ń sọ Yorùbá ní
ìlú Benin.

I heard so Kúnlé: **Mo gbọ́ bẹ́ẹ̀**, ṣùgbọ́n N kò mọ Yorùbá
kankan láti ìlú Benin.

Délé: Nísisìyí, o ti mọ ẹnìkan.

Kúnlé: Lóòótọ́ ni.

IṢẸ́ ṢÍṢE 15

ÌBÉÈRÈ:

1. Kí ni Délé lọ ṣé ní Benin?
2. Ìlú Benin mélòó ni o mọ nípa?
3. Ní ìpínlẹ̀ wo ni ìlú Benin wà ní Nàìjíríyà?
4. Dárúkọ ìlú mẹ́ta tí o mọ̀ tí àwọn ènìyàn gbé ń sọ Yorùbá.

PRONUNCIATION AND TONES

Fáwẹ́ẹ̀lì ọn àti an

1. In Yoruba orthography, both **ọn** and **an** are pronounced as [ɔ̃]. This sound is very close to the vowel in English *horn* and *corn*, without the "r-coloring."

2. It is not easy to know when to write **ọn** or **an** when you hear the sound [ɔ̃], but here are some words that are always written with **ọn**.

ọgbọ́n	*wisdom*	**ifọ̀n**	*rashes*
òwọ́n	*dear (as in "dear Kẹmi")*	**ọgbọ̀n**	*thirty*
ọpọ́n	*wooden tray*	**agbọ́n**	*wasp*
ìbọn	*gun*		

3. From the above examples, it looks like the **ọn** spelling occurs only after **b, w, gb, p,** and **f**. Write **an** after other consonants. For example:

ẹran	*meat*	**ìjàngbọ̀n**	*trouble/problem*
èsan	*retribution*	**ìgbọ́nràn**	*obedience*
ìṣàn omi	*flowing water*	**ìkanra**	*edginess*
idán	*magic*		

4. The only problematic letter is **h**, after which you can write either **ọn** or **an**. You have to memorize when to use what. For example:

    ahọ́n *tongue*
    fihàn *to show*
    han *to scream*

5. After the consonant **m**, the [ɔ̃] sound is written as **ọ**. For example:

    mọ̀   *to know*
    mọ́ínmọ́ín *bean pudding (a Nigerian dish)*
    mọ́kànlá *eleven*

6. After the consonant **n**, the [ɔ̃] sound can be written as **a**. For example:

    àná   *yesterday*
    iná   *fire*
    ná ọjà   *to price goods/haggle*
    iná orí *lice*

7. Note, however, that there are few cases where the **a** letter after the consonant **n** will be pronounced as [ã]. For example:

    náírà [nã́ĩ̀ra]   *Nigerian unit of currency*
    náín [nã́ĩ́n]   *nine pence*
    Ògúnnáìkè [ogũnã̀ike] *(name of a person)*
    Ṣọ́náriwo [šonãriwo] *(name of a person)*

IṢẸ́ ṢÍṢE 16

TONE EXERCISES

Fi àmì sí orí àwọn ọ̀rọ̀ wọnyí.

1. **apa**	*arm*	6. **ẹsẹ**	*verse*
2. **apa**	*fool*	7. **ẹsẹ**	*leg*
3. **apa**	*scar*	8. **iwo**	*horn*
4. **ẹsẹ**	*sin*	9. **Iwo**	*(place name)*
5. **ẹsẹ**	*fist*	10. **iwo**	*act of looking*

VOCABULARY

NOUNS

ayaba   *queen/wife of a king*
èdè Íbò   *Ibo language*
Gẹ̀ẹ́sì   *English*
gómìnà   *governor*
ìhà àríwá   *north*
ìhà gúsù   *south*
ìhà -ìlà oòrùn   *east*
ìhà-ìwọ̀ oòrùn   *west*
ìpínlẹ́ Ogun   *Ogun state*
Kérésìmesì   *Christmas*
Lìngúísîkì   *Linguistics*
máàpù   *map*
olórí   *president/head*
olú-ìlú   *capital*
oludé   *holiday*
onírìnàjò   *a traveller*
orílè-èdè Áfríkà   *the African continent*
ọbabìnrin   *queen*
Rìpóblîkì   *Republic*
Rọ́síà   *Russia*

VERBS

bá ènìyàn sọ̀rọ̀   *to speak with people*
fi ___ sí ___   *to put s.t. on s.t.*
má pariwo   *don't make noise*
rìn   *to walk*
wá   *to come*
wọ bọ́ọ̀sì   *to take a bus*
wá níbí   *to come here*
wọ ọkọ̀   *to take a car*

OTHERS

A bí mi   *I was born*
jẹ́ kí a...   *let us...*

jẹ́ kí ó...   *let him...*
jẹ́ kí N...   *let me...*
láì sọ   *without speaking*
ní   *in/on/at (prep.)*
ó yé mi   *I understand*
sí   *to/on (prep.)*

Èkó Kẹtàdínlógún

OBJECTIVES

Topic: Directions

Function: Giving directions, expressing understanding or lack of understanding of some concept

Grammar: Words like **yé**, *to understand*, **rú ___ lójú**, *to confuse*, etc., and the particle **kí**

Cultural Information: Traditional Yoruba rulers

MONOLOGUE

Bísí ń sọ nípa ọjà kan ní ìlú rẹ̀

Orúkọ ọjà kan ní ìlú mi ni Sábó Makun.

is between

Orúkọ ìlú mi sì ni Ṣàgámù. Ṣàgámù **wà láàárín** ìlú Èkó àti ìlú Ìbàdàn. Bí o bá ń bọ̀ láti Èkó, o máa wọ ìlú Ṣàgámù láti agbègbè kan tí a ń pè ní Sábó Ọfin.

the Hausas

Àwọn Awúsá ni ó ń gbé agbègbè yìí. Wọ́n máa ń ta orísirísi nǹkan bí súyà àti pákò ní ojú títì tí ó wọ Ṣàgámù láti Èkó. Àwọn Awúsá fẹ́ràn súyà gan an ni.

one area

Léhìn tí a bá kúrò ní Sábo Ọfin, a máa rìn fún nǹkan bí máìlì kan tàbí méjì kí a tó dé **agbègbè kan** tí a ń pè ní Òkò Kìíní. Agbègbè yìí ni ọba ìlú Ṣàgámù tí a ń pè ní Àkárìgbò ń gbé. Nígbà tí a bá dé Òkò kìíní, léhìn tí a bá kojá ilé Oba Àkárìgbò, a máa rí títì Ewùsì ní ọwọ́ òsì. Láti lọ sí ọjà Sábó Makun, a máa

turn to

yà sí ọwọ́ òsì sí títì Ewùsì láti títì Àkárìgbò. Nígbà tí a bá yà sí títì Ewùsì, a máa rìn fún nǹkan bí máìlì kan kí a tó rí ọjà Sábo Makun ní ọwọ́ ọ̀tún. Títì Ewùsì ni ọjà yìí wà. Bí ènìyàn bá ń bọ̀ láti Ìbàdàn, ó máa wọ ìlú Ṣàgámù láti agbègbè kan tí a ń pè ní Òkò Kejì. Léhìn Òkò Kejì, agbègbè tí a máa rí ni Òkò Kìíní. A máa rí títì Ewùsì ní ọwọ́ ọ̀tún kí a tó dé ilé ọba Àkárìgbò.

Obì ni ọjà pàtàkì tàbí nǹkan pàtàkì tí àwọn ènìyàn ń tà ní ọjà Sábó Makun. Alaalẹ́ ni a máa ń ná ọjà yìí. Léhìn obì, àwọn ènìyàn tún máa ń ta ẹran, ata, ewé àti

food ingredients

àwọn orísirísi **nǹkan èèlò ọbẹ̀**.

279

Mo féràn ojà yìí gan an ni nítorí pé kò jìnnà
sí ilé wa rárá, kò sì tóbi rárá. O lè ra nñkan tí o bá

without wasting time
at all
fẹ́ **láì fi àkókò sòfò rárá**.

IṢẸ́ ṢÍṢE 1

ÌBÉÈRÈ:

1. Kí ni orúkọ ìlú Bísí?
2. Bí a bá ń bọ̀ láti Èkó, kíni orúkọ agbègbè tí a máa dé láti wọ ìlú Ṣàgámù?
3. Kí ni orúkọ ojà ìlú Bísí?
4. Ní Sábó Ọfin, kí ni àwọn ènìyàn máa ń tà l'ójú títì?
5. Kí ni orúkọ tí a máa ń pe ọba Ṣàgámù?
6. Bí a bá wà ní títì Àkárìgbò, báwo ni a ṣe lè dé ojà Sábó Ọfin?
7. Bí a bá ń bọ̀ láti ìlú Ìbàdàn, báwo ni a ṣe lè dé ojà Sábó Makun?
8. Kí l'ó dé tí Bísí féràn ojà Sábó Makun gán an ni?
9. Títì wo ni ojà Sábó Makun wà?
10. Kí ni àwọn nñkan tí a lè rà ní ojà Sábó Makun?

IṢẸ́ ṢÍṢE 2

Ṣé lóòótọ́ ni tàbí lóòótọ́ kọ́?

1. Ìlú Ṣàgámù wà láàárín Èkó àti Ikòròdú
2. Àkárìgbò ni Oba Ṣàgámù.
3. Oríṣi Sábó méjì ni o wà ní Ṣàgámù, Sábó Makun àti Sábó Ọfin.
4. Àwọn Íbò ni wọ́n ń gbé Sábó Ọfin.
5. Sábó Makun wà ní Títí Ẹwùsì.
6. Àwọn ènìyàn kì í ta obì ní Ọjà Sábò Makun.

IṢẸ́ ṢÍṢE 3

Ó kàn ẹ. Sọ fún wa nípa ojà kan tí o mọ àti bí a ṣe lè dé ibẹ̀. Dárúkọ oríṣiríṣi nñkan tí a lè rí
ní ojà yìí.

281

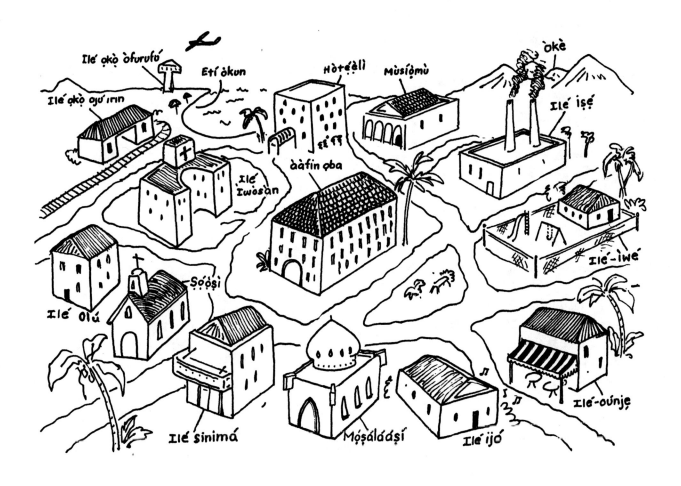

ilé ọkọ̀ òfurufú	àfin ọba	ṣọ́ọ̀sì
etí okun	músíọ̀mù	ilé-sinimá
ilé ọkọ̀ ojú-irin	ilé-iṣẹ́	mọ́ṣáláásí
ilé ìwòsàn	hòtẹ̀èlì	ilé-ijó
ilé Olú	ilé oúnjẹ	ilé-ìwé

IṢẸ́ ṢÍṢE 4

Máàpù: Sọ ibi tí **ilé-kọ̀ọ̀kan** *(each house)* wà sí ara wọn. Lo máàpù tí ó wà lókè. O lè lo ìdáhùn méjì bí o bá fẹ́.

ÀPẸẸRẸ: ilé-sinimá/Mọ́ṣáláásí
             - ilé-sinimá kò jìnnà sí mọ́ṣáláásí
     tàbí   - ilé sinimá wà láàárín ṣọ́ọ̀sì àti mọ́ṣáláásí

282

1. ilé ijó/Etí òkun
2. ààfin ọba/hòtéélì
3. mùsíọ̀mù/hòtéélì
4. ilé Olú/ilé iṣẹ́
5. ilé ọkọ̀ ojú-irin/ilé ọkọ̀ òfurufú
6. ilé ìwòsàn/ṣọ́ọ̀ṣì
7. ilé ọkọ̀ ojú-irin/ ilé ìwòsàn
8. ilé ijó/ilé oúnjẹ
9. ṣọ́ọ̀ṣì/ilé-ìwé
10. ààfin ọba/ilé-ìwé

IṢẸ́ ṢÍṢE 5

Máàpù: Ṣé lóòótọ́ ni tàbí lóòótọ́ kọ́? Sọ òtítọ́.

ÀPẸẸRẸ: ààfin ọba wà léhìn hòtéélì
- lóòótọ́ kọ́. Ààfin ọba wà níwájú hòtéélì.
1. ilé-iṣẹ́ jìnnà sí ilé sinima.
2. ilé Olú wà légbèé ṣọ́ọ̀ṣì.
3. ilé sinimá wà láàárín ṣọ́ọ̀ṣì àti ilé-Olú
4. Ààfin ọba wà lápá òtún ilé-oúnjẹ
5. Mùsíọ̀mù wà níwájú ààfin ọba
6. ilé-iṣẹ jìnnà sí òkè
7. ilé-ìwé wà légbèé ilé-ọkọ̀ òfurufú
8. Etí òkun wà níwájú
9. Ààfin ọba wà láàárín ilé ọkọ̀ òfurufú àti ilé ọkọ̀ ojú irin.
10. Ṣọ́ọ̀ṣì wà ní apá òsì ilé Olú.

IṢẸ́ ṢÍṢE 6

ÌBÉÈRÈ

1. Yàtọ̀ sí ilẹ̀ Yorùbá, àwọn ìlú wo ni o mọ̀ tí ó ní ọba?
2. Irú orúkọ wo ni a máa ń lò láti pe àwọn ọba ilẹ̀ Yorùbá?
3. Báwo ni a ṣe ń yan ọba ní ilẹ̀ Yorùbá?
4. Fún ọdún mélòó ni àwọn ọba lè ṣe àkóso ìlú wọn ní ilẹ̀ Yorùbá?
5. Àwọn wo ni wọ́n ní agbára láti fi ènìyàn jẹ ọba ní ilẹ̀ Yorùbá?

ÀSÀ: Jíjoba

tribes/politics	Yàtò sí àwọn èyà mìíràn ní ìhà ìwọ̀ oòrùn Afrika, ètò ìṣèlú
control/one only/each	ilè Yorùbá kì í ṣe lábé àkóso oba kan ṣoṣo. Èyà Yorùbá kòòkan
to control	ni ó ní ọba tirè. Ọba kan kò lè ṣe àkóso oba kejì. Ọba kòòkan ni
	ó ní agbára láti ṣe àkóso ìlú tirè. Bí ọba kan bá ní agbára jú ọba
with force	mìíràn, ọba alágbára yìí lè gba ìlù kan tàbí ìlú mìíràn tí ó ba fẹ́ pèlú
as much as him	ipá lọ́wọ́ oba kejì tí kò ní agbára tó o.
important decision	Ọba ìlú kòòkan gbọ́dọ̀ mọ nípa gbogbo ipinnu pàtàkì tí
unless/the ruling king	àwọn ènìyàn bá ṣe nípa ìlú. A kò lè yan ọba mìíràn àfi tí òba tí
	ó wà lórí oyè bá kú.
	Léhìn ikú ọba kan, gbogbo àwọn ẹbí ọba yóò yan ẹni tí wọ́n
kingmakers/decide at last	bá fẹ́ fún àwọn afọbaje. Àwọn afọbaje ni wọ́n máa pinnu níkẹhìn
to coronate a king	láti fi ènìyàn yìí jẹ ọba tàbí kí wọ́n má fi jẹ ọba. Gbogbo ọba ilè
	Yorùbá ni ó ní orúkọ oyè tí ó yàtò sí orúkọ ọba mìíràn. Orúkọ oyè
	yìí ní àwọn Yorùbá máa ń lo fún ọba. Fún àpẹẹrẹ, orúkọ oyè fún
	ọba Abẹòkúta ni Aláké. Orúkọ oyè fún ọba Ìjèbú Rémọ ni Àkárìgbò.

ISÉ ṢÍṢE 7

Àkólé *(titles)*. Sọ orúkọ tí a ń pe àwọn oba ìlú tí a kọ sí ìsàlè yìí gégé bí àpẹẹrẹ.

ÀPẸẸRẸ: Ifé/Òni
- Òni ni àkólé fún ọba ìlú Ifè.

1. Ìlá/Òràngún	7. Ìjèbú-Ode/Awùjalè
2. Òyó/Aláàfin	8. Adó-Èkìtì/Èwí
3. Ìbàdàn/Olúbàdàn	9. Oǹdó/Òṣemàwé
4. Abéòkúta/Aláké	10. Rémọ/Àkárìgbò
5. Òṣogbo/Àtáòja	11. Ìjèsà/Owá
6. Àkúrẹ́/Déjì	12. Makun-Rémọ/Ẹwùsì

ISÉ ṢÍṢE 8

Àwọn Olórí ìlú. Kí ni orúkọ àwọn olórí ìlú wọ́nyí.

ÀPẸẸRẸ: Ilú Amẹ́ríkà
- *------ ni olórí ìlú Amẹ́ríkà.
*Fi orúkọ olórí ìlú Amẹ́ríkà sí àlàfo *(gap)* tí ó wà lókè yìí.

1. Ìlú Nàìjíríyà
2. Ìlú Faransé
3. Ìlú Jámáànì
4. Ìlú Britain
5. Ìlú Kẹ́ńyà
6. Ìlú Kúbà
7. Ìlú Rósíá
8. Ìlú Jepáànì
9. Ìlú Togo
10. Ìlú Benin
11. Ìlú Kánádà

IṢẸ́ ṢÍṢE 9

Ó kàn ẹ́. Sọ orúkọ gómìnà kan ní ìlú Amẹ́ríkà kí o sì sọ **nǹkan kan** *(something)* nípa gómìnà yìí.

ÀPẸẸRẸ: Ọ̀gbẹ́ni _____ ni Gómìnà Ìpílẹ̀ Wisconsin. Wọ́n jẹ́ ènìyàn rere. Wọ́n fẹ́ràn láti ran àwọn akúsẹ̀ẹ́ lọ́wọ́.

IṢẸ́ ṢÍṢE 10

Jíọgíráfì. Níbo ni àwọn ìlú yìí wa?

ÀPẸẸRẸ: Ìbàdàn
Ìbàdàn wà ní ìhà ìwọ̀ oòrùn Nàìjíríyà.

1. Houston	6. Minneapolis	11. New Haven
2. Madison	7. Kansas City	12. Ithaca
3. Èkó	8. Ifẹ̀	13. Kenya
4. Los Angeles	9. Paris	14. Tanzania
5. New York	10. Tokyo	15. Johannesburg

GÍRÁMÀ

The particle -kí-

1. When the particle **-kí-** is inserted into the reduplicated form of a noun, it adds the meaning *any*

to the noun. For example:

ọmọ	*child*	ọmọkọ́mọ (ọmọ+kí+ọmọ)	*any child*
ilé	*house*	ilékílé (ilé+kí+ilé)	*any house*

2. As shown in the examples above, the vowel in **-kí-** is usually deleted if the noun begins with a vowel.

3. However, if the noun begins with a consonant, the vowel in **-kí-** is retained.

kaba	*dress*	kabakíkaba	*any dress*
fìlà	*hat*	fìlàkífìlà	*any hat*
pákó	*planks*	pákókípákó	*any planks*

4. It is also possible to interpret the words used with the particle **-kí-** as *bad*, depending on the context. For example:

ọmọkọ́mọ	*any child/bad child*
ilékílé	*any house/bad house*

IṢẸ́ ṢÍṢE 11

Bóṣè àti ọkọ rẹ̀ ń já. Ọkọ Bóṣè fẹ́ fún Bóṣè ní àwọn nǹkan wọ̀nyí láti **bẹ̀ ẹ́** *(to appease her)*, ṣùgbọ́n Bóṣè **takú** *(to refuse)*. Ṣé apá ọkọ Bóṣè, kí ọ̀rẹ́ rẹ̀ ṣe apá Bóṣè.

ÀPẸẸRẸ: ilé
          Ọkọ Bóṣè - Mo máa fún ẹ ní ilé.
        Bóṣè   - N kò fẹ́ ilékílé kankan.

1. bata	6. fìlà	11. aago
2. aṣọ	7. ajá	12. òrùka
3. bọ́lèkájà	8. ológbò	13. mọ́tò
4. rédíò	9. ìwé	14. kèké
5. tẹlifísọ̀nnù	10. ẹja	15. àpò

IṢẸ́ ṢÍṢE 12

Máìlì mẹlòó? *(How many miles?)* Sọ oye máìlì tí o wà láàárín ìlú méjì kọ̀ọ̀kan yìí.

    ÀPẸẸRẸ: Èkó/Ṣàgámù/30
                  - Nǹkan bí ogbọ́n máìlì ni Èkó sí Ṣàgámù.

286

1. Ìbàdàn/Èkó/60
2. Madison/Milwaukee/75
3. Kansas City/N.Y./1000
4. Èkó/Abẹ́òkúta/35
5. New Haven/Brooklyn/100
6. Madison/Chicago/150
7. Chicago/Detroit/200
8. Richland Center/Madison/59
9. Madison/Kansas City/500
10. Ìbàdàn/Ìlọrin/180

IṢẸ́ ṢÍṢE 13

Ó kàn ẹ. Dárúkọ ìlú kan tí o mọ̀ kí o sì sọ bí o ṣe jìnnà sí ibi tí o ń gbé.

Expressing understanding or lack of understanding of some concept

1. The expressions *I understand* and *It is clear to me* are expressed the same way in Yoruba.

   Ó yé mi. { *I understand.* / *It is clear to me.* }

2. Always use the object pronoun in Yoruba to refer to the subject pronoun in English in this expression.

Ó yé wa.	*We understand.*
Ó yé e.	*He/she understands.*
Ó yé yín.	*You (pl.) understand.*

3. The negative construction is formed by relacing **ó** with **kò**.

   Kò yé mi. { *I don't understand.* / *It is not clear to me.* }

   Kò yé wọn. { *They don't understand.* / *It is not clear to them.* }

4. Other expressions similar to the above are:

Ó rú mi lójú.	*I am confused.*
Ó rú ẹ lójú.	*You are confused.*
Ó rú wọn lójú.	*They are confused.*

Rú ___ lójú means *to be confused*.

IṢẸ́ ṢÍṢE 14

Ṣé ó yé yín? Olúkọ́ ń ṣe àlàáyé *(to explain)* nǹkan kan fún yín, ṣùgbọ́n ẹ kò mọ nǹkan tí wọ́n ń sọ. Sọ fún olùkọ́ yín pé nǹkan tí wọ́n ń sọ kò yé àwọn ènìyàn yìí.

ÀPẸẸRẸ: Títí
                - Olùkọ́, nǹkan tí ẹ sọ kò yé e.

1. èmi
2. Délé àti Dúpẹ́
3. èmi àti ìwọ
4. ìwọ àti Tópẹ́
5. Ọ̀gbẹ́ni Ìṣọ̀lá

6. Èmi àti Délé
7. Àdùkẹ́
8. gbogbo kíláàsì
9. Túnjí àti Kúnlé
10. Omidan Pèlú

DIALOGUE

Àlejò, ọmọ kékeré, ń bi Ọ̀gbẹ́ni Pẹ̀lú léèrè bí o ṣe lè dé ilé-ìfìwéránṣẹ

	Àlejò:	E jọ̀wọ́, ṣé ilé-ìfìwéránṣẹ kankan wà nítòsí?
	Ọ̀gbẹ́ni Pèlú:	Bẹ́ẹ̀ ni, ilé-ìfìwéránṣẹ kan wà ní títì Yunifásítì,
United Bank		légbẹ̀ẹ́ ilé ìfowópamọ́sí Yùnáítẹ̀ẹ̀dì.
	Àlejò:	Báwo ni mo ṣe lè dé ibẹ̀ láti ibí yìí?
	Ọ̀gbẹ́ni Pèlú:	Gba ìsàlè yìí. Nígbà tí o bá dé títì Charter, yà
keep going		sí ọwọ́ òtún. Máa lọ títí di ìgbà tí o bá dé títì
		Yunifásítì. Yà sí ọwọ́ òsì ní títì Yunifásítì.
half a mile		Lẹ́hìn tí o bá rìn fún ìdaajì máìlì, o máa rí ilé-
		ìfìwéránṣẹ yìí ní ọwọ́ òsì re. Ṣé ó yé ẹ?
	Àlejò:	Bẹ́ẹ̀ ni. E sọ pé kí N gba ìsàlè yìí. Nígbà tí mo
		bá dé títì "Charter", mo máa yà sí ọwọ́ òtún.
		Mo máa rìn títí di ìgbà tí mo bá dé títì Yunifásítì,
		mo máa yà sí ọwọ́ òsì. Lẹ́hìn tí mo bá rìn fún
		nǹkan bí ìdaajì máìlì, mo máa rí ilé ìfìwéránṣẹ
		náà.
good!	Ọ̀gbẹ́ni Pèlú:	An han! Ó dàbọ̀.
	Àlejò:	E ṣe gan an ni . Ó dàbọ̀.

IȘÉ ȘÍȘE 15

ÌBÉÈRÈ:

1. Níbo ni àlejò ń wá?
2. Níbo ni ibi tí ó ń lọ wà.
3. Báwo ni Ògbéni Pèlú ṣe ṣe àpèjúwe fún àlejò yìí.
4. Ṣé àpèjúwe tí Ògbéni Pèlú ṣe yé àlejò yìí.
5. Báwo ni àlejò yìí ṣe máa dé ibi tí o ń lọ.

IȘÉ ȘÍȘE 16

Ó kàn ẹ. Ṣe àpèjúwe bí a ṣe lè dé ilé rẹ láti kíláàsì Yorùbá.

IȘÉ ȘÍȘE 17

Role Play

You are lost. Find out how to get to your destination from your partner.

PRONUNCIATION AND TONES———————————————————————

Fáwẹẹ̀lì o àti e

The vowels **o** and **e** are very close to the English vowels in *boat* and *bait* respectively. The major difference is that these vowels are not diphthongized as they are in British English or most American dialects of English. Here are some Yoruba words to help you practice the pronunciation of these vowels.

e		o	
ewé	*leaves*	owó	*money*
èlé	*profit*	òló	*slang word used for a young woman*
eré	*play*	oró	*pain*
èpè	*a curse*	òpò	*preparations*
ebè	*heaps*	òjò	*rain*
èké	*gossip*	oko	*farm*
edé	*shrimp*	odó	*mortar*

IṢẸ́ ṢÍṢE 18

TONE EXERCISES

Fi àmì sí orí àwọn ọ̀rọ̀ wọnyí.

1.	opo	*widow*		6.	obi	*kolanut*
2.	opo	*activities*		7.	obi	*parents*
3.	opo	*pole/pillar*		8.	ikun	*type of insect*
4.	ẹmu	*prongs*		9.	ikun	*stomach*
5.	ẹmu	*palm wine*		10.	ikun	*mucous*

VOCABULARY

NOUNS

àábọ̀ *half*
afọbajẹ *kingmakers*
agbègbè *area*
Àkárìgbò *title of the king of Ṣàgámù*
àkọlé *title*
àlejò *stranger/visitor*
àpò *bag*
alaalẹ́ *every night*
ata *pepper*
èlò ọbẹ̀ *stew ingredients*
ewé *leaves*
ẹja *fish*
gómìnà *governor*
Íbò *the Igbos*
ìdaajì máìlì *half a mile*
ìdíkọ̀ *car/motor park, bus depot*
ilé-ìfìwéránṣẹ́ *post office*
ilé-ìfowópamọ́sí *bank*
ìpínlẹ̀ *states*
máìlì *mile*
ojú títì *on the street*
obì *kolanuts*
òrùka *ring*
orúkọ oyè *chieftaincy title*
ọba *king*
ọjà pàtàkì *an important market or product*

Òkọ̀ kìíní *name of a neighborhood*
Òkọ̀ kejì *name of a neighborhood*
ọwọ́ òsì *left (hand)*
pákò *chewing stick (for brushing the teeth)*
Sábó Makun *name of a market*
Sábó Ọfin *name of a place*
súyà *hot seasoned and roasted meat strips*

VERBS

dé *to arrive*
fi àkókò ṣòfò *to waste time*
gba ìsàlẹ̀ yìí *go down, this way*
jẹ ọba *to be coronated*
jìnnà *to be far*
kọjá *to pass*
kúrò *to leave a place*
máa lọ *keep going*
ń bọ̀ *to be coming*
wọ *to enter*
yà sí *to turn to*
yà sí ọwọ́ òtún *turn right or turn to (your) right hand*

OTHERS

Báwo ni mo ṣe lè dé ibẹ̀?   *How can I get there?*

Ẹ ṣọ pé kí N gba ìsàlẹ̀ yìí.   *You said that I should go down this way.*

láì   *without*

láti Èkó   *from Lagos*

nítòsí   *near*

Ṣé ó yé ẹ?   *Do you understand?*

tí a ń pè ní   *that we refer to as*

OBJECTIVES

Topic: University life, courses, and degrees
Function: Talking about university life
Grammar: More on numbers: Explaining fractions
Cultural Information: The traditional Yoruba form of education

MONOLOGUE

formal education	*Túnjí ń sọ̀rọ̀ nípa ìfẹ́ rẹ̀ fún ẹ̀kọ́-ilé-ìwé.*

Mo fẹ́ràn láti lọ sí ilé-ìwé nítorí pé mo fẹ́ràn
ìwé gan an ni. Àwọn òbí mi **fi mi sí ilé-ẹ̀kọ́**
put me in nursery school
jẹ́léósimi nígbà tí mo pé ọmọ-ọdún méjì. Ní ilé ẹ̀kọ́
yìí, mo bẹ̀rẹ̀ sí kọ́ èdè Faransé àti èdè Òyìnbó. Mo
arithmetic
tún kọ́ àwọn nǹkan mìíràn bí i ìṣirò, ìwé-kíkà, àti ìwé
5½ years old
kíko. Mo wà ní ilé-ìwé yìí títí di ìgbà tí mo di **ọmọ**
ọdún márùnún ààbọ̀. Lẹ́hìn tí mo pé ọmọ ọdún
public primary school
mẹ́fà, mo bẹ̀rẹ̀ **ilé-ẹ̀kọ́ alákọ̀ọ́bẹ̀rẹ̀ ti Ìjọba**. Lẹ́hìn
grade school diploma
ọdún mẹ́fà, mo jáde ni ilé-ẹ̀kọ́ yìí pẹ̀lú **ìwé-ẹ̀rí**
oníwé-mẹ́fà. Lẹ́hìn tí mo kúrò ní ilé-ẹ̀kọ́
proceeded to high school
alákọ̀ọ́bẹ̀rẹ̀, mo **forílé ilé-ẹ̀kọ́ oníwé mẹ́wàá**. Mo
opportunity
fẹ́ràn ilé-ẹ̀kọ́ yìí púpọ̀ nítorí pé mo ní **ànfààní** púpọ̀
láti kọ orísirísi ẹ̀kọ́ nípa sáyẹ́nsì. Mo ṣe Bàólójì,
Físíìsì, Kẹ́mísírì. Mo tún kọ́ ẹ̀kọ́ nípa aye èyí tí a ń
pé ní Jíógíráfì. Mo kẹ́kòọ́ nípa èdè orísirísi,
history
Matimátíìkì, **ẹ̀kọ́ ìtàn** àti bẹ́ẹ̀ bẹ́ẹ̀ lọ.
To tell the truth
Kí a sọ òtítọ́, nínú gbogbo àwọn ẹ̀kọ́ tí mo kọ́
ní ilé-ìwé yìí, ẹ̀kọ́ nípa èdè orísirísi ni mo fẹ́ràn jù.
Nítorí èyí, mo pinnu pé mo gbọ́dọ̀ kọ́ ẹ̀kọ́ linguísíìkì
nígbà tí mo bá dé ilé-ẹ̀kọ́ gíga ti yunifásítì. N kò mọ
before
nípa linguísíìkì **tẹ́lẹ̀** ṣùgbọ́n olùkọ́ mi kan sọ nípa rẹ̀
fún mi. Wọn sọ fún mi pé Yunifásítì ti Ìbàdàn ní
dìpátmẹ́ntì Linguísíìkì tí ó dára gan an ni. Lẹ́hìn tí mo
jáde kúrò ní ilé-ẹ̀kọ́ oníwèémẹ́wàá, mo lọ sí yunifásítì
ti Ìbàdàn láti kọ́ ẹ̀kọ́ Linguísíìkì. Mo gba oyè kíìní
(B.Ee), ẹ̀kọ́ kejì (Ẹ́m Eè), àti oyè ìjìnlẹ̀ gíga nínú ẹ̀kọ́
Linguísíìkì. Nísisìyí, mo ń kọ́ àwọn akẹ́kòọ́ ní ẹ̀kọ́
Without mincing words
Linguísíìkì ní Yunifásítì ti Ilọrin. **Láìṣe àní àní**, mo

293

fẹ́ràn ẹ̀kọ́ Linguísíìkì mo sì fẹ́ràn àwọn akẹ́kọ̀ọ́ mi gan
an ni.

IṢẸ́ ṢÍṢE 1

ÌBÉÈRÈ:

1. Orísi ilé-ẹ̀kọ́ mélòó ni Túnjí lọ?
2. Ọdún mélòó ni ó lò *(to spend)* ní ilé-ẹ̀kọ́ alàkọ́óbẹ̀rẹ̀?
3. Dárúkọ ẹ̀kọ́ márùnún tí Túnjí kọ́ ní ilé-ẹ̀kọ́ oníwèémẹ́wàá.
4. Túnjí kò ṣe Linguísíìkì ní ilé-ẹ̀kọ́ oníwèémẹ́wàá, báwo ni ó ṣe gbọ́ nípa Linguísíìkì?
5. Oyé wo ni ó ga jù *(highest)* tí Túnjí gbà?
6. Níbo ni Túnjí gbé gba oyè yìí?
7. Kí ni Túnjí ń ṣe nísisìyí?
8. Kí ni èrò rẹ nípa Túnjí?
9. Àwọn èdè wo ni Túnjí kọ́ ni ilé-ẹ̀kọ́ jẹ́léósimi?

IṢẸ́ ṢÍṢE 2

Bẹ́ẹ̀ ni tàbí bẹ́ẹ̀ kọ́

1. Túnjí kò fẹ́ràn ìwé rárá.
2. Túnjí jẹ́ akẹ́kọ̀ọ́ ní Yunifásítì ti Ìlọrin
3. Túnjí kọ́ ẹ̀kọ́ láti di ẹnjíníà.
4. Túnjí fẹ́ràn orísirísi èdè.
5. Túnjí bẹ̀rẹ̀ sí kọ́ èdè Faransé láti ìgbà tí o ti jẹ́ ọmọ ọdún méjì.
6. Túnjí gba oyè mẹ́ta lórí Bàọ́lójì.
7. Túnjí ń kọ́ àwọn akẹ́kọ̀ọ́ ní Yunifásítì ti Ìbàdàn.
8. Túnjí kò fẹ́ràn Linguísíìkì rárá.
9. Túnjí ní ìwé-ẹ̀rí oníwèé-mẹ́fa.

ÀṢÀ: Ilé-Ẹ̀kọ́ Ní Ilẹ̀ Yorùbá

a very good person

in every way

Kí àwọn Òyìnbó tó kó àṣà ilé-ìwé lílo wá sí ilẹ̀ Yorùbá, àwọn Yorùbá ní orísirísi ọ̀nà tí wọ́n ń gbà láti kọ́ ọmọ wọn. Ohun tí ó ṣe pàtàkì jú fún àwọn òbí ní ilẹ̀ Yorùbá ni pé kí ọmọ wọn jẹ́ **ọmọlúwàbí**. Láti jẹ́ ọmọlúwàbí ni láti jẹ́ olóòótọ́, òṣìṣẹ́, ẹni tí ó **bọ̀wọ̀** fún àwọn àgbàlagbà àti olórí àti ẹni tí ó jẹ́ ènìyàn rere **ní gbogbo ọ̀nà**.

folklore

Àwọn Yorùbá máa ń lo òwe, orin ewì, **ìtàn àbáláye** àti bẹ́ẹ̀ bẹ́ẹ̀ lọ láti kọ́ ọmọ wọn ní orísirísi ẹ̀kọ́ tí wọ́n fẹ́ kí ọmọ yìí kọ́. Fún àpẹẹrẹ, láti kọ́ ọmọdé pé ó ṣe pàtàkì láti kí ènìyàn nígbàgbogbo, àwọn Yorùbá máa ń pa òwe pé "eni tí kò kí ni 'Kúulé' yóò pàdánù 'káàbò'". Ìtumọ̀ òwe yìí ni pé, bí ẹnikan kò bá kí ènìyàn, kò ní í ní ẹni tí ó máa kí òun náà. Nítorí náà, bí a bá fẹ́ kí àwọn ènìyàn kí wa, a gbọ́dọ̀ kọ́ láti kí àwọn náà. Àwọn Yorùbá máa ń lo orísirísi orin bí í "Eni Bí Eni" láti kọ́ ọmọ wọn bí a ṣe ń ka nọ́ḿbà. Wọ́n máa ń ṣo orísirísi ìtàn tí o máa kọ́ ọmọdé pé ìwà rere dára ju ìwà búburú lọ. Nínú àwọn ìtàn yìí, nǹkan búburú máa ń sábà ṣẹlẹ̀ sí ẹni tí ó ṣe nǹkan búburú ṣùgbọ́n nǹkan rere máa ń ṣẹlẹ̀ sí ẹni tí o ṣe nǹkan rere.

no matter what

to prevail

to rely on an inheritance/ a pauper

Nípa òtítọ́, àwọn Yorùbá máa ń pa òwe pé "Bí irọ́ bá sáré fún ogún ọdún, ojọ́ kan ni òótọ́ máa bá a". Ìtumọ̀ òwe yìí ni pé **bí ó ti wù kí ó rí**, òtítọ́ máa **ṣẹgun** irọ́. Àwọn Yorùbá máa ń ṣo fún ọmọ wọn pé "Agbójú lógún fí ara rẹ fọ́ṣì ta". Ìtumọ̀ òwe yìí ni pé ọmọdé gbọ́dọ̀ sìṣẹ́. Wọn kò gbọ́dọ̀ **gbójú lé ogún** àwọn òbí wọn, nítorí pé ẹni tí ó gbójú lé ogun kò ní í fẹ́ ṣe iṣẹ́. Irú ẹni báyìí lè di **akúṣẹ̀ẹ́** ní ojọ́ iwájú.

a business person

weeping

Yàtọ̀ sí kíkọ ọmọ nípa òwe, àwọn Yorùbá tún máa ń kọ́ ọmọ wọn ní iṣẹ́ owó orísirísi tí wọ́n bá ń ṣe nínú ẹbí wọn. Bí bàbá bá jẹ́ àgbẹ̀, wọn yóò kó ọmọ wọn nípa iṣẹ́ oko ṣíṣe. Bí màmá bá jẹ́ **oníṣòwò**, wọn yóò kó ọmọ wọn bí a ṣe ń ṣòwò. Àwọn Yorùbá kò fẹ́ràn ọ̀lẹ rárá nítorí náà ni wọ́n ṣe máa ń ṣo pé, "iṣẹ́ kò gbẹkún, ebi jàre ọ̀lẹ". Ìtumọ̀ òwe yìí ni pé, bí ebi bá pa ọ̀lẹ, ó dára. **Ẹkún sísun** kò lè ṣo ọ̀lẹ di olówó.

house of learning

to die

Bí ó tilẹ̀ jẹ́ pé ní ayé àtijọ́ àwọn Yorùbá kò ní ibìkan tí a ń pè ní "ilé-ìwé" sibẹ̀síbẹ̀ àwọn Yorùbá ní "Ilé-Ẹ̀kọ́". Fún àwọn Yorùbá, gbogbo ayé ni ilé-ẹ̀kọ́ yìí, ẹ̀kọ́ kíkọ́ sì bẹ̀rẹ̀ ní ojọ́ tí a bí ènìyàn títí di ojọ́ tí ó bá **fi ayé sílẹ̀**.

IṢẸ́ ṢÍṢE 3

ÌBÉÈRÈ

1. Kí ni ìtumọ̀ àwọn **òwe** *(proverb)* Yorùbá yìí ní ọ̀rọ̀ tìrẹ:
   a. iṣẹ́ kò gbẹkún, ebi járe ọ̀lẹ.
   b. agbójú lógún fi ara rẹ fọ́sì ta.
   c. Bí irọ́ bá sáré fún ogún ọdún, ojọ́ kan ni òótọ́ máa bá a.
   d. ẹni tí kò kí ni 'kúulé' yòó pàdánù 'káàbọ̀'.

2. Sọ àwọn òwe díẹ̀ tí o mọ nínú èdè rẹ kí o sì sọ ìtumọ̀ àwọn òwe yìí fún wa.

3. Báwo ni a ṣe ń kọ́ àwọn ọmọdé ní ìlú rẹ ní ayé àtijọ́ àti **ní ayé òde oni** *(nowadays)*.

4. Kí ni ilé-ẹ̀kọ́ fún àwọn Yorùbá ní ayé àtijọ́?

Useful words in education

Ìgbé-ayé ní Yunifásítì	*university life*
ẹ̀kọ́	*education*
ẹ̀kọ́ ilé-ìwé	*formal education*
kọ́léèjì	*college*
dìpátímẹ́ntì	*department*
kíláàsì	*class*
ilé-ẹ̀kọ́-gbogbonṣe	*polytechnic*

Courses

lítíréṣò	*literature*
èdè àjòjì	*foreign language*
ẹ̀kọ́ ìtàn	*history*
linguísîkì	*linguistics*
ẹ̀kọ́ nípa ayé	*geography*
ìmọ̀ àwújọ àdáyébá	*anthropology*
sosiọ́lójì	*sociology*
ẹ̀kọ́ nípa ìṣèlú	*political science*
saikọ́lójì	*psychology*
fìlọ́sọ́fì	*philosophy*
ẹ̀kọ́ ọrọ̀ ajé	*economics*
ẹ̀kọ́ nípa ìròhìn	*journalism*

Sáyẹ́nsì	*Sciences*
bàọ́lọ́jì	*biology*
kẹ́mísírì	*chemistry*
físíìsì	*physics*
matimátííkì	*mathematics*
sùọ́lọ́jì	*zoology*

Àwọn Kíláàsì Fúnnkẹ́

Ọjọ́ Ajé	Ọjọ́ Ìsẹ́gun	Ọjọ́ Rú	Ọjọ́bọ̀	Ọjọ́ Ẹtì
8:00-11:00 bàọ́lọ́jì	8:00-10:00 kẹ́mísírì	8:00-11:00 bàọ́lọ́jì	8:00-10:00 kẹ́mísírì	
	11:00-1:00 fisiọ́lọ́jì		11:00-1:00 fisiọ́lọ́jì	
2:00-4:00 físíìsì		2:00-4:00 físíìsì		
	4:00-6:00 làábù bàọ́lọ́jì		4:00-6:00 làábù kẹ́mísírì	

Àwọn Kíláàsì Kúnlé

Ojọ́ Ajé	Ojọ́ Ìṣẹ̀gun	Ojọ́ Rú	Ojọ́bọ̀	Ojọ́ Ẹtì
	9:00-10:30 lítíréṣọ̀ Òyìnbó		9:00-10:30 lítíréṣọ̀ Òyìnbó	
10:00-12:00 èkọ́ ìtàn Áfíríkà		èkọ́ ìtàn Áfíríkà		èkọ́ ìtàn Áfíríkà
	1:00-4:00 èkọ́ ọrọ̀-ajé		2:00-5:00 lítíréṣọ̀ Áfíríkà	

IṢẸ́ ṢÍṢE 4

Wo "*time table*" Kúnlé àti Fúnnkẹ́, kí o sì dáhùn àwọn ìbéèrè wọnyí.

1. Nínú Fúnnkẹ́ àti Kúnlé ta ni ó ní kíláàsì jù?
2. Kíláàsì wo ni Fúnnkẹ́ ní ní ojọ́ Ẹtì?
3. Kíláàsì mélòó ni Kúnlé ní ní ojọ́ Ajé?
4. **Àkókò wo** (*what period*) ni Fúnnkẹ́ ní kíláàsì bàọ́lójì?
5. Àkókò wo ni Kúnlé ní kíláàsì lítíréṣọ̀ Áfíríkà?
6. Ojọ́ wo ni Fúnnkẹ́ ní kíláàsì físíìsì rẹ̀?
7. Ẹ̀ẹmelòó ni Kúnlé ní èkọ́ nípa ìsèlú l'ósẹ̀?
8. Ẹ̀ẹmelòó ni Fúnnkẹ́ ní kíláàsì fisíọ́lójì l'ọ́sẹ̀?
9. Kíláàsì mélòó ni Fúnnkẹ́ ní ní ojọ́ Ìségun?
10. Ẹ̀ẹmelòó ni Kúnlé ní kíláàsì lítíréṣọ̀ Áfíríkà?
11. Irú iṣẹ́ wo ni o rò pé Kúnlé máa ṣe nígbà tí ó bá parí èkọ́ rẹ̀?
12. Irú iṣẹ́ wo ni o rò pé Fúnnkẹ́ máa ṣe lẹ́hìn tí ó bá parí èkọ́ rẹ̀?

IṢẸ́ ṢÍṢE 5

Iṣẹ́ wo? (*which job or profession?*) Àwọn ènìyàn yìí ń sọ nǹkan tí wọ́n fẹ́ **dà** (*to become*) lẹ́hìn tí wọ́n bá parí èkọ́ wọn. Irú èkọ́ wo ní o rò pé wọ́n gbọ́dọ̀ kọ́?

ÀPẸẸRẸ: Dúpẹ́ fẹ́ di nọ́ọ̀sì.
- Ó gbọ́dọ̀ kọ́ bàọ́lọ́jì àti kẹ́mísìrì gan an ni.

1. Túnjí fẹ́ di ẹnjíníà.
2. Màríà fẹ́ di dọ́kítà.
3. Pétérù fẹ́ di lóyà.
4. Àdùkẹ́ fẹ́ di ọ̀jọ̀gbọ́n lórí ẹ̀kọ́ ìtàn.
5. Yòmí fẹ́ di òkòwé (a writer).
6. Ọlá fẹ́ di nọ́ọ̀sì.
7. Tópẹ́ fẹ́ di dọ́kítà ẹranko.
8. Bósẹ̀ fẹ́ di oṣèlú.
9. Kúnlé fẹ́ di oníṣòwò.
10. Ayò fẹ́ ṣiṣẹ́ fún United Nations.
11. Kẹ́mí fẹ́ di **mánéjà báǹkì** (bank manager).

IṢẸ́ ṢÍṢE 6

Ó kàn ẹ́. Ní méjìméjì: Sọ nípa ẹ̀kọ́ tí o ń kọ́ fún ẹnìkejì rẹ. Jẹ́ kí wọn sọ irú iṣẹ́ tí o máa ṣe fún ẹ.

ÀPẸẸRẸ: Mo ń kọ́ ẹ̀kọ́ nípa lítíréṣò Áfíríkà àti èdè Áfíríkà.
- O fẹ́ di ọ̀jọ̀gbọ́n èdè àti lítíréṣò Áfíríkà.

KÁLẸ́ŃDÀ YUNIFÁSÍTÌ NÍ NÀÌJÍRÍYÀ

Àwọn akẹ́kòọ́ máa ń lọ sí Yunifásítì ní Nàìjíríyà láti gba oyè Bí Eè, Ẹm Eè, tàbí oríṣi oyè ìjìnlẹ̀ gíga mìíràn.

Ní ìlú Nàìjíríyà, kíláàsì ní yunifásítì máa ń bẹ̀rẹ̀ ní oṣù
registration — kẹsànán, sùgbọ́n **ìforúkọsílẹ̀** máa ń bẹ̀rẹ̀ ní oṣù kejo fún àwọn akẹ́kòọ́
old students — tuntun. **Àwọn akẹ́kòọ́ tí wọ́n tí wà ni ọgbà tẹ́lẹ̀** máa ń forúkọsílẹ̀
final year exam — ní oṣù kẹsànán. Ọludé Kérésìmesì máa ń wà ní oṣù kejìlá ọdún,
long vacation — **ìdánwò àṣeparí** wà ní oṣù karùnún, ìsimi ńlá sì máa ń bẹ̀rẹ̀ ní oṣù
to long for — kefà. Àwọn ọmọ Yunifásítì ní Nàìjíríyà máa ń **fojú sọ́nà** fún ìsinmi
without mincing words — ńlá yìí nítorí ìdánwò ìparí ọdún wọn máa ń le púpọ̀. **Láìsí àní-àní,** ìdánwò Yunifásítì ní Nàìjíríyà máa ń le ju ti Amẹ́ríkà lọ.

IṢẸ́ ṢÍṢE 7

Sọ fún wa nípa Yunifásítì ti ìlú Amẹ́ríkà tàbí ti ìlú rẹ.

ÀPẸẸRE: ìfórúkọsílẹ̀
             - Ní yunifásítì mi, a máa ń forúkọsílẹ̀ ní oṣù kẹsànán ọdún.

1. ìbẹ̀rẹ̀ kíláàsì
2. ìparí kíláàsì
3. nọ́ńbà simẹ́sítà
4. ìbẹ̀rẹ̀ àti ìparí simẹ́sítà
5. ìdánwò
6. nọ́ńbà àwọn olùkọ́
7. ìbẹ̀rẹ̀ àti ìparí oludé kérésìmesì.
8. oludé mélòó?
9. ìbẹ̀rẹ̀ àti ìparí oludé ọdún.
10. oṣù mélòó tàbí ọ̀sẹ̀ mélòó ni gbogbo oludé?

IṢẸ́ ṢÍṢE 8

Ó kàn ẹ́. Ní méjìméjì: Bi ẹnìkejì rẹ ní àwọn ìbéèrè wọnyí.

1. Oyè wo ni ó ń kọ́ ẹ̀kọ́ fún?
2. Kíláàsì mélòó ni o ń ṣe?
3. Kíláàsì wo ni wón?
4. Irú iṣẹ́ wo ni o fẹ́ ṣe nígbà tí o bá parí ẹ̀kọ́ rẹ.
5. Ṣé o ní kíláàsì lójoojúmọ́?
6. Ṣé o máa ń **sábà pa kíláàsì jẹ** *(to cut classes often)*?
7. Èwo ni o fẹ́ràn jù: kíláàsì ńlá tàbí kíláàsì kékeré?
8. Níbo ni o fẹ́ràn láti ṣiṣẹ́?
9. Ṣé o máa ń sábà féèlì ìdánwò?
10. Ṣé o máa ń sábà páàsì ìdánwò rẹ?
11. **Ṣé ẹ̀rù máa ń bà ẹ** *(Are you scared)* láti ṣe ìdánwò?

IṢẸ́ ṢÍṢE 9

Kí l'ó dé? (Ní méjìméjì) Sọ ìdí tí o fi fẹ́ di àwọn ènìyàn yìí fún ẹnìkejì rẹ.

ÀPẸẸRE: Àgbẹ̀
             - Mo fẹ́ di àgbẹ̀ nítorí pé mo fẹ́ kí àwọn ènìyàn lè rí oúnje jẹ.

1. nọ́ọ̀sì	5. onísòwò	9. lóyà
2. oníwèé	6. adájọ́	10. olópàá
3. ẹnjiníà	7. dókítà	11. panápaná
4. olùkọ́ ni yunifásítì	8. aláwàdà	12. òṣèlú

GÍRÁMÀ

More on Numbers: Explaining Fractions

1. The most common fractions are:

$^1/_2$	ìdáméjì/ìdajì
$^1/_3$	ìdámẹ́ta/ìdata
$^1/_4$	ìdámẹ́rin/ìdarin
$^1/_5$	ìdámárùnún
$^1/_{10}$	ìdámẹ́wàá

2. If you remember the lesson on telling time, you will notice that we now have two words for *half*, i.e., **ìdajì** and **àábọ̀**. These two words are in most cases used differently.

3. **Àábọ̀** is used a lot in the following contexts:

agogo méjì àábọ̀	*2:30*
dọ́là márùnún àábọ̀	*$5.30*
àábọ̀ ẹ̀kọ́	*incomplete education*

4. **Ìdajì**, on the other hand, is used a lot in measurements.

Mo fẹ́ ìdajì ọ̀pá aṣọ kan.	*I want ₕₐₗ𝒻 a yard of the material.*
Mo mu ìdajì ìgò ọtí.	*I drank half a bottle of wine.*

Àábọ̀ and **ìdajì** can be interchanged at times.

5. Other fractions are expressed as follows:

$^2/_3$	-	ìdámẹ́ta lọ́nà méjì
$^3/_5$	-	ìdámárùnún lọ́nà mẹ́ta

IṢẸ́ ṢÍṢE 10

Àwọn bí i mélòó? Ọ̀gá ilé-ẹ̀kọ́ *(principal)* fẹ́ mọ oye àwọn akẹ́kọ̀ọ́ tí kò wá sí ilé-ẹ̀kọ́ ni kíláàsì kọ̀ọ̀kan. Kí ni àwọn olùkọ́ kíláàsì ń sọ.

ÀPẸẸRẸ: 1 ($^1/_3$)
- Ní kíláàsì kìíní, ìdámẹ́ta akẹ́kọ̀ọ́ kò wá.

1. 4 ($^2/_5$)	6. 19 ($^{10}/_{11}$)	11. 18 ($^5/_6$)
2. 5 ($^3/_{10}$)	7. 20 ($^1/_2$)	12. 3 ($^4/_7$)
3. 7 ($^2/_7$)	8. 15 ($^2/_3$)	13. 8 ($^5/_8$)
4. 10 ($^3/_5$)	9. 13 ($^1/_3$)	14. 17 ($^1/_4$)
5. 11 ($^4/_5$)	10. 6 ($^3/_4$)	15. 9 (0)

IṢÉ ṢÍṢE 11

Títì kelòó? Dúpẹ́ ń sọ ibi tí àwọn ènìyàn yìí ń gbé sí báǹkì. Kí ni Dúpẹ́ ń sọ.

ÀPẸẸRẸ: Túndé (3)
- Túndé ń gbé Títí kẹta sí báǹkì.

1. Àdùkẹ́ (10)
2. Túnjí (5)
3. Mojísọ́lá (7)
4. Rẹ̀mí (2)
5. Ayọ̀ (11)

6. Bíọ́dún (16)
7. Olú (13)
8. Àìná (15)
9. Ójó (19)
10. Ṣẹ̀yí (1)

DIALOGUE

Rẹ̀mí àti Ayọ̀ jẹ́ ọmọ ìlú Nàìjíríyà tí wọ́n ń kọ́ ẹ̀kọ́ ní Yunifásítì tí Yale. Wọ́n ń sọ nípa kíláàsì wọn.

to register | **Ayọ̀:** Rẹ̀mí, ṣé o ti **fi orúkọ sílẹ̀** fún kíláàsì Ọ̀jọ̀gbọ́n Ọ̀ṣúndáre.

my director | **Rẹ̀mí:** Ó tì, **olùdarí ẹ̀kọ́ mi** sọ fún mi pé kí ń ṣe kíláàsì Ọ̀jọ̀gbọ́n Ọ̀ṣúndáre,
I was afraid | sùgbọ́n nígbà tí mo rí sílábọ́ọ̀sì kíláàsì yìí **ẹ̀rù bà mí**. N kò rò pé mo lè rí ààyè láti ka gbogbo ìwé tí wọ́n fẹ́ kí a kà. Ìwé ti pọ̀ jù. Mo tún rí i pé lingúísíìkì ti pọ̀ jù nínú iṣẹ́ yìí. Ṣé o mọ̀ pé èmi àti
are not friends | lingúísíkì **kì í ṣe ọ̀rẹ́.**

Ayọ̀: Mo mọ̀, sùgbọ́n mo rò pé ó yẹ kí o ṣe kíláàsì yìí ni simẹ́sítà yìí nítorí pé Ọ̀jọ̀gbọ́n Ọ̀ṣúndáre kò ní í sí ní Yunifásítì ti Wisconsin léhìn simẹ́sítà yìí. N kò rò pé o máa ní àǹfààní láti ṣe kíláàsì yìí kí o tó parí ẹ̀kọ́ rẹ nítorí pé kò sí olùkọ́ míràn tí ó máa kọ́ kíláàsì yìí.

it doesn't matter | **Rẹ̀mí:** Bí N kò bá ṣe kíláàsì yìí, **kò ṣe nǹkankan** nítorí pé mo fẹ́ ṣe kíláàsì Lítíréṣọ̀ pẹ̀lú Ọ̀jọ̀gbọ́n Yáì. Àwọn ènìyàn púpọ̀ ti ròhìn kíláàsì yìí fún mi pé ó dára gan an ni. Ṣé o mọ̀ pé Ọ̀jọ̀gbọ́n Yáì náà máa padà sí Yunifásítì ti Florida ní Gainesville ní simẹ́sítà tí ó ń bọ̀. Mo rò
will be useful | pé kíláàsì Ọ̀jọ̀gbọ́n Yáì **máa wúlò** fún mi ju kíláàsì Ọ̀jọ̀gbọ́n Ọ̀ṣúndáre lo.

to argue with you | **Ayọ̀:** Kò burú. N kò ní í **bá ẹ jiyàn.** Bóyá o lè sọ nǹkan tí ẹ bá ṣe ní kíláàsì Ọ̀jọ̀gbọ́n Yáì fún mi. Èmi máà lè sọ nǹkan tí a ba ṣe ní kíláàsì
the two of us | Ọ̀Jọ̀gbọ́n Ọ̀ṣúndáre fún ẹ. Nípa báyìí, **àwa méjèèjì** máa mọ nǹkan tí ó ń lọ ní kíláàsì méjèèjì.

Rẹ́mí: Kò burú. Lẹ́hìn kíláàsì Ọ̀jọ̀gbọ́n Ọ̀súndáre, kíláàsì wo ni o tún ń ṣe.

Ayọ̀: Mo tún ń ṣe sẹ́mínà pẹ̀lú Ọ̀jọ̀gbọ́n Makward, àti kíláàsì Yorùbá pẹ̀lú Ọ̀jọ̀gbọ́n Sàndà. N kò rò pé kíláàsì Ọ̀jọ̀gbọ́n Makward máa le rárá. Sùgbọ́n ẹ̀rù kíláàsì Ọ̀jọ̀gbọ́n Sàndàń ba mi, nítorí pé mo mọ pé Ọ̀jọ̀gbọ́n Sàndà máa fún wa ní iṣẹ́ púpọ̀ láti ṣe. **Ọkùnrin yẹn!** Ó mọ bí a ṣe ń mú akẹ́kòọ́ ṣiṣẹ́ púpọ̀.

That man!

If not

Rẹ́mí: Èmi náà gbọ̀dọ̀ ṣe kíláàsì Ọ̀jọ̀gbọ́n Sàndà. **Bí bẹ́ẹ̀ kọ́,** N kò ní í lè gba oyè Ẹm Ẹ̀ ní Yunifásítì yìí. Ayọ̀, mo tètè ń lọ pàdé Bíọ́dún. Mo máa rí ẹ lọ́la ní kíláàsì Ọ̀jọ̀gbọ́n Sàndà lágbára Ọlọ́run. Ó dàbọ̀.

Ayọ̀: Òo, ó dàbọ̀.

IṢẸ́ ṢÍṢE 12

ÌBÉÈRÈ

1. Yunifásítì wo ni Rèmí àti Ayọ̀ ń lọ?
2. Kíláàsì wo ni Rèmí àti Ayọ̀ **jìjọ** (together) ní?
3. Oyè wo ni Rèmí ń kọ èkọ́ fún?
4. Kíláàsì wo ni Ayọ̀ rò pé Rèmí gbọ́dọ̀ ṣe.
5. Kí l'ó dé tí Ayọ̀ fi rò bẹ́ẹ̀?
6. Kí l'ó dé tí Rèmí kò fẹ́ ṣe kíláàsì yìí?
7. Kíláàsì wo ni Rèmí fẹ́ ṣe dípò kíláàsì tí Ayọ̀ fẹ́ kí ó ṣe?
8. Kíláàsì wo ni Ayọ̀ tún ń ṣe lẹ́hìn kíláàsì Yorùbá?
9. Kí ni orúkọ olùkọ́ tí ó máa kọ́ Ayọ̀ ní sẹ́mínà.
10. Kí l'ó dé tí ẹ̀rù kíláàsì Yorùbá ń ba Ayọ̀.

IṢẸ́ ṢÍṢE 13

Bẹ́ẹ̀ ni tàbí bẹ́ẹ̀ kọ́:

1. Rèmí àti Ayọ́ ń ṣe kíláàsì mẹ́ta.
2. Ayọ̀ ń ṣe kíláàsì mẹ́ta.
3. Rèmí fẹ́ràn èkọ́ Lingúísíìkì gan an ni.
4. Ayọ̀ kò fẹ́ kí Rèmí ṣe kíláàsì Ọ̀súndáre.
5. Ọ̀jọ̀gbọ́n Yáì wá láti yunifásítì ti Florida.
6. Ọ̀jọ̀gbọ́n Yáì máa kọ́ àwọn akẹ́kòọ́ ní lítéréṣọ̀.
7. Ẹ̀rù kíláàsì Yorùbá kò ba Ayọ̀ rárá.
8. Rèmí ń kọ́ èkọ́ fún oyè B. Ẹ̀.
9. Prof. Sàndà kì í fún àwọn akẹ́kòọ́ ní iṣẹ́ púpọ̀.

IṢẸ́ ṢÍṢE 14

Ní méjìméjì: Sọ nípa kíláàsì rẹ fún ẹnìkejì rẹ.

ORIN: **Kí Ni N Ó F'Olè Ṣe?**

do with stealing   Kí ni N **folè** ṣe láyé tí mo wá?
                        Kí ni N folè ṣe láyé tí mo wá?
instead of me   Láyé tí mo wa, **kàkà kí N** jalè,
I would rather be a slave   Kàkà kí N jalè **ma kúkú dẹrú**
                        Kí ni N folè ṣe láyé tí mo wá?

to steal   Ẹni t'ó **jalè** a dé 'lé ẹjọ́,
to go to court   Ẹni t'ó jalè a **dé 'lé ẹjọ́,**
a = máa   Adájọ́ **a** wá f'ẹ̀wọ̀n sí i l'ẹsẹ̀,
to chain him/monkey   **F'ẹ̀wọ̀n sí i l'ẹsẹ̀** bí **olúùgbé**,
                        Ẹni t'ó jalè a dé 'lé ẹjọ́.

to become rich in this life B'ẹni t'ó jalè bá **lọ́lá láyé,**
                        B'ẹ́ni t'ó jalè bá lọ́lá láyé,
to enter Heaven   B'ó lọ́lá láyé kò lè **rọ́run wọ̀**
when death comes   Kò lè r'ọ́run wọ̀ **bolọ́jọ́ bá dé,**
                        B'ẹ́ni t'ó jalè bá lọ́lá láyé.

please/hang around thieves   Ẹ yé ẹ má **b'ólè** ṣe, ẹgbẹ́ tí mo ní,
my colleagues   Ẹ yé ẹ má b'ólè ṣe, **ẹgbẹ́ tí mo ní,**
sunwọ̀n = dára   Ẹgbẹ́ tí mo ní ẹ̀wọ̀n kò **sunwọ̀n,**
for a good person   Ẹ̀wọ̀n kò sunwọ̀n **f'ọmọlúwàbí,**
                        Ẹ yé ẹ má b'ólè ṣe, ẹgbẹ́ tí mo ní.

                        Olúwa má f'olè ṣe ẹni tí a ní,
                        Olúwa má f'olè ṣe ẹni tí a ní,
kànràn = kàkà   Ẹni tí a ní **kànràn** k'ó jalè,
it is better   Kànràn k'ó jalè b'ó bá kú ó tọ́,
                        Olúwa má f'olè ṣe ẹni tí a ní.

PRONUNCIATION AND TONES

Elision

Elision is a very common feature in songs and poems. Here are some cases of elision in the above song:

folè ṣe = fi olè ṣe	*do with stealing*
láye = ní ayé	*in life*
jalè = ja olè	*to steal*
derú = di erú	*to become a slave*
t'ó = tí ó	*that is*
dé'lé ejó = dé ilé ejó	*to go to court*
fèwòn sí i lésè = fi èwòn sí i ní esè	*put chains on his feet*
B'éni = Bí eni	*If the person*
lólá = ní olá	*to have wealth*
B'ó = Bí ó	*if he/she*
rórun wò = rí orun wo	*to enter heaven*
bólójó bá dé = bí olójó bá dé	*if/when death comes*
bólè ṣe = bá olè ṣe	*to hang around thieves*
kànràn k'ó jalè = kànràn kí ó jalè	*instead of him stealing*

TONE EXERCISE

Listen to the tape and mark the appropriate tones on the following words.

1. ope	*thanks*			6. eree	*beans*
2. ope	*palm tree*			7. osan	*oranges*
3. ere	*play/game*			8. osan	*afternoon*
4. ere	*gain/gift*			9. iba	*fever*
5. ere	*idol*			10. iba	*unreal conditional marker*
				11. iba	*few*
				(iba díè)	

VOCABULARY

NOUNS

àábò	*half*		Bí Eè	*B.A.*
adájó	*judge*		dìpátíméǹtì	*department*
àǹfààní	*opportunity*		kókítà eranko	*veterinarians*
báǹkì	*bank*		èdè àjòjì	*foreign language*
bàólójì	*biology*		èkó	*education*
			èkó ilé-ìwé	*formal education*
			èkó ìtàn	*history*

èkọ́ nípa ayé   *geography*
èkọ́ nípa ìròhìn   *journalism*
èkọ́ nípa ìṣèlú   *political science*
èkọ́ orọ̀ ajé   *economics*
Ẹm Èè   *M.A.*
èsìn   *religion*
fílọ́sọ́fì   *philosophy*
físììsì   *physics*
fisiọ́lọjì   *physiology*
ìbẹ̀rẹ̀   *the start/beginning*
ìdánwò àṣeparí   *final exam*
Ìgbé-ayé ní Yunifásítì   *university life*
ìjọba   *government*
ìlé-èkọ́ alákọ̀óbẹ̀rẹ̀   *primary school*
ìlé-èkọ́ jẹ́léósimi   *nursery school*
ìmọ̀ àwújọ àdáyébá   *anthropology*
ìparí   *the end*
isimi   *rest/vacation*
ìsirò   *arithmetic*
ìwé-ẹ̀rí   *certificate*
ìwé-ẹ̀rí oníwèé-mẹ́fà   *grade school diploma*
ìwé-ẹ̀rí oníwèé-mẹ́wàá   *high school diploma*
ìwé-kíkà   *reading*
ìwé-kíkọ   *writing*
jíọ́gíráfì   *geography*
kẹ́mísírì   *chemistry*
kọ́lẹ́èjì   *college*
linguísfìkì   *linguistics*
lítírésọ̀   *literature*
mánéjà   *manager*
matimátííkì   *mathematics*
olùdarí   *director*
oníṣòwò   *businessman*
òṣèlú   *politician*
oyè   *degree*
Oyè ìjìnlẹ̀ gíga jùlọ   *Ph.D.*
ògá ilé-ìwé   *principal*
òjògbón   *professor*
òkòwé   *writer*
ọlọ́pàá   *policeman*
ọmọ-ọdún méjí   *two years old*
òpá   *yard*
panápaná   *firefighter*
saikọ́lọ́jì   *psychology*
sáyẹ́nsì   *science*

sosiọ́lọ́jì   *sociology*
sùọ́lọ́jì   *zoology*
tuntun   *new*

VERBS

bẹ̀rẹ̀   *to start/begin*
dà   *to become*
dì (di nọ́ọ̀sì)   *to become*
féèlì   *to fail*
fojú sọ́nà   *to long for*
forílé   *to proceede to*
forúdọsílẹ̀   *to register/enroll*
jáde ilé-èkọ́   *to graduate*
jiyàn   *to argue*
kẹ́kọ̀ọ́   *to study*
le   *to be difficult*
páàsì idanwo   *to pass an exam/do well*

OTHERS

àkókò wo?   *what time/period?*
àwa méjèèjì   *the two of us*
bá ẹ jiyàn   *to argue with you*
kò ṣe nǹkankan   *it doesn't matter*
nípa báyìí   *this way*
tẹ́lẹ̀   *before*

ÀYẸ̀WÒ

IṢẸ́ ṢÍṢE 1

Kíni o ń kọ́? Sọ fún wa nípa àwọn ẹ̀kọ́ tí o ń kọ́ nísisìyí.

ÀPẸẸRẸ: - Mo ńkọ́ matimátíìkì, físíìsì, àti èdè Faransé.

1. èdè Òyìnbó
2. jíógíráfì
3. lítíréṣò
4. ẹ̀kọ́ ìtàn
5. ẹ̀kọ́ nípa ọrọ̀ ajé
6. sáyẹ́nsì
7. èdè Sípáníìsì

8. èdè Sùwàhílì
9. ẹ̀kọ́ orin
10. fìlóṣófì
11. èdè Haúsá
12. èdè Árábíìkì
13. bàọ́lójì

IṢẸ́ ṢÍṢE 2

Kí ni o fẹ́ràn láti kọ́, kí sì ni o kórìíra?

ÀPẸẸRẸ: Mo fẹ́ràn bàọ́lójì ṣùgbọ́n mo kórìíra matimátíìkì.

IṢẸ́ ṢÍṢE 3

Jíógíráfì. Sọ ibi tí àwọn ìlú yìí wà.

ÀPẸẸRẸ: Ìbàdàn
- Ìbàdàn wà ní Nàìjíríyà.

1. Abuja
2. Kaduna
3. Paris
4. Quebec
5. Houston

6. Dakar
7. Nairobi
8. London
9. Lomé
10. Ifẹ̀

11. Moscow
12. Damascus
13. Tokyo
14. Seoul
15. Èkó

IṢẸ́ ṢÍṢE 4

Ìlú wo? Yan ìlú kan kí o sì sọ dáhùn àwọn ìbéèrè wọ̀nyí nípa ìlú náà.

1. Níbo ni ìlú yìí wa?
2. Kí ni èdè tí a ń sọ ní ìlú yìí?

308

3. Èdé mélòó?

4. Àwọn ènìyàn mélòó ni ó wà ní ìlú yìí?

5. Ta ni olórí ìlú yìí?

6. Ṣé ìlú yìí ní ìpínlẹ̀?

7. Ìpínlẹ̀ mélòó?

8. Kí ni nìkan ọrọ̀ ajẹ́ *(products)* tí ìlú yìí ní?

9. Àti bẹ́ẹ̀ bẹ́ẹ̀ lọ *(etc.)*

IṢẸ́ ṢÍṢE 5

Kí ni ìwé ìròyìn yìí ń sọ nípa?

KADARA RẸ LỌSẸ YII

CAPRICORN: DEC. 21 — JAN. 19

O ṣeeṣe ki awon erò ti o ti ni lokan lose yii fori sanpon, ma ṣe janpata nitori ko si ohun to le ṣe si,

AQUARIUS: JAN. 20 — FEB. 18

Gbiyanju lati mu idagbasoke ba eko re lose yii nipa kikopa nibi idanileko ti won yoo pe o si lọṣe yii.

PISCES: FEB. 19 — MAR. 20

Oyaaya re yoo mu o ṣe konge ire lose yii, ma ṣe dawo duro nitori opo ire si n be niwaju fun o.

ARIES: MAR. 21 — APR. 20

Idowu po re pelu

enikeni lose yii gbodo wa ni ibamu pelu ọfin, ma ṣe ba enikeni dowo po lai ṣe iwadi toto nitori ki o maa ba kabamo.

TAURUS: APR. 21 — MAY 20

Ise ile sise yoo mu u re o lose yii, amo sa yungba lopin ose yii yoo dun mo o latari ife ti ololufe re kan yoo fi han si o.

GEMINI: MAY 21 — JUN. 20

Oro molebi tabi eru nini ni yoo gba okan re kanri lose yii, bee si ni a ro o lati gbaradi fun inawo ti yoo yoju fun o bakan naa.

CANCER: JUN. 21 — JUL. 20

Ojoojumo ni itara lati

petu si aawo luarin molebi maa n je o logun,

eyii kii si gba o laaye lati ṣe iwadi finnifinni nitori

naa a ro o lati sora ṣe.

LEO: JUL. 21 — AUG. 21

Gbogbo akitiyan lo n ma lati pa gbogbo eto re ti, sugbon eyii ko tumo si pe ki o pa ojuse re si iya ati baba re ti.

VIRGO: AUG. 23 — SEPT. 22

Tiraka lose yii lati fi ife han si ololufe re kan tabi aya to fe, ma ṣe paa ti si apa kan nitori o nilo ife re lose yii.

LIBRA: SEPT. 23 — OCT. 22

A ro o iwo ti a bi labe irawo yii lati yera fun egbe ti o n ṣe lowolowo bayii nitori eyii yoo ṣe o loore.

SCORPIO: OCT. 23 — NOV. 22

Sora fun oro enu re lose yii, ma ṣe ṣe epe kan kan fun enikeni nitori ase n be lenu re lose yii.

SAGITTARIUS: NOV. 23 — DEC. 20

Ma ṣe je ki o sun o lose yii nitori gbogbo akitiyan re lori awon molebi re ni yoo ṣo eso rere lose yii.

APPENDICES

Appendix A: Yoruba Consonants and Vowels and their IPA symbol correlates

Vowels

a [a]   as in f<u>a</u>ther
e [e]   as in m<u>a</u>ke
ẹ [ɛ]   as in b<u>e</u>t
i [i]   as in b<u>ee</u>t
o [o]   as in b<u>oa</u>t
ọ [ɔ]   as in d<u>o</u>g
u [u]   as in t<u>oo</u>l

Consonants

b   [b]   as in <u>b</u>et
d   [d]   as in <u>d</u>og
f   [f]   as in <u>f</u>ish
g   [g]   as in gum
gb [gb]*
h   [h]   as in <u>h</u>ot
j   [dʒ]   as in <u>j</u>oke
k   [k]   as in <u>ki</u>c<u>k</u>
l   [l]   as in <u>l</u>ose
m   [m]   as in <u>m</u>oth
n   [n]   as in <u>n</u>apkin
p   [kp]**
r   [r]   as in <u>r</u>ose
s   [s]   as in <u>s</u>now
ṣ   [ʃ]   as in <u>sh</u>ell
t   [t]   as in <u>t</u>alk
w   [w]   as in <u>w</u>alk
y   [y]   as in <u>y</u>ellow

*no equivalent in English. A simultaneous pronunciation of [g] and [b]; a Yoruba example is gbálẹ̀.

**no equivalent in English. A simultaneous pronunciation of [k] and [p]; a Yoruba example is pápá.

312

Appendix B: Pronouns

		Emphatic	Subject	Object	Poss.	Emphatic Poss.
Sg.	1	èmi	Mo (N)	mi	mi	tèmi
	2	ìwọ	o	o/ẹ	rẹ (ẹ)	tìrẹ (tiẹ)
	3	òun	ó	extension of the final vowel of the verb	rè (è)	tirè (tiè)
Pl.	1	àwa	a	wa	wa	tiwa
	2	èyin	ẹ	yín	yín	tiyín
	3	àwọn	wón	wọn	wọn	tiwọn
						Formula: ti + poss qualifier form with exception of the 1ˢᵗ person sg.

Appendix C: The Yoruba Verb System

Tense/Aspect	Positive	Negative
Present/Past	**Olú je̩ è̩bà.** *Olu eats/ate eba.*	**Olú kò je̩ è̩bà.** *Olu does/did not eat è̩bà.*
Future	**Olú máa je̩ è̩bà.** *Olu will eat eba.*	**Olú kò ní í je̩ è̩bà.** *Olu will not eat eba.*
Habitual	**Olú máa ń je̩ è̩bà.** *Olu (habitually) eats eba.*	**Olú kì í je̩ è̩bà.** *Olu does not (habitually) eat e̩ba.*
Continuous	**Olú ń je̩ è̩bà.** *Olu is eating eba.*	**Olú kò je̩ è̩bà.** *Olu is not eating eba.*
Perfect	**Olú ti je̩ è̩bà.** *Olu has/had eaten eba.*	**Olú kò ì tí ì je̩ è̩bà.** *Olu has/had not eaten e̩ba.*
Subjunctive	**Olú ìbá (ti) je̩ è̩bà.** *Olu would have eaten eba.*	**Olú k'ìbá ti je̩ è̩bà.** *Olu would not have eaten e̩bà.*

Appendix D: Summary of the Verb *"to be"*

	Positive	Negative
ni*	Olú ni. It *is/was* Olu.	Olú kọ́ ni. It *is/was* not Olu.
wà	Olú wà ní ilé. Olu *is/was* in (the) house.	Olú kò sí ní ilé. Olu *is/was* not in (the) house.
jẹ́	Olú jẹ́ dọ́kítà. Olu *is/was* a doctor.	Olú kì í ṣe dọ́kítà. Olu *is/was* a doctor.

*Remember not to use the regular subject pronoun with **ni**.

Appendix E: Numbers

Counting	Cardinal	Ordinal	Adverbial	Total	Distributional
oókan *one*	kan *one*	kìíní *first*	èèkan *once*	òkòòkan *each*	òkòòkan *one by one*
eéjì *two*	méjì *two*	kejì *second*	èèmejì *twice*	méjèèjì *both*	méjì méjì *two by two*
ẹẹ́ta	mẹ́ta	kẹta	èèmẹta	mẹ́tèẹ̀ta	mẹ́ta mẹ́ta
ẹẹ́rin	mẹ́rin	kẹrin	èèmẹrin	mẹ́rèẹ̀rin	mẹ́rin mẹ́rin
aárùnún	márùnún	karùnún	èèmarùnún	máràárún	márùnún márùnún
ẹẹ́fà	mẹ́fà	kẹfà	èèmẹfà	mẹ́fèẹ̀fà	mẹ́fà mẹ́fà
eéje	méje	keje	èèmeje	méjèèje	méje méje
eéjo	méjo	kejo	èèmejo	méjèèjo	méjo méjo
ẹẹ́sànán	mẹ́sànán	kẹsànán	èèmẹsànán	mẹ́sèẹ̀sán	mẹ́sànán mẹ́sànán
ẹẹ́wàá	mẹ́wàá	kẹwàá	èèmewàá	mẹ́wèẹ̀wá	mẹ́wàá mẹ́wàá

VOCABULARY

This vocabulary contains both the active and passive vocabulary found throughout the lessons. It includes words and expressions used in the different sections of each lesson. Active words and expressions are identified with a number that indicates the lesson in which they were first introduced. The symbol "P" refers to the Preliminary lesson.

The following abbreviations are used:

adj. - adjective   s.o. - someone
e.g. - for example   s.t. - something
pl. - plural

Yoruba - English

A

A bí mi *I was born* 16
a dúpẹ́ *we give thanks*
ààbò *shelter*
ààbọ̀ *half* 17
aàfin *palace* 7
aàfin Ẹwùsì *Ewusi's palace* 7
aago *clock/watch/time* 2
àádọ́rin *seventy*
àádọ́rùnún *ninety*
àádọ́ta *fifty*
àárọ̀ *morning* 11
àárọ̀ kùtùkùtù *early morning*
aárùnún *five*
aárùndínlógún *fifteen*
aárùndínlógbòn *twenty-five*
àáyá *red colobus monkey*
abà *a hut*
àbá *deliberation*
Àbámẹ́ta *Saturday*
abẹ *razor* 15
Abidjan *(name of a town in Togo)* 3
abo *female*

àbọ̀dé mẹ́kà *ceremony for s.o. who recently returned from Mecca*
abúlé *hamlet*
àbúrò *younger sibling* 1
àbúrò Dúpẹ́ *Dupe's younger sibling* 2
àbúrò kan *one younger sibling* 1
àbúrò obìnrin *younger sister*
àbúrò ọkùnrin *younger brother* 2
àdá *machete*
adájọ́ *judge* 13
adé *crown* 11
adìẹ *chicken*
adírẹ̀sì *address* 13
Adó *Yoruba town*
àdúrà *prayer* 15
àfẹ́sọ́nà *fiancé* 8
àga *chair* 4
agídí *stubbornness* 13
ago *striped rat*
àgò *first salutation on approaching a house*
agogo/aago *clock/bell* 2

agogo kan *one o'clock* 11
agogo méjìlá ọ̀sán *twelve noon* 11
agogo mẹ́fà *six o'clock* 15
àgó *tent*
agò *a stupid person*
àgbà *elder*
agbábọ́ọ̀lù *a football player* 13
agbádá *flowing gown (for men)* 9
àgbàdo *corn*
àgbàlagbà *an adult* 5
àgbègbè *area/neighborhood* 17
àgbékọ́ *slip* 9
àgbè *farmer*
àgbò *ram*
agboolé *neighborhood* 8
agbọ́n *wasp*
àgbọ̀n *chin*
agbòn *basket*
àgbon *coconut*
àìfẹ́ *lack of desire*
ajá *dog*
àjà *whirlwind/attic*
Àjàpá (ọkọ̀) *Volks-*

ajé *what you say when you are bargining for a better price for an item*

àjèjì *stranger/foreigner*

ajílè *fertilizer*

àjoyò *joyous occasion*

àkàrà *a Yoruba dish*

Àkárìgbò *title of the king of Sàgámù 17*

akékòó *student 3*

àkókò wo? *what time/period? 18*

ako *male*

akólé *a builder 13*

àkolé *title 17*

akòn *crab*

akorin *a singer 13*

akòwé *an officer/a writer 13*

àlá *dream 7*

àlá búburú *nightmare 7*

aláàánù *a merciful person 6*

àlàáfíà *peace/health*

alaalé *every night 17*

aládùúgbò *neighbors*

alágídí *a stubborn person 6*

alágbára *a strong person 6*

alákòóbèrè *primary school*

Àlàmísì *Thursday*

Àlàrùba *Friday*

alárìnkiri *wanderer, shiftless person*

alásè *a cook*

aláso *cloth seller*

aláwàdà *a comedian 13*

ale *night 7*

àlùbósà *onion*

àlúfà *a church minister or reverend 13*

alùpùpù *motorcycle 4*

àmàlà *food made from yam flour 12*

Amérikà *America 5*

àmín *amen*

àmó *but/maybe*

amò *clay*

àna *in-law*

ànfààní *opportunity 18*

àntí *aunt 2*

àpá *scar*

àpà *a stupid/foolish person 6*

apànìyàn *a murderer 13*

àpeere *example*

apó *hunters' instrument*

àpò *bag 2*

àpótí *box 4*

àpòn *a type of food*

ápùùlù *apples 14*

ara *body 15*

ará ilé *people who live in the same house with you*

ará ìta *people who do not live in the same house with you, strangers, neighbors e.t.c.*

arábìnrin *Mrs. 3*

arewà *a beautiful person 6*

àsé *useless talk*

àsè *party 9*

àsè ńlá *big party 14*

àsè ojó ìbí *birthday party 9*

asé *sieve*

asa *rascal*

àsá *hawk*

àsà *culture/custom 2*

àsáró *yam porridge 12*

àsàrò *deliberations*

aso *clothes/dress/fabric*

aso ilé-ìwé *school uniform*

aso òkè *traditional Yoruba woven material 9*

aso Òyìnbó *European dress/clothes 9*

asógbó *a forester 13*

ata *pepper 11*

àti *and 1*

àti béè béè lo *and so on/etc.*

àtùpà *lantern 4*

àwa *we P*

àwa méjèèjì *the two of us 18*

awakò *driver 13*

awo *cult*

awó *guinea fowl*

àwo *plate 12*

àwòrán *picture 4*

àwò *color 5*

àwon *plural marker/ they 2*

àwon omo Olú *Olu's children 2*

awun *a stingy person 6*

Awúsá *the Hausa, or their language*

aya *wife*

ayaba *queen/wife of a king 16*

B

bá __ *to do something with __*

bá __ lo *to go with __*

bá __ wí *to scold*

bà __ jé *to spoil __ 5*

bá èníyàn sòrò *to speak with people 16*

bá e jiyàn *to argue with you 18*

ba ìrun *to braid one's hair 15*

baálè *a chief*

bàbá *father* 1

bàbá bàbá *grandfather* 2

bàbá olọ́jà *salesman* 9

bákan náà *similarly*

báǹkì *bank* 18

Bàólójì *Biology* 2

bàtà *shoes* 2

báwo? *how?*

báwo ni nǹkan *How are things, how are you?*

báyìí *like this*

bébà *paper* 9

bẹ̀ *to beg* 5

bẹ́ lulẹ̀ *cut down*

bẹ́ẹ̀ *so*

bẹ́ẹ̀bẹ́ẹ̀ lọ *and so on*

bẹ́ẹ̀ kọ́ *no* 2

bẹ́ẹ̀ ni *yes* 2

bẹ́ẹ̀dì *bed* 4

bẹ̀rẹ̀ *to start* 7

bẹ̀rẹ̀ sí __ *begin/start to* __

bí *to deliver, bear a child*

bí __ bá *if* 11

bi __ lẹ́ẹ̀rẹ̀ *ask s.o.* 7

Bí Ẹ̀ẹ̀ *B.A.* 18

Bí Ẹ̀ẹ̀sì *B.Sc. degree*

bí i *like, as*

bí kò bá jẹ́ bẹ́ẹ̀ *if not so* 14

bí ó tí lẹ je pé *even though* 9

bí ọmọ (bímọ) *to have children* 7

bíà *beer*

Bíbélì *Bible* 15

bìkítà *to care less*

bínú *to be upset, angry, annoyed*

bírò *pen* 2

bó èèpò *to remove the skin/to peel* 12

bó *if the colors in a fabric run*

bò mọ́lẹ̀ *to cover something*

bojú wẹ̀hìn *look back, glance back*

botni *botany* 8

bóyá *perhaps/whether* 5

bọ́ *to fall*

bọ́ *to feed*

bọ́ ojú *to wash one's face*

bọ̀ọ̀lì *barbecued plantains* 12

bọ́ọ̀lù *ball* 7

bọ́ọ̀sì *bus* 8

bú *to abuse verbally*

bù *to dish out something*

bu __ jẹ *to bite s.o.* 11

bùbá *loose blouse* 9

búláòsì *blouse*

búlọ́ọ̀kù *blocks* 9

búlù *blue* 5

búrẹ́dì *bread* 3

bùròdá *brother* 2

búrọ́ọ̀sì *brush* 15

burú *to be bad* 6

burúkú *bad*

bùrùkùtù *a drink made from millet* 12

Búwíkì *Buick* 9

D

dà *to become* 18

dá oko *cultivate land for farming*

dáadáa *good*

Dàda *(name of a person)* 11

dáhùn *to answer/respond to* 4

dájúdájú *without a doubt*

dàmáàskì *damask* 9

dandan *by force/ compulsory*

dára *to be good*

dáradára *good (adj.)*

dárúkọ *to name* 8

dé *to arrive* 10

dé fìlà *to wear a cap*

délé *to arrive home* 11

dénú *wholeheartedly*

dí *to block*

di *till*

di irun *to corn roll one's hair* 10

dídá aṣọ ẹbí *buying a type of family uniform called aṣọ ẹbí*

dìde *to stand up* 4

díẹ̀ *a little* 6

dín *less* 10

dín *to fry* 12

dìpátímẹ́ntì *department* 18

dìtẹ̀ mọ __ *conspire against someone*

dòdò *fried plantain* 12

dòbálẹ̀ *to prostrate oneself in greeting*

dọ́kítà *doctor* 6

dọ́kítà ẹranko *veterinarians* 18

dọ́là *dollar(s)* 2

dúdú *black/to be dark (in complexion)* 5

dùndú *fried yam* 12

dùn *to be tasty/sweet/to hurt* 12

dúpẹ́ lọ́wọ́ __ *to thank s.o.*

dúró *to stand up* 11

Dúró Ládiípọ̀ *(name of a Yoruba artist)* 7

dùrù *piano/organ* 10

E

ebè *heaps*

èdè *language*
___ àjòjì *foreign*
language 18
___ **Faransé**
French language 3
___ **Hausa** *Hausa*
language 3
___ **Íbò** *Ibo*
language 3
___ **Òyìnbó**
English language 3
___ **Potokí**
Portuguese 3
___ **Yorùbá**
Yoruba 3
eéje *seven P*
eéjì *two P*
eéjìdínlógún *eighteen*
eéjìlá *twelve*
eéjìlélógún *twenty-two*
eélòó *how many/how*
much 2
èèlò *ingredients*
èèpo *skin (of fruit)*
èèrà *ant*
eérú *ash, grey* 5
ègé *fancy foot play*
(in soccar)
egbé *a type of magic*
ègbè *chorus*
egbògi *medication* 11
ehín/eyín *teeth*
ehoro *rabbit*
èjìká *shoulder*
èké *lie (n.), liar* 13
èkeje *the seventh*
èkejì *the second*
èkínní *the first*
Èkó *Lagos (name of a*
city)
eku *a mouse*
eléré *musician* 14
èlò obè *stew*
ingredients 17
èlùbó *yam flour* 12

èmi *I P*
ènìyàn *person* 6
ènìyàn dáradára *a good*
person 5
ènìyàn gíga *a tall*
person 6
ènìyàn kankan *any*
person
ènìyàn rere *a good*
person 6
èpè *curse*
epo pupa *red (palm)*
oil 12
ère *idol*
èrè *profit*
eré Yorùbá *Yoruba*
play 7
èrò *thought* 12
èrú *cheating*
èso *fruit*
ètè *lips* 11
etí òkun *beach* 7
ewé *leaf* 17
ewédú *a type of green*
leafy vegetable
ewúré *goat*
èyí *this*
eyín *teeth* 15

Ẹ

ẹ, ẹyin *you (pl.)*
ẹ ṣe, ẹ ṣeun *thank you*
èbà *food made from*
cassava flour 12
èbẹ *yam porridge* 12
èbè *pleading*
èbi *wrong, fault*
ebí *family*
èbùn *gift* 5
Ẹde *name of a town*
Ẹdó *The Edo, and their*
language
ẹẹfà *six*
ẹẹjo *eight PA*

èèkan *once* 15
èèmejì *twice* 15
èèmẹlòó? *how many*
times? 15
eérin *four*
eérìndínlógún *sixteen*
eérìndínlógbòn *twenty-six*
eérìnlá *fourteen*
eérìnlélógún *twenty-four*
eésànán *nine*
eéta *three*
eétàdínlógún *seventeen*
eétàlá *thirteen*
eétàlélógún *twenty-three*
eéwàá *ten*
èfó *green leafy vegetables*
efòn *buffalo*
egàn *forest*
ègbà *bracelet* 4
egbé *club/society/*
agemate/colleague
ègbé *side*
ègbón *older sibling* 1
ègbón kankan *any older*
sibling 1
ègbón obìnrin *older sister*
ègbón okùnrin *older*
brother
èhìn/èyìn *back*
eja *fish* 17
èjè *blood*
ejó *court case*
èkarùnún *the fifth*
ekẹ *wrestling*
èkefà *the sixth*
èkejo *the eighth*
èkerin *the fourth*
èkesànán *the ninth*
èketa *the third*
èkewàá *the tenth*
èkó *lessons/education* 5
eko *Yoruba dish made*
from corn 12

èkọ́ ilé   *home training,
especially in morals
and manners*

èkọ́ ilé-ìwé   *formal
education* 18

èkọ́ ìtàn   *history* 18

èkọ́ nípa ayé   *geo-
graphy* 18

èkọ́ nípa ìròhìn
journalism 18

èkọ́ nípa ìṣèlú   *political
science* 18

èkọ́ ọrọ̀ ajé   *economics* 18

ekún   *cry (noun)*

ẹlẹ́dẹ̀   *pork/pig* 12

Ẹm Eè   *M.A.* 18

èmí   *life*

èmú   *prongs*

ẹmu   *palm wine* 12

ẹní   *mat* 15

ẹni tí   *person that, who
(indirect question)*

ẹnikejì   *partner* 8

ẹnjiníà   *engineer* 13

ẹnu   *mouth* 15

èpà   *groundnut* 4

Ẹpè   *(name of a town)*

ẹran   *meat* 10

èrè   *mud*

ẹrí   *testimony*

èrín   *laughter*

ẹro   *machine*

èrò   *propitiation*

èsan   *retribution*

ẹsẹ̀   *foot/feet, leg*

ẹse   *verse*

èsìn   *religion* 18

èsìn ìgbàgbọ́   *Christianity*

èṣẹ́   *fist*

ẹṣè   *sin*

ẹṣin   *horse* 8

ètè   *leprosy* 11

etù   *gunpowder*

etù   *guinea fowl* 4

èwà   *beans* 12

èwà funfun   *beans/black-
eye peas*

èwà lílọ̀   *ground beans*

ẹyẹ   *bird*

èyẹ   *glory* 13

ẹyin   *egg* 12

ẹyìn   *kernel*

èyin   *you pl. P*

ẹyin díndín   *fried eggs* 12

F

fa àrùn   *to cause
disease/epidemic*

fá irùngbọ̀n   *to shave
(beard)* 15

fáńtà   *fanta (orange
drink)* 12

Faransé   *France* 5

féèlì   *to fail* 18

fèrèsé   *window* 4

fèrè   *a woodwind
instrument* 13

fetí sílẹ̀   *to listen* 4

fetísí rédíò   *to listen to a
radio* 3

fẹ́   *to like* 2

fẹ́ ìyàwó   *to want a wife,
to marry a wife*

féràn   *to love* 2

fi ___ hàn ___   *to show
s.t. to s.o.*

fi ___ ráńṣẹ́ sí   *to send s.t.
to s.o.*

fi ___ sí ___   *to put s.t.
on s.t.* 16

fi àkókò ṣòfò   *to waste
time* 17

fi ara pamọ́   *to hide
oneself*

fi kànnkàn wẹ̀   *to bathe
with a sponge* 15

fi kóòmù ya irun   *to
comb one's hair
with a comb* 15

fi orúkọ sílẹ̀   *enlist, put
one's name down*

fi ọgbọ́n   *use cunning,
wisdom*

fi ọwọ́ sí   *agree/consent*

fi ___ sílẹ̀   *to leave s.o.
alone* 4

fi ___ sínú   *to put s.t.
inside s.t.* 12

fihàn   *to show*

fìlà   *cap/hat* 2

fìlọ́sọ́fì   *philosophy* 18

físìisì   *physics* 18

fisiọ́lọjì   *physiology* 18

fo okùn   *to jump rope* 10

fojú sọ́nà   *to long for* 18

forílé   *to proceed to* 18

forúkọsílẹ̀   *to
register/enroll* 18

fọ̀   *to wash* 5

fọ aṣọ   *to do the laundry* 7

fọ àwo   *to do the dishes* 3

fọ eyin   *to brush one's
teeth* 15

fọn fèrè   *to play a
woodwind
instrument* 5

Fọ́òdù   *Ford* 9

fọṣọ   *to wash clothes* 3

fùfú   *food made from
cassava* 12

fun ___ ní   *to give s.t. to
s.o.* 4

funfun   *white* 5

G

ga   *to be tall* 6

gan an ni   *a lot* 6

Gánà   *Ghana*

gáréèjì   *garage* 8

gàrí   *cassava flour* 12

gé   *to cut* 9

gé ___ jẹ   *to bite
someone/something*

gé___sí wẹ́wẹ́   to cut s.t. in small pieces 12

gé ẹran   to cut meat 10

gèlè   head gear (for a woman) 9

Gẹ̀ẹ́sì   English 16

gégẹ́ bí   as 9

gidi   real

gidigidi   a lot (adv.)

gómìnà   governor 16

gún   pound

gùn   to be long

gun alùpùpù   to ride a motorcycle 16

gun ẹsin   to ride a horse 8

gún iyán   to pound yams 12

gùn ju ___   to be longer than s.t.

gun kẹ̀kẹ́   to ride a bike 8

gun òkè   to climb a mountain 8

GB

gbà   to take/receive 4

gbá   to sweep

gbá bọ́ọ̀lù   to play football 3

gbá ilẹ̀ (gbálẹ̀)   to sweep the floor 3

gba ìsàlẹ̀ yìí   go down this way 17

gbà ___ láàyè   to allow s.o.

gbà ___ ní ìyànjú   to encourage s.o.

gbàdúrà   to pray 7

gbágùúdá   cassava

gbàgbé   to forget 3

gbàgbọ́   to believe

gbáwo   to carry/take the plate

gbé   to live/to carry 1

gbè   to pay, to be profitable

gbé ___ lọ   to give s.o. a ride/carry s.t. and go 7

gbé ___ níyàwó   to marry s.o.

gbédègbéyọ̀   a polyglot 5

gbéra   to go somewhere

gbéyàwó   to marry 14

gbékẹ̀lé   to trust

gbèsan   to avenge

gbìn   to plant

gbogbo   all 2

gbọ́   to hear

gbọ́ èdè Potokí   to speak Portuguese 3

gbọ́dọ̀   must 2

H

há   to be tight (as with clothes or shoes)

han   to scream

Hébérù   Hebrew

hó   to boil (e.g., water)

hòtẹ́ẹ̀lì   hotel 7

Họ́ńdà   Honda 9

hún/yún   to feel itchy

I

Ìbàdàn   (name of a city) 1

ibalùwẹ̀   bathroom 4

ibẹ̀   there 7

ìbejì   twins

ìbẹ̀rẹ̀   the start/ beginning 18

ibí   here 7

ibi   evil

ibi tí   where/place that

ibi àsè   a party/place of festivities 1

ibi ijó   a dance hall 8

ibi ìṣẹ́   a place of work 8

ibi kankan   anywhere 7

ibikíbi   anywhere/any place

Íbò   the Igbos 17

ìboorùn   shoulder scarf 9

ìbọn   gun 9

ìbọ̀sẹ̀   socks 9

ìbọ̀wó   gloves 9

ìdaàjì   half 18

ìdaajì máìlì   half a mile 17

ìdáhùn   response/ answer 10

ìdájí   dawn

idán   magic

ìdána   the ceremony that accompanies the payment of the bride-price (dowry) 14

ìdánwò   test/exam 7

ìdánwò àsepari   final exam 18

ìdì   bundle

idì   eagle

ìdíkọ̀   car/motor park, bus depot 17

ìdin   maggots

Ifá   Ifa divinity

ìfà   profit/luck

ife   cup/glass/tumbler 2

ìfé   whistling

ife   a small sized bird

Ifẹ̀   name of a town 3

ìfẹ́   love

ifọn   rash

ìgàn aṣọ   length of cloth, usually 6 or 12 yards

igi owó   cash crop

ìgò   bottle 12

igbá   calabash

igba   two hundred

igbà   rope used for climbing

ìgbá *garden eggs (a type of fruit)*

ìgbà *time*

ìgbà láéláé *those days of yore*

ìgbà tí *when (indirect question)*

ìgbàgbó *faith/belief*

ìgbálè *broom 15*

igbe *a shout, yell (noun)*

Ìgbé-ayé ní Yunifásítì *university life 18*

ìgbéyàwó *wedding 14*

ìgbé *feces*

ìgbékèlé *trust*

ìgbóná *high fever*

ìgbónràn *obedience*

ìhà àríwá *north 16*

ìhà gúsù *south 16*

ìhà-ìlà oòrùn *east 16*

ihò imú *nostril*

ìhà-ìwò oòrùn *west 16*

ìjáde òkú *funeral ceremony 14*

ìjàngbòn *trouble/problem*

Ìjàpá *tortoise*

Ìjèbú Òde *Yoruba town*

ìjejo *seven days ago 14*

ìjesán *eight days ago 14*

ìjeta *two days ago/day before yesterday*

ìjì *whirlwind*

ijó *dance (noun) 11*

ìjoyè *coronation 14*

ìjoba *government 15*

ìkà *wickedness*

ikán *termite*

ìkóbìnrinjo *polygamy*

ìkòkò *pot*

ìkókó *newborn*

ìkómojáde *naming ceremony for a child*

ìkókoré *stewed pudding made from yams*

ikú *death*

ilá *okra*

ilé *house 2*

ilé àwon àgbè *farmer's house or Cocoa House 3*

ilé-egbògi *drugstore*

ilé-epo *gas station*

ilé-eré *theater 7*

ìlé-èkó alákòóbèrè *primary school 18*

ìlé-èkó gíga *college/university 14*

ìlé-èkó jéléósimi *nursery school 18*

ìlé-èkó oníwèé méwàá *high school 15*

ilé-eranko *zoo 7*

ilé-ìfìwéráńsé *post office 17*

ilé-ìfowópamósí *bank 7*

ilé-ìfoso *laundromat 7*

ilé-ijó *a dance hall 7*

ilé-ìkáwé *house of book reading/library 2*

ilé ìkósé *trade school*

ilé-ìtàwé *bookstore 7*

ilé-ìwé *school*

ìlé-ìwé alákòbérè *primary school 15*

ilé-ìwòsàn *hospital 13*

ilé-Olúbàdàn *the palace of the king of Ibadan 7*

ilé-olókè méjì *two-storey building 4*

ilé-oúnje *dining room/restaurant 4*

ilé oba/ààfin *palace*

ilé-okò òfurufú *airport 7*

ilé Olórun *church*

ilé-otí *pub house/bar 7*

ilé-sinimá *movie theater 7*

ilékílé *any house 17*

ilè Yorùbá *Yorubaland*

ìlú *town/country 7*

ìlú òkèèrè *foreign country*

ìlú òyìnbó *European country*

ìlù *drum*

ìlúkílú *any town/country 13*

ìkókoré *food made from water yam 12*

ìkòkò *pots 12*

ìmò àwújo àdáyébá *anthropology 18*

ìmòràn *advice*

iná *lamp/fire 9*

iná orí *lice*

ìnkì *ink 2*

inú igbó *in the forest 13*

inú mi dùn *I'm happy 15*

ipá *strength*

ipa *part/role 7*

ìpàdé *a meeting/an appointment 3*

ìparí *the end 18*

ìparí òsè tí ó kojá *last weekend 14*

ìpínlè *state 17*

ìpínlè Ogun *Ogun state 16*

ipò *position 12*

ìran *lineage*

ìrántí *remembrance*

ìrèlè *humility 13*

ìresì *rice 12*

ìresì jòlóòfù *jollof rice 12*

ìrì *dew*

irin *iron*

ìrìnàjò *a trip 7*

irinwó *four hundred*

ìrírí *experience 29*

ìró *women's wrapper 9*

ìròhìn *news*

iró *lie/untruth*

ìròlé *evening 11*

irú *type/kind/sort*

irú ___ wo *what kind of ___*

324

irú *fermented locust beans used for seasoning stew*

irun *hair* 10

irùngbọ̀n *beard* 22

ìsàlẹ̀ *downstairs/below* 4

isimi *rest/vacation* 18

ìsìn *church service/ worship service*

ìsìnkú *funeral ceremony* 14

ìsọmọlórúkọ *naming ceremony* 14

ìsàn omi *flowing water*

ìṣèlú *politics* 8

iṣẹ́ *work* 2

ìṣẹ́ *poverty*

iṣẹ́-ilé *house/home work* 15

iṣẹ́ ọnà *art work* 7

iṣẹ́ wọn *their work* 2

ìṣẹ́jú *minutes* 11

ìṣílé *house warming* 14

ìṣirò *arithmetic* 10

iṣu *yam* 2

iṣu kan *one yam* 2

ìta *outside*

itan *thigh*

ìtàn *story/tale/history*

ìtìjú *shame*

itọ́ *saliva*

ìtọ̀ *urine*

ìtumọ̀ *meaning* 13

ìwà ìbàjẹ́ *bad behavior*

ìwà ìkà *wicked behavior*

ìwádìí *investigation* 8

ìwé *book* 2

ìwé atúmọ̀ èdè *dictionary* 2

ìwé-èrí *certificate* 18

ìwé-èrí oníwèé-méfà *grade school diploma* 18

ìwé-èrí oníwèé-méwàá *high school diploma* 18

ìwé ìròhìn *newspaper* 3

ìwé ìtàn *novel* 3

ìwé-kíkà *reading* 18

ìwé-kíkọ *writing* 18

ìwé mẹ́fà *primary school (length of course: six years)*

ìwé orin *song book*

ìwé títẹ̀ *typing* 8

ìwé yìí *this book* 2

Ìwó *(name of a town)* 3

ìwo *horn*

ìwò *act of looking*

ìwọ́ *hook for catching fish*

ìwọ́ *umbilical cord*

ìwọ *you* P

Ìwọ ńkọ́ *How about you?* 1

ìwòn *scale* 8

iyán *pounded yam* 12

ìyàtọ̀ *difference*

ìyàwó *wife* 2

ìyẹn/yẹn *that one*

ìyẹ́yìn òkú padà *funeral* 14

iyì *honor* 13

J

jáde ilé-ẹ̀kọ́ *to graduate* 18

jáde kúrò *exit/leave*

jàjà *finally*

jalè *steal*

Jàméíkà *Jamaica* 5

jákẹ́ẹ̀tì *jacket* 9

Jámáànì *Germany* 16

Jẹpáànì *Japan* 5

jèrè *to profit*

jẹ́ *one of the forms of the verb 'to be'*

jẹ *to eat* 3

jẹ́ kí a... *let us...* 16

Jẹ́ kí a sọ pé *let us say that* 9

jẹ́ kí ó... *let him...* 16

jẹ́ kí N... *let me...* 16

jẹun *to eat (food)* 3

jẹun àárọ̀ *to eat breakfast* 11

jí *to wake up* 7

jí ___ *to steal something*

jígí *mirror*

jíjáde òkú *funeral ceremony (usually done about a year after the person has died)*

jíjẹ oyè *coronation/ conferring of a degree/chieftancy title*

Jímọ̀ *Friday*

jiná *cooked/well done*

jìnnà *to be far* 17

jiyàn *to argue* 18

jó *to dance* 3

jó *to burn* 5

jogún *to inherit*

jókòó *to sit down* 3

joyè *to be coronated* 14

jógíráfì *geography* 3

jọ̀wọ́ kúrò! *please go away* 14

jùlọ *the most/more than*

K

ka ___ *to count or read something*

ka ìwé/kàwé *to study/read books* 3

ka oókan títí dé ẹẹ̀wàá *to count one to ten* 4

káàárín (ní + àárín) *in between* 12

káàárọ̀ *good morning*

káálé̩ *good evening/late evening*

káàsán *good afternoon*

kaba *dress* 9

kádiláàkì *Cadillac* 9

káfíńtà *carpenter* 13

kafìtéríà *cafeteria* 12

kàlé̩ńdà *calendar* 2

kámé̩rà *camera* 4

kan *one*

Kánádà *Canada* 5

kankan *any* 2

karùnún *fifth*

karùndínlógún *fifteenth*

kàwé *to study* 7

keeki *cake* 15

kejèé *seventh*

kejì *second*

___ keló̩ó̩ *which ___?*

kéré jù *too small/little*

kéré *to be small* 6

Kérésìmesì *Christmas* 16

ke̩fà *sixth*

kejò̩ó̩ *eighth*

kèké *bicycle* 4

kékò̩ó̩ *to study* 18

ké̩mísírì *chemistry* 8

Ké̩ńyà *Kenya*

ko̩rin *to sing*

ke̩rìndínlógún *sixteen*

ke̩sànán *ninth*

ke̩tàá *third*

ke̩wàá *tenth*

kí *to greet* 14

kí ___ *should*

kí ___ tó *before s.o. (does s.t.)* 11

kí a so̩ òtító̩ *to tell the truth* 18

kì í *don't usually (habitual negative marker)*

kígbe *yell/shout*

Kí ni? *What is?* 1

kììní *first*

kíláàsì *class* 2

kíńkíní *a little bit*

kó *to teach/learn* 5

kó *gather*

kò *(negative marker)* 1

kó ___ kúrò *to remove s.t.* 12

kò ì tí ì *have not yet*

kò ì pé *not complete*

kó irun *to plait one's hair*

with thread 15

kò ní í *will not*

kò pé *not long/soon*

kò pé lé̩hìn *not long after*

kò pò̩ tó *it is not as many as*

kò sí *negated form of 'wà' the verb to be*

kò se nǹkankan *it doesn't matter* 18

kòkó *cocoa*

kóòkì *Coke* 12

kóòmù *comb* 15

kóòtù *coat* 9

Kòránì *Koran* 15

kórììrà *to hate* 5

kó̩ *to build* 17

kó̩ *to teach/learn or to build*

ko̩ *to write/to sing*

kò̩ *to refuse*

kó̩ ___/kó̩kó̩ ___ *first (do) ___*

kó̩ èkó̩ *to study* 3

kó̩ ilé *to build a house* 7

ko̩ ìtàn *to write a story* 15

ko̩ létà *to write a letter* 3

kó̩ ni *it is not* 2

ko̩ o̩mo̩ *to teach a child*

kó̩bò̩ *kobo (Nigerian penny)* 2

kó̩bó̩ò̩dù *cupboard* 4

ko̩já *to pass* 11

ko̩kàndínló̩gbò̩n *twenty-ninth*

ko̩kànlá *eleventh*

kó̩kó̩ *first of all* 12

kó̩lé̩èjì *college* 18

ko̩nbîfù *corned beef* 12

Ko̩ntìné̩ntàl *Continental* 9

kó̩ò̩tù *court* 13

Kòráà *Asians*

ko̩rin *to sing* 3

kó̩sé̩ètì *bra* 9

kù *to remain*

kú orîire! *congratulations!* 14

kúkì *cookie* 14

Kùmò̩ *club* 9

kun ìlé *to paint a house* 3

kúrò *to leave* 4

kúrò ní *to leave (somewhere)*

kúrú *to be short* 6

kúùrò̩lé̩ *good evening/ early evening*

L

la òkun ko̩já *cross the sea*

láàárín *among*

láàárò̩ *in the morning*

láàárín *between/in the middle of*

lábé̩ *under/beneath*

lábé̩ (ní + abé̩) *under* 12

lágbára O̩ló̩run *by the grace of God*

láì *without* 17

láì fa ò̩rò̩ gùn *to cut a long story short*

láì ní àánú *without mercy*

láì so̩ *without speaking* 16

láì se àní-àní *without mincing words* 18

láìpé *soon*

lálaalé̩ *every night* 15

lálẹ́ *at night*

lánàá *yesterday 3*

lápà òsì (ní + apá òsì) *on the left-hand side 12*

lápá ọ̀tún (ní + apá ọ̀tún) *on the right-hand side 12*

lára ògiri *on the wall 4*

láràárò (ní àràárò) *every morning 8*

láràárò ojó Mọ́ńdè *every Monday morning 15*

láti *in order to*

láti *from*

láti ibí *from here 11*

lati dín dòdò *in order to fry plantains 12*

láti Èkó *from Lagos 17*

láti ojọ́ náà lọ *from that day on*

láti ojọ́ yìí *from this day on*

lawọ *to be generous 6*

láyọ̀lé *reliable/dependable/important*

le *to be difficult 18*

lè *to be able/can 4*

lè sọ *can say 11*

légbẹ̀ẹ́ (ní + ẹ̀gbẹ́) *near/beside/on the side 12*

lẹ́hìn (ní + ẹ̀hìn) *behind/at the back of/after 12*

lẹ́hìn èyí *after this*

lẹ́hìn náà *afterwards*

lẹ́hìn tí *after*

lẹ́nu *in the mouth*

lẹ́nu iṣẹ́ *at work*

lésèkesè *immediately*

lílọ *going*

lìngúísfikì *linguistics 16*

lítíréṣò *literature 5*

lo/fi *to use 9*

lójoojúmọ́ *every day 8*

lójú títì *on the street 14*

lókè *above*

Lomé *(name of a town) 3*

lóòótọ́ ni *it is true that*

lórí (ní + orí) *on top of 12*

lótìítọ́ *truly*

lọ *to go*

lọ̀ *to grind*

lọ aṣọ *to iron clothes 14*

lọ sí ìta *to go outside 14*

lọ sun *to go and sleep 4*

lọ́dò̀/ní ọ̀dò̀ ___ *place of ___*

lọ́dọọdún *every year 15*

lóla *tomorrow 5*

lọ aṣọ *to iron clothes 7*

lọ́nà *on the way 9*

Lọ́ńdòònù *(name of a city) 3*

lósànán *in the afternoon*

lósòòsán *every afternoon 15*

lósòòsè *every week 15*

lọ́wọ́/lọ́wọ́lọ́wọ́ *right now*

lọ́yà *lawyer 13*

lù *to beat*

lú ìlù *to play drums*

M

mà *ma'am*

má *do not*

máa *future marker (will)*

máa ń *usually/habitual tense marker*

má bínú *don't be upset 14*

má mu ọtí *don't drink wine 4*

má pariwo *don't make noise 16*

má pẹ́ *don't be late 3*

má ṣẹyọnu *don't worry 14*

máa *will (future marker) 4*

máa lọ *keep going 17*

máàpù *map 16*

magasfinì *magazine*

máìlì *mile 17*

màmá *mother*

màmá màmá *grandmother 2*

màmá màmá Òjó *Ojo's grandmother 5*

mánéjà *manager 18*

mángòrò *mango 11*

márùnún *five (adj.)*

matimátí̀kì *mathematics 18*

méje *seven (adj.)*

méjì *two 2*

méjìlá *twelve (adj.)*

mélòó *how much 2*

mẹ́fà *six (adj.)*

mẹ́fà ààbọ̀ *six and a half 11*

Mékà *Mecca 14*

mérin *four (adj.)*

mésànán *nine (adj.)*

Mèsẹ́dûsì *Mercedes 9*

méta *three 2*

méwàá *ten (adj.)*

mi *my*

milọnía *millionaire 14*

mììràn *another 11*

mímọ́ *clean*

mììràn *another*

mo *I 1*

mo sọ́rì *I'm sorry 14*

mọ́ *clean (adj.)*

mọ́ *anymore*

mọ *to build, especially with mud*

mò *to know*

mọ́ rárá *any more*

móínmóín *bean pudding (a Nigerian dish)* 12

mókàndínlógún *nineteen (adj.)*

mókànlá *eleven* P

Mónńdè *Monday*

mósáláásí *mosque* 7

mótò *motor* 17

mú *take/grab*

mu *to drink* 12

mú ___ lo sí *to take ___ to*

mu kofí *to drink coffee* 5

mu otí *to drink beer/an alcholic beverage* 12

mu sìgá *to smoke cigarettes* 4

múra *to dress up* 9

mùsíòmù *museum* 7

mùsùlùmí *Moslem*

N

ń *(progressive marker)* 1

ń bò *to be coming* 11

ná *to spend money*

ná ojà *to price goods/haggle*

náà *too* 6

náà *determiner 'the'*

Nàìjíríyà *Nigeria*

náín *nine pence*

náírà *(basic unit of Nigerian currency)* 2

nàká *to touch* 9

ni *to be* 1

ní *to have* 1

ní *in/on/at* 1

ní ìgbà láéláé *once upon a time/a long time ago*

ní ìjarùnún *four days ago*

ní ìjeje *six days ago*

ní ìjélòó *a few days ago, the other day*

ní ìjefà *five days ago*

ní ìjejo *seven days ago*

ní ìjerin *three days ago*

ní ìjesànán *eight days ago*

ní ìjeta *day before yesterday*

ní nǹkan bí ___ *at about ___*

ní ojó kan *one day*

ní ojó márùnún òní *four days from today*

ní ojó méje òní *six days from today*

ní ojó méfà òní *five days from today*

ojó méjo òní *seven days from today*

ní ojó mérin òní *three days from today*

ní kúkúrú *in short* 15

ní ojú títì *on the street* 8

ní tèmi *as for me* 9

níbè *there*

níbí *here* 4

Níbo ni..? *Where is..?* 1

nígbà tí ___ bá *conditional clause marker*

nígbà wo *when (direct question)*

nígbàkigbà *anytime* 7

níláti *have to* 11

níná ojà *haggling for a bargain price*

nínú *in/inside*

nípa *about* 2

nípa ara rè *about himself* 3

nípa báyìí *this way* 18

nísàlè *below* 8

Nìsáànì *Nissan* 9

nísisìyí *now* 3

nítorí èyí *because of this*

nítorí náà *so, thus, therefore*

nítorí pé *because*

nítòsí (ní + itòsí) *near* 12

níwájú (ní + iwájú) *in front of* 12

níwájú ilé *in front of the house* 15

ǹjé *(question marker)*

ńkó *what about*

nǹkan *thing* 5

nǹkan èèlò *ingredients* 12

nǹkankínǹkan *anything* 4

nómbà *number*

nóòsì *nurse* 13

nu ara *to dry off one's body with a towel* 15

O

o *you*

ó *he/she/it*

Òo *response to a greeting*

ó dàbò *goodbye*

ó mà se o *it is a pity*

ó rè mí *I am tired*

o sé *thank you*

ó se pàtàkì *it is important*

ó tì *no* 1

ó yé mi *I understand* 16

obì *kolanut* 17

obìnrin *woman* 2

obìnrin títóbi *a big woman* 6

òde òní *nowadays*

òdìkejì *opposite* 7

odó *mortar*

òdo *zero*

òdodo *truth*

òdòdó *flower*

òfò *waste*

ògèdè *incantations*

ògiri   *wall* 4

ògo   *glory*

ògò   *act of insisting on (getting one's money from a borrower)*

ògógóró   *alcoholic palm wine* 12

ogójì   *forty*

ogún   *twenty*

ogún   *inheritance*

Ògúnnáìkè   *(name of a person)*

Ògúnndé   *(name of a Yoruba artist)* 7

ogbó   *old age*

ohun   *thing*

ohùn   *voice*

ohun èèlò   *utensils/ implements/ ingredients*

ohun èlò orin   *musical instrument* 9

ohun ìrìnnà   *means of transportation* 8

ohun mímu   *drinks* 12

ohun ògbìn   *crops*

ohun tí ó dé   *what happened (indirect question)*

Òjó   *(personal name)* 2

ojoojúmó   *daily/everyday*

ojú   *eyes/face* 15

ojú títì   *on the street* 9

òkè   *mountain* 7

òkè kìíni   *first floor* 4

òkè Olúmọ   *Olumo Rock* 7

oko   *farm/countryside*

oko ọdẹ   *hunting trip*

ònkòwé   *writer* 18

òkú   *corpse/ghost*

okùn   *rope* 10

òkun   *ocean*

òló   *slang word for a young woman* 13

ológbò   *cat* 11

olórí   *president/head* 16

olùkọ́   *teacher*

olúkúlùkù   *everyone*

olùtójú ọmọ   *a baby-sitter/nanny* 11

olówó   *a rich person* 6

Olú   *(personal name)* 2

olú-ìlú   *capital* 16

olùdarí   *director* 18

olùfẹ́   *loved one/girlfriend/ boyfriend* 9

olùkọ́   *teacher* 2

omi   *water* 11

(omi) ọsàn   *orange juice* 12

(omi) gíréèpù   *grape juice* 12

Omidan   *Miss* 3

òní   *today*

onígbàgbọ́   *Christian* 14

oníjàgídíjàgan   *a violent person* 6

onílé   *landlord*

onírìnàjò   *a traveler* 16

onísùúrù   *a gentle person* 6

onísòwò   *trader/business person* 10

onísóòbù   *shopkeeper* 15

oníwàpèlé   *a gentle person* 6

oníyèyé   *clown* 6

oógùn   *sweat*

oókan   *one*

oókàndínlógún   *nineteen*

oókànlá   *eleven*

oókànlélógún   *twenty-one*

oore   *kindness*

oòrùn   *sun*

òpin   *end*

opó   *widow*

òpó   *pillar/pole*

òpò   *preparations*

òpùró   *liar* 13

orí iná   *stove top*

orí òkè   *on the mountain* 14

oríire   *success*

orílè-èdè Áfríkà   *the African continent* 16

orín   *chewing stick* 15

orin   *song* 8

orísirísi àwòrán   *plenty of pictures* 4

oró   *hurt/pain*

orò   *a type of Ìjèbú masquerade*

òróró   *vegetable oil* 12

òróró gbígbóná   *hot oil* 12

òru   *at night/middle of the night* 11

òrùka   *ring* 17

orúkọ   *name* 1

orúkọ mi   *my name* 1

orúkọ rẹ   *your name* 1

òsì   *poverty*

òsìsẹ́   *worker/a hard working person* 6

osó   *wizard*

Òsogbo   *Yoruba town*

osù   *month* 8

osù tí ó kọjá   *last month* 8

òtítọ́   *truth*

òun   *he/she/it* P

òun nì yí   *here it is*

oúnjẹ   *food*

oúnjẹ àárò   *breakfast* 11

oúnjẹ alẹ́   *supper* 11

oúnjẹ àwọn Kòráà   *Lebanese food* 12

oúnjẹ àwọn Ṣainṅsì   *Chinese food* 12

oúnjẹ díndín   *fried food* 12

oúnjẹ ọsán   *lunch* 11

òwe   *proverb*

owó   *money* 2

òwò   *business*

owú   *jealousy*

òwú   *thread*

òwúrò *morning*
oyè *degree* 18
Oyè ìjìnlè gíga jùlọ
    Ph.D. 18
òye *wisdom*
oyin *bee/honey*
Òyìnbó *a European* 5
oyún *pregnancy*

Ọ

ọba *king* 16
ọbabìnrin *queen* 16
ọ́bẹ *knife* 9
ọbẹ̀ *stew/soup*
   ___ adìẹ *chicken
    stew* 12
   ___ ewédú *ewedu
    stew* 12
   ___ ẹja *fish
    stew* 12
   ___ èfó *green
    vegetable
    stew* 12
   ___ ẹlẹ́dẹ̀ *pork
    stew* 12
   ___ ẹran *meat
    stew* 12
   ___ ilá *okra
    stew* 12
   ___ tòlótòló *turkey
    stew* 12
òdàlẹ̀ *a traitor* 6
òdàn *plains (geographical
    area)*
òdè *a stupid person*
òdó *youth*
òdò Dúpẹ́ *Dupe's
    place* 11
odoọdún *every year* 8
ọdún *year*
ọdún kérésìmesì
    Christmas 9
ọdún tí ó ń bọ̀
    next year 6

ọ́fíìsì *office* 11
ọ́fíìsì tíkẹ́ẹ̀tì *ticket
    office* 11
òfò *mourning for the dead*
ògá *master* 15
ògà *chameleon*
ògá ilé-ìwé *principal* 18
ògèdè *banana* 12
ògèdè àgbagbà *plantains*
    12
ògò *cudgel*
ogóta *sixty*
ogórin *eighty*
ogórùnún *one hundred*
ogbà *campus* 11
ogbà yunifásítì *university
    campus* 7
ogbà ọlọ́pàá *police
    station*
ogbà panápaná *fire
    station*
ogbó *(a type of leaf)*
ogbọ̀n *thirty* P
ọjà *market/goods* 4
ọjà pàtàkì *an important
    market or
    product* 17
ọjọ́ *day* 7
ọjọ́ Àlàmísì *Thursday* 8
ọjọ́ ìbí *birthday/naming
    ceremony* 5
ọjọ́ Jímọ̀ *Friday* 8

ọjọ́ kan náà *the same
    day* 8
Ọjọ́bọ̀ *Thursday*
òjògbón *professor* 18
òjòjò *(a Yoruba dish)* 3
ọjọọjọ́ Móńdè *every
    Monday* 11
Ọjọ́rú *Wednesday*
òkànjúwà *a greedy
    person* 6
ọkọ́ *hoe*
ọkọ *husband*

ọkọ̀ *vehicle* 4
òkò *sword*
ọkọ̀ aláago mérin *a four
    o'clock train* 11
ọkọ̀ ayọkẹ́lẹ́ *motor
    car/automobile*
Òkò kíìní *name of a
    neighborhood* 17
Òkò kejì *name of a
    neighborhood* 17
ọkọ̀ òfurufú *airplane* 8
ọkọ̀ ojú irin *train* 8
ọkọ̀ ojú omi *ship* 8
ọkọ *husband* 1
òkéré *squirrel*
ọkùnrin *man* 2
ọlá *honor* 13
ọlà *riches* 13
òlẹ *a lazy person* 6
òlèlè *steamed bean
    pudding, like
    móínmóín*
ọlọgbón *a wise person* 6
ọlójà *owner of goods/
    products* 10
ọlọ́pàá *policeman* 18
ọlọ́rò *rich person*
Ọlọrun *God* 14
ọlọ́sà *thief*
ọludé *holiday* 16
ọmọ *child/children* 2
ọ̀mọ *builder/mason*
ọmọ gíga *tall child* 9
ọmọ ìlú Amẹ́ríkà *an
    American citizen/a
    native of America* 3
ọmọ ìlú ibo ni ẹ́ *Where
    are you from?*
ọmọ ìlú Kánádà *a
    Canadian citizen* 3
ọmọ ìlú wa *our
    countryman* 14

ọmọ ìlú Sàgámù *a native
    of Sagamu* 16

ọmọ jẹ́jẹ́   gentle child 9
ọmọ kíláàsì   classmate 7
ọmọ-ọ̀dọ̀   maid/
     houseboy 14
ọmọ ọdún
   márùúndínlógbòn   25
     years old 5
ọmọ-ọdún méjì   two years
     old 18
ọmọ ọdún méfà   six-year-
     old child
ọmọ yàrá   roommate 5
ọmọbìnrin   daughter
ọmọdé   a young person 5
ọmọkùnrin   son
ọnà   embroidery/design
ọ̀nà   way
ọ̀ni   crocodile
ọ̀pá   yard 18
ọ̀pá Ọ̀rányàn   the staff of
     Oranyan 7
ọ̀pẹ   palm
ọ̀pọ̀   plenty
ọ̀pọ̀lọpọ̀   plenty/many
ọrẹ   gift
Ọ̀rẹ̀   Yoruba town
ọ̀rẹ́   friend 2
ọ̀rẹ́ rẹ̀ méjì   his/her two
     friends 3
ọ̀rẹ́ tòótọ́   a true friend 6
ọ̀rọ̀   riches
ọ̀rọ̀   words
ọrún   hundred
ọrun   bow
ọ̀run   heaven
ọrùn   neck
ọ̀sán   afternoon 11
ọsàn   orange (fruit) 11
ọ̀sẹ̀   week
ọsẹ́   injury
ọṣẹ   soap 15
ọ̀ṣọ́   ornament
ọtí   any alcoholic
     beverage, e.g.,
     beer, wine 12

ọtí tí kò le   nonalcoholic
     drink
ọ̀tún   right
ọwọ̀   broom
ọ̀wọ́   flock (as of birds,
     cattle, etc.)
ọ̀wọ̀   respect
ọwọ́ òsì   left (hand) 17
ọwọ́ ọ̀tún   right hand/right
     direction
ọ̀wọ́n   dear (as in "dear
     Kemi")
Ọya   wife of Ṣàngó/river
     Niger
ọ̀yà   wages/salary
ọ̀yà   game animal such as
     hedgehog or bushpig
Ọ̀yọ́   Yoruba town
ọyún   pus

P

pa   to kill 5
pa ___ dé   to close s.t. 4
pa irọ mọ ___   to lie
     about someone
páàsì idanwo   to pass an
     exam/do well 18
padà dé   to return 14
padà dé láti   to return
     home from 7
padà sí   to return to 7
pàdé   to meet 1
pákó   planks 9
pákò   chewing stick (for
     brushing the
     teeth) 17
pálò   living room/parlor 4
panápaná   firefighter 18
parí   to finish 11
pariwo   to shout/yell
pàṣẹ   command
pátá   panties 9
pàtàkì   important

pátákó   chalkboard 4
pátápátá   completely
pè   to call 4
pe ___   to call s.o. 7
pè padà   to call back/
     return s.o.'s call
pe ọ́fììsì   to call the
     office 11
péré   just 5
pèsè   provide
pẹ́   to be late 4
pẹ́ẹ̀nì   pen 2
pẹ̀lú   with/and 1
pẹ́ńsùlù   pencil 2
pẹpusí   Pepsi 12
Pijó   Peugeot 9
pín   to divide/share 15
pín fún ___   share with
pinnu   to determine 9
Potokí   Portuguese
pọ́n   to wrap
pọn omí   to fetch water
pọtimáǹtò   suitcase 4
pupa   (to be) red 5
púpọ̀   a lot/many/much 2

R

rà   to buy 2
ra aṣọ   to buy clothes 5
rán   to sew 9
rán ___ létí   to remind 14

rán ___ (lọ) sí   to send
     s.o. to
ran ___ lọ́wọ́   to help
     s.o. 15
rán aṣọ   to sew clothes 5
rántí   remember 3
rárá   at all 2
rédíò   radio 4
rere   good
rẹ   your (sg.)
rẹ̀   his/her/its

rẹ ___ *to soak something*

ré̩kó̩ò̩dù *records (music)* 3

rè̩rè̩ osùn *red dye* 4

ré̩rìnín *to laugh (a laugh)*

rí *to see* 3

rín *to laugh*

rìn *to walk* 3

Rìnó̩ò̩ltì *Renault* 9

Rìpó̩blíìkì *Republic* 16

ro *ache/hoe*

rò *stir*

ro àmàlà *to prepare food made of yam flour* 12

ró ìró *to wrap a wrapper*

ro è̩bà *to prepare cassava flour* 12

ro oko *to mow the lawn ("to till the ground for sowing by hoeing it")* 4

rò pé *think that*

ròhìn *to report*

rọra/E̩ rọra *be careful* 14

rọrùn *to be easy* 15

Ró̩s̩íà *Russia* 16

ru e̩rù *to carry a piece of luggage (on the head)*

run orín *to chew a chewing stick* 15

S

sà *sir*

sa ipá mi *to try my best* 15

Sáàbù *Saab* 9

sábà *usually* 8

Sábo Makun *name of a market* 17

Sábo O̩fin *name of a place* 17

saikó̩ló̩jì *psychology* 18

sandíìnì *sardines*

sanra *to be fat* 6

sáré *to run* 3

sáré lọ *to run somewhere* 15

Sátidé *Saturday*

sáyé̩ǹsì *science* 18

se *to cook*

sè oúnjẹ *to cook food* 7

S̩e̩ne̩galíìsì *Senegalese*

sí *to/on* 16

sì *sentential conjunction 'and'*

sí orí *on the head*

sìgá *cigarette* 11

síkáàfù *scarf* 9

síké̩è̩tì *skirt*

simé̩sítà *semester*

sìmi *to rest* 7

sín *to sneeze*

sin *bury*

síngílé̩è̩tì *singlet/ undershirt* 9

sinimá *cinema* 3

sìnkú *to perform a funeral ceremony* 14

sinmi *rest/relax*

síso̩ o̩mo̩ lórúko̩ *naming ceremony*

sítéríò *stereo* 4

sítóòfù *stoves* 9

sòkòtò *pants* 9

sórí *on top of/on* 12

sosió̩ló̩jì *sociology* 18

so̩ *to say* 11

sọ ___ nù *to throw away/lose* 5

sọ fún *to tell/to say to* 2

sọ fún mi *to tell me* 2

sọ pé *to say that* 4

Só̩nńdè *Sunday*

sò̩rò̩ *to talk* 3

sò̩rò̩ pè̩lú *to talk with s.o.* 11

sò̩rò̩ só̩kè *to speak more loudly* 4

sùn *to sleep* 3

Sunny Ade *(name of a Nigerian juju musician)* 14

Sùó̩ló̩jì *Zoology* 18

sùúrù *gentleness* 6

Sùwàhíìlì *Swahili, language spoken in Kenya, Tanzania, and parts of other East African countries*

súwé̩tà *sweater* 9

súwíìtì *sweets* 14

súyà *hot seasoned and roasted meat strips* 17

S̩

S̩àgámù *name of a Yorùbá town* 17

S̩áínà *China* 5

S̩aìnììsì *Chinese*

s̩é *Yes/No question marker* 1

s̩e *to do* 2

s̩e ___ ní jàmbá *to hurt s.o.*

s̩e àkíyèsí *to notice s.t.*

s̩e eré/s̩eré *to play*

S̩é è̩rù máa ń bà é̩? *Are you usually afraid?* 18

s̩e ìdánwò *to take a test* 7

s̩e ìlara *to be jealous/ envious of s.o.*

s̩e ìlérí *to promise to*

s̩e is̩é̩ ilé *do your homework* 5

s̩e ìtójú *to take care of*

s̩e ìwádìí *find out/ investigate* 8

ṣe kéèkì   *to bake a cake* 15

Ṣé ó yé ẹ?   *Do you understand?* 17

ṣe oríire   *to be lucky* 6

ṣe ọjọ́ ìbí   *to celebrate a birthday* 5

ṣeré   *to play* 3

ṣẹ́ẹ̀tì   *shirt* 9

ṣẹlẹ̀   *happen*

ṣèṣè   *recently* 12

ṣí   *to open*

ṣíbí   *spoon* 9

ṣiṣẹ́   *to work* 3

ṣiṣẹ́ jù   *to work too much* 11

ṣílé   *to have a house warming* 14

ṣíṣí ilé   *house warming*

ṣíwájú   *lead/do something first before others do it*

ṣòfin   *to make a law* 15

ṣòfò   *to waste*

Ṣọ́kọ́tọ́   *town in northern Nigeria*

ṣòkòtò   *pants*

Ṣónáriwo   *(name of a person)*

ṣòro   *to be difficult* 12

ṣọ́ọ́bù   *shop/store* 7

ṣọ́ọ̀kì   *chalk* 4

ṣọ́ọ̀sì   *church* 9

ṣùgbọ́n   *but* 2

T

ta   *to sting*

tà   *to sell* 5

ta ni   *who ___ (direct question)?*

tàbí   *or* 1

tábìlì   *table* 4

takisí   *taxi* 8

tán   *to finish*

Tansánía   *Tanzania*

táwẹ́ẹ̀lì   *towel* 15

télò   *tailor* 9

tẹ́ bẹ́ẹ̀dì   *to make a bed* 15

tẹ ìwé   *to type*

tẹ́lẹ̀   *before* 18

tẹ̀lé   *to follow* 7

tẹlifísònnù   *television* 3

tẹlifóònù   *telephone*

tí   *that (relative clause)*

ti   *of (possessive marker)*

ti   *present perfect marker 'have'*

tì   *to close* 4

tí a ń pè ní   *that we refer to as* 17

tilè   *even*

tínínrín   *to be slim* 6

tipátipá   *by force*

tiraka   *try/attempt*

tìrẹ   *yours* 14

títì   *street* 8

tìwọ   *yours* 6

tò   *arrange*

tóbi   *to be big* 6

tòlótòló   *turkey*

tòmátì   *tomatoes*

tójú   *to take care* 15

Tópẹ́   *name of a person* 11

tún   *also* 6

tún ___ fò   *to rewash s.t.* 15

tún ___ sọ   *to repeat s.t.* 15

tún ___ ṣe   *to correct/repair/redo* 6

tún lè   *can also*

tùn un sọ   *to repeat it* 4

tuntun   *to be new* 6

tutù   *to be cold* 6

túwó   *food made from corn flour* 12

W

wá   *to come* 16

wá   *to search for* 5

wa   *our*

wà   *to be (in a place)* 4

wá níbí   *come here* 4

wa ọkọ̀   *to drive a car*

wádìí lọ́wọ́ ___   *to find out from ___* 11

wákàtí   *hour*

wé gèlè   *to wear a head gear tie*

wẹ̀   *to swim* 3

wẹ ara   *to bathe* 15

wéwé   *small bits*

wo   *to watch/look at s.t.* 4

___ wo?   *which ___?*

wo ___ sàn   *to heal*

wo sinimá   *to watch a movie* 7

wo tẹlifísònnù   *to watch T.V.* 3

wolé   *to look at a house*

wolè   *to look at the ground*

wọ̀ (wọ ilé)   *to enter* 17

wọ̀   *to wear/take (a bus), etc.* 8

wọ bọ́ọ̀sì   *to take the bus* 15

wọ ọkọ̀   *to take a car* 16

wọ ọkọ̀ ojú-irin   *to take a train* 11

wọ ṣòkòtò   *to wear pants* 15

wọ takisí   *to take a taxi* 8

wọ́lẹ́ẹ̀tì   *wallets* 10

wọ́n   *to be expensive* 2

wọ́n   *they*

wọ́n ìyọ̀   *to sprinkle salt* 12

wọ̀nyí   *these*

wùn   *to be pleased with s.t.*

Y

yá *to borrow* 2
yà *turn/draw*
ya irun *to comb hair* 15
yà sí *to turn to* 17
yà sí ọwọ́ ọ̀tún *turn right
or turn to (your)
right hand* 17
yán *to yawn*
yan *to barbecue* 12
yànmùyánmú *mosquito*
yàrá *room* 4
yára lọ *hurry/go quickly*
yàtọ̀ sí *apart from* 3
yẹ̀bùyẹ́bú *puppet/ordinary*
yẹ́lò *yellow* 5
yẹn *that*
yẹrí *earring* 2
yìí *this* 2
yín *your (pl.)*
yípo ọdún *year round*
yòókù *the remaining*
yọ *subtract*
yọ̀ fún wọn *to rejoice/be
glad for them* 14
yunifásítì *university* 3

English - Yoruba

A

a *kan*
a few *díẹ̀*
a little *díẹ̀*
a lot *púpọ̀*
abdomen *ikùn*
accident *ìjàńbá*
to accompany *sin ___ lọ*
actor *òṣèré*
address *àdírẹ́sì*
after *lẹ́hìn*
afternoon *ọ̀sán*
again
to be against *lòdì*
to agree *gbà*
airport *ilé-ọkọ̀ òfurufú*
all *gbogbo*
also
always *gbogbo ìgbà*
American *ọmọ ìlú*
    Amẹ́ríkà
to be angry *bínú*
anthropology *ẹ̀kọ́ ìṣẹ̀dá*
    ayé
apartment *àpátíméntì*
appointment, meeting
    ìpàdé
April *oṣù dẹrin ọdún*
to argue (with), debate
    jiyàn (pẹ̀lú)
arm *apá*
to arrange *sètò*
to arrive *dé*
as *bí i*
to ask (for) *bèèrè (fún)*
at *ní*
at the same time *ní ìgbà*
    kan náà
to attend *lọ*
August *oṣù kẹjọ ọdún*

B

back *ẹ̀hìn*
bad *burú*
    it's too ___ *ó burú*
        jù
bag *àpò*
baggage *ẹrù*
balcony *bákónì*
ball *bọ́ọ̀lù*
banana *ọ̀gẹ̀dẹ̀*
band *eléré*
bank *ile ìfowópamọ́sí*
banker *òṣìṣẹ́ ilé-*
    ifowópamọ́sí
bar *ilé-ọtí*
bargain *ọ̀pọ̀ ọjà*
basketball *bọ́ọ̀lù alápèrè*
bath *ìwẹ̀*
to bathe *wẹ̀*
bathroom *ilé-ìwẹ̀*
beach *etí òkun*
beans *ẹ̀wà*
beard *irùngbọ̀n*
to beat *lù*
beautiful *dáradára*
beauty *ewà*
because *nítorí pé*
to become *di*
bed *ibùsùn/bẹ́ẹ̀dì*
    to go to bed *lọ*
        sùn
bedroom *yàrá*
beer *bíà*
before *kí ___ tó*
to begin *bẹ̀rẹ̀*
beginning *ìbẹ̀rẹ̀*
behind *lẹ́hìn*
to believe *gbàgbọ́*
below *lábẹ́*
belt *bẹ́lfìtì*
beside *légbẹ̀ẹ́*

between *láàárín*
bicycle *kẹ̀kẹ́*
big *títóbi*
biology *bàọ́lógì*
bird *eye*
birthday *ojó-ìbí*
    happy birthday
    (ẹ)kú ojọ́ ìbí
bit *díẹ̀*
black *dudu*
blackboard *pátákó*
blouse *búláòsì*
blue *búlúù*
boat *ọkọ̀ ojú omi*
body *ara*
book *ìwé*
bookseller *òǹtàwé*
bookstore *ilé ìtàwé*
boot *búùtù*
to bore *sú*
to be born *bí*
boss *ọ̀gá*
botany *bótìnì*
bottle *ìgò*
bowl *abọ́*
box *àpótí*
boy *ọmọkùnrin*
boyfriend *olùfẹ́ ọkùnrin*
bracelet *ẹgbà*
brain *ọpolo*
brake *bíréèkì*
brassiere *kóséètì*
bread *búrẹ́dì*
to break *dá*
breakfast *oúnjẹ àárọ̀*
to bring *mú ___ wá*
brother *bùrọ̀dá/egbọ́n*
    ọkùnrin/
    àbúrò ọkùnrin
brown *búráùn*
to brush *búrọ́òsì*
brush *búrọ́òsì*

hair brush *búróòsì irun*

toothbrush *búróòsì eyín*

to build *kó*
building *ilé*
to burn *jó*
bus *bóòsì*
business *ìsòwò*
   ___person *onísòwò*
but *sùgbón*
to buy *rà*

C

call *ìpè*
to call *pè*
campus *ogbà (yunifásítì)*
Canada *Kánádà*
Canadian *omo ìlú Kánádà*
car *okò*
to be careful *sóra*
carpenter *gbénàgbénà*
to carry *gbé*
cassette *káséétì*
cat *ológbò*
certainly *dájúdájú*
chair *àga*
chalk *efun/sóòkì*
to chat *fòròwórò*
chest *àyà*
chicken *adìe*
child *omo*
Chinese *Sainíìsì*
to choose *yàn*
Christmas *Kérésìmesì*
church *sóòsì*
cigarette *sìgá*
city *ìlú*
clarinet *klárínéètì*
class *kíláàsì*
to climb *gun*
clock *aago*

to close *ti*
clothes *aso*
coast *etí òkun*
coffee *kofí*
cold *otútù*
   the weather is ___ *otútù ń mú*
colleague *egbé*
color *àwò*
comb *kóòmù*
   to ___ one's hair *ya irun*
to come *wá*
   ___ back *padà wá*
comedy *àwàdà*
to complete *parí*
corn *àgbàdo*

D

dad *bàbá*
dance *ijó*
to dance *jó*
dancer *oníjó*
date *déètì*
daughter *omobìnrin*
day *ojó*
dear *owón*
to deceive *tàn*
December *osù kejìlá odún*
to decide *pinnu*
dentist *yoyínyoyín*
department *dìpátíméntì*
dictionary *ìwé atúmò èdè*
to die *kú*
difference *ìyàtò*
to be different *yàtò*
difficult *le*
diploma *ìwé-èrí ìdòtí*
dish *àwo*
   to do the ___es *fòwo*
to do *se*
doctor *dókítà*

dog *ajá*
door *ilèkùn*
dormitory *ilé-awon akékòó*
dream *àlá*
dress *kaba*
to dress *wo aso*
to drink *mu*
to drive *wa (okò)*
driver *awakò*
drum *ìlù*

E

each *kòòkan*
ear *etí*
earrings *yerí*
east *ìhà ìlà oòrùn*
to be easy *rorùn*
to eat *jeun*
egg *eyin*
eight *eéjo*
eighteen *eejidínlógún*
eighth *kejo*
eighty *ogórin*
eleven *oókànmi*
to end *parí*
engineer *enjinía*
England *ilú Òyìnbó*
English *Òyìnbó*
to enter *wolé*
European *Òyìnbó*
evening *ìròlé*
every day *ojoojúmó*
exam *ìdánwò*
example *àpeere*
except *afi*
to be expensive *wón*
to explain *se àlàyé*
eye *ojú*

F

face *ojú*
faithful *òtító*

false *iró*
family *ebí*
farm *oko*
fast *kíakía*
to be fat *sanra*
father *bàbá*
to fear *bèrù*
February *osù kejì odùn*
fifteen *aárùndínlógún*
fifth *karùnún*
finally *níkehìn*
to find *rí*
to finish *parí*
fire *iná*
first *kìíní*
fish *eja*
fisherman *apeja*
five *aárùnún*
flower *òdòdó*
to follow *tèlé*
food *oúnje*
foot *esè*
for *fún*
foreign *àjòjì*
foreigner *àjòjì*
forest *igbó*
to forget *gbàgbé*
fork *fóòkì*
forty *ogójì*
four *eérin*
fourteen *eérìnlá*
France *Faransé*
French *Faransé*
Frenchman *omo ìlú Faransé*
Friday *ojó Jímò*
friend *òré*
frog *òpòló*
from *láti*
in front of *níwájú*
fruit *èso*
to fry *dín*
full *kún*

G

game *eré*
garage *gárééjì*
gas (gasoline) *epo*
to gather *kó ___ jo*
to be gentle *ní ìwà pèlé*
German *Jámáànì*
to get *gbà*
gift *èbùn*
girl *omobìnrin*
girlfriend *olùfé obìnrin*
to give *fún ___ ní*
glove *ìbòwò*
to go *lo*
        ___ for a walk *lo rìn*
        ___ with *lo pèlú*
to be good *dára*
good-bye *ó dàbò*
government *ìjoba*
granddaughter *omo-omo*
grandfather *bàbá bàbá*
grandmother *màmá màmá*
grandson *omo omo okunrin*
greetings *ìkíni*
to grow old *dàgbà*
guest *àlejò*
guitar *gìtá*

H

habit *ìwà*
hair *irun*
hairbrush *búróòsì irun*
half *ìdajì*
hand *owó*
to happen *selè*
hat *fìlà*
to have to *ní láti*
he *ó*
head *orí*

headache, to have a ___ *orí fífó*
to heal *wo ___ sàn*
to hear *gbó*
heart *okàn*
hello *báwo ni?*
to help *ran ___ lówó*
her *rè*
herb tea *àgbo*
here *ibí*
hers *tirè*
herself *ara rè*
hi *báwo ni?*
hill *òkè*
himself *ara rè*
his *rè/tirè*
history *ìtàn*
holiday *oludé*
homework *isé-ilé*
honey *oyin*
to hope *nírètí*
horse *esin*
hospital *ilé-ìwòsàn*
hot *gbígbóná*
        to be ___ *gbóná*
        the weather is ___ *ó gbóná*
hotel *hótèèlì*
hour *wákàtí*
house *ilé*
how *báwo*
        ___ many *mélòó*
        ___ much *mélòó*
        ___ much is *eélòó ni*
human *èdá ènìyàn*
humor *yèyé*
hundred *ogórùnún*
to be hungry *ebi ń pa ___*
to hurry *kánjú*
husband *oko*

I

idea *èrò*
if *bí ___ bá*
illness *àìsàn*
immediately *lésèkesè*
important *pàtàkì*
in *ní*
instrument *ohun èlò*
intelligent *ogbón orí*
island *erékùsù*
isn't that so? *sé béè kó?*
it *ó*
it is ___ *ni*
its *rè*

J

January *osù kìíní odún*
Japanese *Japanîìsì*
jewel *èsó*
joke *yèyé*
to joke *se yèyé*
journalism *èkó ìròhìn*
joy *ayò*
to judge *dájó*
July *osù keje odún*
June *psù kefà odún*

K

to kill *pa*
to be kind *láàánú*
kitchen *ilé ìdáná*
knee *orúnkún*
knife *òbe*
to know *mò*

L

laborer *alágbàse*
lady *arábìnrin*
lake *adágún*
lamp *iná*
language *èdè*

large *títobi*
last week *òsè tí ó kojá*
late *pé*
to laugh (at) *fi ___ rérìnín*
law *òfin*
lawyer *amòfin/lóyà*
lazy *òle*
leaf *ewé*
to learn *kó*
Lebanese *Kòráà*
left *òsì*
    on the ___ *apá òsì*
leg *esè*
to lend *yá*
less *dín*
lesson *èkó*
letter *létà*
library *ilé-ìkàwé*
light *ìmólè*
to light *tan iná*
like *bí i*
to get in line *tò*
linguistics *linguísîìkì*
to listen to *fetísí*
literature *lítírésò*
little *díè*
to live *gbé*
to live in *gbé ní*
living room *pálò*
London *Lóndóònù*
long *gígùn*
to look at *wo*
    to ___ for *wá*
    to ___ like *rí bí i*
to lose *so ___ nù*
lot *púpò*
love *ìfé*
to love *fé/féràn*
luck *orí ire*
    to be lucky *se orí ire*
luggage *erù*
lunch *oúnje òsán*

to have lunch *je oúnje òsán*

M

machine *masîìnì*
magazine *magasîìnì*
mail *létà*
mailbox *àpótí létà*
to make *se*
    to ___ fun of *fi ___ se yèyé*
man *okùnrin*
manager *máníjà*
many *púpò*
map *máàpù*
March *osù keta odún*
market *ojà*
marriage *ìgbéyàwó*
to get married *se ìgbéyàwó*
mathematics *matimátîìkì*
May *osù karùnún odún*
me *mi*
meal *oúnje*
meaning *ìtumò*
means *ònà*
meat *eran*
mechanic *mekánîìkì*
medicine *oògùn*
to meet *pàdé*
meeting *ìpàdé*
merchant *onísòwò*
middle *àárín*
    to be in the ___ of *wà láàárín*
midnight *òru*
milk *mílîìkì*
million *milonía*
mine *tèmi*
minute *ìséjú*
miss *omidan*
mistake *àsìse*

to make a ___ *ṣe àṣìṣe*

mister *ọ̀gbẹ́ni*
Monday *ojó kìíní ọ̀sẹ̀*
money *owó*
month *osù*
moon *òṣùpá*
more than *ju ___ lọ*
morning *àárọ̀*
mother *màmá*
motorcycle *alùpùpù*
mountain *òkè*
___ **climbing** *gígun òkè*
mouth *ẹnu*
movies *sinimá*
Mr. *Ọ̀gbẹ́ni*
Mrs. *Arábìnrin*
much *púpọ̀*
museum *mùsíọ̀mù*
music *orin*
musician *akọrin*
must *gbọ́dọ̀*
my *mi*
___ **family** *ẹbí mi*

N

name *orúkọ*
narration *ìtàn*
nation *ìlú*
native *ìbílẹ̀*
near *légbẹ̀ẹ́*
to be necessary *ṣe pàtàkì*
neck *ọrùn*
neighbor *aládùgbò*
neighborhood *àdúgbò*
news *ìròhìn*
newspaper *ìwé ìròhìn*
New Year's Day *odún tuntun*
New Year's Eve *ojó àìsùn odún*
next to *légbẹ̀ẹ́*
night *alẹ́*

nine *eẹ́sànán*
ninety *àádórùnún*
ninth *kẹsànán*
no *ó tì*
noise *ariwo*
noon *ọ̀sán*
north *ìhà àríwá*
nose *imú*
not bad *kò burú*
November *osù kokànlá odún*
now *nísisìyí*
nurse *nọ́ọ̀sì*

O

to obey *gbọ́ràn*
occupation *iṣẹ́*
ocean *òkun*
October *osù kewàá odún*
office *ọ́físì*
OK *kò burú*
on *lórí*
___ **the way** *lọ́nà*
one *oókan*
onion *àlùbọ́sà*
only *nìkan*
to open *ṣí*
opinion *èrò*
opposite *òdìkejì*
or *tàbí*
orange *osàn*
order *ètò*
our *wa*
ours *tiwa*
overseas *ilú-òkèèrè*

P

package *erù*
to paint *kun*
painter *akunlé*
palace *ààfin*
paper *bébà*
pardon me! *jọ̀wọ́!*

parents *òbí*
part *ipa*
party *àsè*
party (political) *egbé*
to pass *kojá*
___ **by** *kojá lára ___*
patience *sùúrù*
to pay (for) *sanwó fún*
peace *àlàáfíà*
pen *péènì*
pencil *péńsùlù*
people *àwọn ènìyàn*
pepper *ata*
percussion instruments *ìlù*
perfume *lófíńdà*
perhaps *bóyá*
person *ènìyàn*
personality *ìwà*
pharmacist *atòògùn*
photograph *fótò*
piano *dùrù*
picture *àwòrán*
play *eré*
to play *ṣeré*
___ **chess** *ta ṣẹ́ẹ̀sì*
___ **piano** *tẹ dùrù*
player *eléré*
please *jọ̀wọ́*
pocket *àpò*
poem *ewì*
poet *akéwì*
poetry *ewì*
policeman *ọlọ́pàá*
Portuguese *Potokí*
position *ààyè*
post office *ilé-ìfìwéránsẹ́*
potato *ódùnkún*
to pour *da*
preparations *ètò*
to prepare *ṣe ètò*
to ___ **food** *ṣe ètò oúnjẹ*
price *oye*

prisoner *ẹlẹ́wọ̀n*
probably *bóyá*
problem *wàhálà*
profession *iṣẹ́*
professor *ọ̀jọ̀gbọ́n*
to profit *jèrè*
to promise *ṣèlérí*
to protect *dáàbòbò*
public *ara ìta*
to purchase *ra*
to put back *mu ___ padà*

Q

quality *ògidì*
quarter *ìdarin*

R

race *eré*
radio *rédíò*
rain * òjò*
raincoat *aṣọ òjò*
to read *kà*
ready *ṣe tán*
real *gidi*
receive *gba*
record *rékọ́ọ̀dù*
red *pupa*
to reduce *fírûjì*
to refuse *kọ̀*
relative *ẹbí*
to remember *rántí*
to rent *réǹtì*
to repair *tún ___ ṣe*
to repeat *tún ___ ṣọ*
to resemble *jọ ___*
to rest *simi*
restaurant *ilé-oúnjẹ*
to return *padà*
review *àtúnṣe*
rich *olówó*
on the right *ọwọ́ ọ̀tún*
to the right of *ọwọ́ ọ̀tún ___*

river *odò*
room *yàrá*
roommate *ọmọ yàrá*
run *sáré*
Russia *Rọ́ṣíà*
Russian *ọmọ ìlú Rọ́ṣíà*

S

salt *iyọ̀*
same *bákan náà*
Saturday *Sátídé*
to say *ṣọ*
school *ilé-ìwé*
___ teacher *olùkọ́*
science *sáyẹ́ǹsì*
sculptor *agbégilére*
sea *odò*
season *àkókò*
second *èkejì/kejì*
secretary *akọ̀wé*
to see *rí*
___ you later *ó dìgbà kan ná*
___ you tomorrow *ó dàárò*
to sell *tà*
to send *fi ___ ránṣẹ́*
sentence *gbólóhùn*
September *oṣù kẹsànán*
seven *eéje*
seventeen *eétadínlógún*
seventy *àádọ́rin*
several *púpọ̀*
to shave *fá irùngbòn*
she *ó*
shirt *ṣẹ́ẹ̀tì*
shoe *bàtà*
shop *ṣọ́ọ̀bù*
short *kúrú*
shoulder *èjìká*
to show *fi ___ hàn*
to take a shower *wẹ̀*
to shut *tì*
side *ègbẹ́*

to sing *korin*
singer *akorin*
sir *ọ̀gbéni*
sister *ẹ̀gbọ́n/àbúrò obìnrin*
to sit down *jókòó*
six *eéfà*
sixteen *eérìndínlógún*
sixty *ogóta*
skirt *síkẹ́ẹ̀tì*
sky *òfurufú*
slave *ẹrú*
to sleep *sùn*
slowly *díẹ̀díẹ̀*
small *kéré*
smart *gbọ́n*
to smell *rùn*
to smoke *mu sìgá*
smoker *amusìgá*
snail *ìgbín*
so *nitorí náà*
soap *ọṣẹ*
soccer *bọ́ọ̀lù elésẹ̀*
sock *ìbọ̀sẹ̀*
soldier *sójà*
some *púpọ̀*
someone *enìkan*
something *nnkan kan*
sometimes *nígbà mìràn*
son *ọmọkùnrin*
song *orin*
soon *láìpé*
sorry *pẹ̀lé*
soup *ọbẹ̀*
south *ìhà gúsù*
Spanish *Sípánñsì*
to speak *sòrò*
to spend *ná (owó)*
spinach *èfó*
spoon *ṣíbí*
sports *eré*
star *ìràwọ̀*
to start (a car or machine) *sí okò*
stockings *ìbọ̀sẹ̀*

stomach *ikùn*
to stop *dúró*
store *ọjà*
story *ìtàn*
story (of a building) *ilé olókè*
stove *sítóòfù*
street *títì*
strength *agbára*
student *akékòó*
study *èkó*
to study *kékòó*
stupid *òdè*
subtitle *àkọlé*
to suffer *jìyà*
sugar *súgà*
suitcase *àpótí*
sun *oòrùn*
   the weather is
   sunny *oòrùn ń mú*
Sunday *Sóndè*
supermarket *ọjà*
supper *oúnjẹ alé*
sweater *súwétà*
to swim *wẹ*

T

table *tábìlì*
to take *gbà/mú*
tall *ga*
to taste *tó ___ wò*
taxi *takisí*
tea *tîì*
to teach *kó*
teacher *olùkó*
telephone *tẹlifónnù*
television *tẹlifísònnù*
to tell *sọ*
ten *ẹẹwàá*
tenth *kẹwàá*
to thank *dúpé*
   you *Ẹ/O ṣé*
that *yẹn*

   doesn't matter *kò bùrú*
   one *ìyẹn*
their *wọn*
them *wọn*
these *wònyí*
they *wón*
thin *tínínrín*
thing *ohun*
to think *rò*
thirteen *ẹẹtàlá*
thirty *ogbòn*
this *yìí*
this one *èyí*
those *wònyẹn*
thousand *ẹgbẹrún*
three *ẹẹta*
throat *ònàfun*
to throw *ju ___*
Thursday *Àlàmísì*
ticket *tíkéètì*
time *àkókò*
title *àkọlé*
to *sí*
tobacco *tábà*
today *òní*
tomato *tòmátì*
tomorrow *òla*
tongue *ahón*
too much *jù*
tooth *eyín*
towel *táwéèlì*
to travel *rin ìrìnàjò*
tree *igi*
trip *ìrìnàjò*
trousers *sòkòtò*
true *òtító*
to try *gbìyànjú*
Tuesday *Ojó kẹta òsè*
turkey *tòlótòló*
twelve *eéjìlá*
twenty *ogún*
two *eéjí*
   weeks *òsè méjì*

to type *tẹ ìwé*
typist *atèwé*

U

U.S.A. *Amérikà*
umbrella *agbòjò*
under *abé*
underwear *àwòtélè*
university *Yunifásítì*
until *títí di ìgbà tí*
us *wa*
to use *lò*

V

vacation *ọludé*
vegetable *èfó*
vehicle *ọkò*
very much *púpò*
voice *ohùn*
voyage *ìrìnàjò*

W

to wait for *dúró dé*
to wake up *jí*
walk *ìrìn*
to walk *rìn*
wall *ògiri*
wallet *wóléétì*
to want *fé*
war *ogun*
warm *gbóná díè*
wash cloth *fọ aṣọ*
to wash *fọ*
   oneself *wẹ*
watch out! *sóra!*
water *omi*
way *ònà*
we *a*
wealthy *lówó*
to wear *wò*
wedding *ìgbéyàwó*
Wednesday *ojó dẹrin òsè*

week *òsè*

weekend *ìparí òsè*

west *ìhà ìwò-oòrùn*

what *kí ni?*

when *nígbà wó?*

where *níbo?*

whether *bóyá*

which *wo*

      ___ one *èwo*

white *funfun*

who *ta ni?*

whom *ta ni?*

why *kí l'ó dé?*

widow *opó*

wife *ìyàwó/aya*

wind *aféfé*

window *fèrèsé*

wine *otí wáìní*

to wipe *nu* ___

wire *wáyà*

wise *ológbón*

to wish *fé*

with *pèlú*

woman *obìnrin*

wool *wúùlù*

word *òrò*

work *isé*

wrist *orùn owó*

to write *ko* ___

Y

year *odún*

yellow *yélò*

yes *bèè ni*

yesterday *aná*

      the day before ___

               ìjeta

you *ìwo/o*

      your *re*

young people *àwon òdó*

you're welcome *kò tópé*

youth *òdó*

Z

zero *òdo*

zoology *sùólójì*

Grammatical Index

Printed in the United States
18471LVS00001B/3-42